அஞ்சுநாள் கிரிக்கெட்டும் ஆகம சாஸ்த்ரமும்

ராமச்சந்திர வைத்தியநாத்

பாரதி
புத்தகாலயம்

Anchunal cricketum Agama Sasthramum (in Tamil)
(Collection of Tamil Short Stories)
Ramachandra Vaidhyanath
First Published: August, 2022
Published by
BHARATHI PUTHAKALAYAM
7, Elango Salai, Teynampet, Chennai - 600 018
Email: thamizhbooks@ ail.com / www.thamizhbooks.com

அஞ்சுநாள் கிரிக்கெட்டும் ஆகம சாஸ்த்ரமும் (சிறுகதைத் தொகுப்பு)
ராமச்சந்திர வைத்தியநாத் ©
முதல் பதிப்பு: ஆகஸ்டு, 2022
வெளியீடு:
பாரதி புத்தகாலயம்
7, இளங்கோ சாலை, தேனாம்பேட்டை, சென்னை - 600 018
தொலைபேசி : 044-24332424, 24332924, 24356935

விற்பனை நிலையங்கள்
அருப்புக்கோட்டை: கதவுஎண் 49 A/4 மெயின் ரோடு, தெற்கு தெரு - 9994173551
ஈரோடு: 39: 39 ஸ்டேட் பாங்க் சாலை - 9245448353
கரூர்: நாரத கானசபா அருகில் (TNGEA OFFICE)- 9442706676
காரைக்குடி : 12, 2 வது தெரு, கம்பன் மணிமண்டபம் பின்புறம் - 9443406150
கும்பகோணம்: 352, ரயில் நிலையம் எதிரில் - 9443995061
குன்னூர்: N.K.N வணிக வளாகம் பெட்போர்ட்
கோவை: 77, மசக்காளிபாளையம் ரோடு, பீளமேடு - 8903707294
சிதம்பரம்: 22A / 18B தேரடி கடைத் தெரு, கீழவீதி அருகில் - 9994399347
செங்கல்பட்டு: 1 D ஜி. எஸ்.டி சாலை - 044 27426964
சேலம்: 15, வித்யாலயா சாலை சாலை
சேலம்: பாலம் 35, அத்வைத ஆஸ்ரமம் சாலை 0427 2335952
தஞ்சாவூர்: காந்திஜி வணிக வளாகம் காந்திஜி சாலை - 9655542400
திண்டுக்கல்: பேருந்து நிலையம் - 9942331105, 9976053719
திருச்சி: வெண்மணி இல்லம், கரூர் புறவழிச்சாலை - 9994289492
திருநெல்வேலி: 25கி, ராஜேந்திரநகர் - 9442149981
திருப்பூர்: 447, அவினாசி சாலை - 9486105018
திருவண்ணாமலை: முத்தம்மாள் நகர்
திருவல்லிக்கேணி: 48, தேரடி தெரு - 9444428358
திருவாரூர்: 35, நேதாஜி சாலை - 9442540543
நாகர்கோவில்: 699 கே.பி.ரோடு R.V.புரம் - 9443450111
நெய்வேலி: பேருந்து நிலையம் அருகில், - 9443659147
பழனி: பேருந்து நிலையம் அருகில் - 9442883696
பாண்டிச்சேரி : கிழக்கு கடற்கரைச்சாலை, இலாசுப்பேட்டை, 9486102777
பெரம்பூர்: 52, கூக்ஸ் ரோடு - 9444373716
மதுரை: 37A, பெரியார் பேருந்து நிலையம் - 045 22324674
மதுரை: சர்வோதயா மெயின்ரோடு
வடபழனி: பேருந்து நிலையம் எதிரில் அடையார் ஆனந்தபவன் மாடியில் - 9444476967
விருதுநகர்: 131, கச்சேரி சாலை - 0456 2245300
வேலூர்: பேஸ் III, சத்துவாச்சாரி - 9442553893

அச்சு : பிரிண்டெக், சென்னை - 600 005.

பொறுமை தேவை!

ராமச்சந்திர வைத்தியநாத்தின் இந்தக் கதைத் தொகுப்புக்கும் நானே அணிந்துரை எழுத வேண்டும் என்று அவர் என்னைப் பணித்தார். தொழிற்சங்க வேலைகளிலிருந்து விடுபட்டு இலக்கிய உலகுக்கு மீண்டும் வருவது அவ்வளவு சுலபமாக இருக்கவில்லை எனக்கு. இருந்தாலும் நான் எழுத வேண்டும் என்று கங்கணம் கட்டிக் கொண்டேன்.

கதைத் தொகுப்பு என்று நான் வேண்டுமென்றேதான் குறிப்பிடுகிறேன். இவற்றை சிறுகதை என்றோ குறுநாவல் என்றோ அழைத்து அந்த வட்டத்துக்குள் அடைக்க முடியாது. ஒவ்வொரு கதையும் ஏராளமான கதாபாத்திரங்கள், விவரச் செறிவு, விரிவான கதைக்களம் கொண்டது. அவை அவற்றுக்கான வடிவத்தைத் தேடிக் கண்டுபிடித்துக் கொண்டன. பொருளும் புதிது. வடிவமும் அதற்கேற்றது. ஆழ்ந்த வாசிப்புக்கு உட்படுத்தப்பட வேண்டியவை இந்தக் கதைகள். போகிற போக்கில் படித்துத் தூக்கிப் போட முடியாதவை. ஆழ்ந்த பாதிப்பை ஏற்படுத்துபவை. ஒவ்வொரு கதையும் ஆழ்ந்து படித்தால் ஒரு மணி நேரம் ஆகும் முடிக்க. நான் மக்சீம் கார்க்கியின் தேர்ந்தெடுத்த கதைகள் என்ற மூன்று தொகுப்பை படித்தவன். அவற்றுக்கு ராதுகா பதிப்பகம் “கதைகள்” என்றுதான் பெயர் சூட்டியிருந்தது. கிட்டத்தட்ட அந்தக் கதைகளும் ஆழ்ந்து படித்தால் ஒரு மணி நேரம் ஆவதை நான் கண்டேன். கார்க்கியிலும் ஏராளமான கதாபாத்திரங்கள், விவரச் செறிவு. விரிவான கதைக்களம் கொண்டது. கூடுதலாக வருணனைகள் செறிவுடையது.

மக்கள் மத்தியில் நிலவும் எண்ணங்களை கண்டறிந்து அவற்றின் சரியான கருத்தை இயல்பான களமாக்கி இயற்கையான கதைகளை படைப்பது ராமச்சந்திர வைத்தியநாத்.

அவர் படைக்கும் மாந்தர்களின் பெயர்களை நீக்கிவிட்டு வேறு உங்களுக்குத் தெரிந்தவரின் பெயரை நீங்கள் போட்டுக் கொள்ளலாம். ஒவ்வொரு கதையிலும் வரும் கதாபாத்திரங்கள்

அந்த வர்க்கத்தின் வகை மாதிரியைக் கொண்டது. உழைக்கும் மனிதாபிமானத்தை முன்னிறுத்துபவை. உழைக்கும் வர்க்க ஒற்றுமைக்கு எதிரான கருத்துக்களை இயல்பாக உள்ளிருந்தே சமரசமின்றி சாடுபவை

II

என் நண்பருக்கு இரண்டு பேத்திகள். ஐந்து வயது கொண்ட இளையவள் என் வீட்டிற்கு வந்திருந்தாள். நான் தோசை சுடுவதைப் பார்த்து "தாத்தா நீ ஏன் தோசை சுடறே?" என்று கேட்டாள். "ஏன்? தாத்தா சுடக்கூடாதா!" என்றேன். "தேவா பாட்டிதான் சுடணும். நீ சுடக்கூடாது" என்றாள். பெண் குழந்தைகள் மனதில் எப்படி ஆணாதிக்க கருத்து வேரூன்றி இருக்கிறது! உபரி மதிப்பு கதை இதைத்தான் சாடுகிறது. வீட்டு பராமரிப்பு, சமையல் வேலை, துணி துவைப்பது, குழந்தை பராமரிப்பு அனைத்தும் பெண்கள் வேலை. இருந்தும் அவை சமூக உழைப்பின் அங்கமாக ஏற்கப்படுவதில்லை என்பதை பளிச்சென்று உபரி மதிப்பு எடுத்துக் காட்டுகிறது. உழைக்கும் பெண்ணின் மீது அபரிமிதமான மனிதாபிமானம் வெளிப்படுத்தும் கதை. மங்கையின் பெயரை எடுத்துவிட்டு வேறு யார் பெயரையும் போட்டுக் கொள்ளலாம்.

"தொற்றுக் கிருமிகள்" துப்புரவுத் தொழிலாளர்கள் மீது "உழைக்கும் மனிதாபிமானம்" வெளிப்படுத்தும் கதை. துப்புரவுத் தொழிலாளியின் வகை மாதிரியை படைத்துள்ளார். அவர்களால் கொரானா பரவுகிறது என்ற தவறான கருத்தை உடைக்கும் அவர் அத்துடன் துப்புரவு தொழிலாளர் அந்தக் காலத்தில் பட்ட சிரமங்களை களமாக்கி இருக்கிறார். ஒரு கல்லில் இரண்டு மாங்காய்.

கொரானா காலத்தில் இதற்கு தீர்வே கிடையாதா என்று கலங்கிக் கிடந்தவர்கள் மத்தியில் நம்பிக்கை விதைக்கும் கதையாக "காலம் கடந்து போகும்" கதை. அம்மைக்கு தடுப்பு மருந்து கண்டுபிடித்ததைப் போல இதற்கும் தடுப்பு மருந்து கண்டுபிடிக்காமலா போய்விடும் என்று இதுவும் கடந்து போகும் என்ற கருத்தை விரிவான களத்தில் பல கதாபாத்திரங்கள் மூலமும் வியாபாரம் பாதிக்கப்பட்ட விவரங்களையும் பதிவிடும்

கதைகயாக இது விளங்குகிறது. பின்னர் தடுப்பூசி வந்தது வரலாறு.

உழைப்பு மனிதாபிமானம் எந்த அளவுக்கு போகிறது என்றால் "அஞ்சு நாள் கிரிக்கெட்டும் ஆகம சாஸ்திரமும்" கதையில் விசுவநாத அய்யரின் நீண்ட நாளைய சேவையில் காச நோய்க்குள்ளாகும் தொழில் நோய் பாதிப்பை வெளிக்கொண்ர்வதுவரை செல்கிறது. கற்பூர தீபாராதனைகளால் நுரையீரல் பாதிப்படைவதையும் பல கோயில் குருக்கள்களும் நோய்க்குள்ளாவதையும் கற்பூர முதலாளிகள் கற்பூரத்தை ஆராதனையில் இருந்து நீக்க எதிர்ப்பு தெரிவிப்பதையும் அம்பலப்படுத்துகிறார். நோயை நடராஜர் தீர்க்க மாட்டார் வைத்தியம்தான் தீர்க்கும் என்ற பகுத்தறிவு இயல்பாிக இங்கே அமைகிறது. அம்பாளுக்கு ஆடை அலங்காரம், கடவுள்களுக்கு அலங்காரம், உணவு படைத்தல் யாவும் காலம் காலமாய் மாறி வருவதையும், ஆகமம் என்பது வழிபடறவங்களோட மனோ நிலையை கணக்கில் எடுத்து வழிபாட்டை ஜனநாயகப்படுத்தறது இதுதான் என்றும் புரிய வைக்கிறார். யாரும் ஏற்கத்தக்க வகையில் கருத்தை முன் வைக்கிறார்.

அலங்காரம் குறித்த ஆர்.எஸ்.எஸ் கருத்தை உடைக்கிற அதே வேளையில் குருக்களின் மீது உழைப்பு மனிதாபிமானத்தை வெளிப்படுத்தி ஒரே கல்லில் இரண்டு மாங்காய் அடிக்கிறார்.

"காத்தாடி மாஞ்சாவும் புரொக்டார் அண்ட் கேம்பிள் திருநீறும்" கதையில் குழந்தைகள் கைபேசிக்கு அடிமை ஆவதை தவிர்ப்பதற்கு வழிமுறைகளை முன்வைக்கும் அதே தருணத்தில் பன்னாட்டு முதலாளிகள் உற்பத்தி செய்யாத பொருளில்லை என்பதையும் ஏன்? திருநீறு கூட அவர்கள் தயாரிக்கலாம் என்றும், பன்னாட்டு முதலாளிகள் கலாச்சாரத்தை சீரழிப்பதையும் அம்பலப்படுத்துகிறார். ஒரு கல்லில் இரண்டு மாங்காய்.

"கியா அம்பேத்கர் சிர்பர் பகடி பாந்த்?" கதையில் தாழ்த்தப்பட்ட மக்கள் மாறுவதற்கு இன்னும் எப்படி தடை நீடிக்கிறது என்பதையும் திருமணங்களில் அவர்கள் தலையில் முண்டாசு கட்ட முடியவில்லை பெண்கள் மருதாணி போட முடியவில்லை என்பதையும் சாதி மறுப்பு திருமணங்களில்கூட

உயர்சாதி கலாச்சாரம்தான் அனுமதிக்கப்படுகிறது என்பதையும் வெளிப்படுத்தி, தாழ்த்தப்பட்ட மக்கள் பக்கம் நிற்கிறார். உயர் சாதி திருமணங்கள் எப்படி நடக்கின்றன என்ற விவரணம் தாழ்த்தப்பட்டவருக்கு இல்லாததை சுட்டிக் காட்ட பயன்படுத்தப்பட்டுள்ளது.

“கர்வாப்சி” கதையில் வரும் பஞ்ச் இடத்தில் வேறு யாரையும் போட்டுக் கொள்ளலாம். ஆணையும் போட்டுக் கொள்ளலாம், பெண்ணையும் போட்டுக் கொள்ளலாம். கடந்த பல பத்தாண்டுகளில் எத்தனையோ அய்யர் அய்யங்கார் பிள்ளைகள், பெண்கள் சர்வதேச திருமணம் நடத்திக் கொண்டது நாம் அறிந்ததே. இந்துவாக பெண் மாறினாலும் சாதிக்கு என்ன செய்வது என்று அவளை ஏற்க மறுக்கும் வசனம் அற்புதம்.

எனவே பெண் மீண்டும் கிறித்துவச்சியாகி பையன் கிறித்துவனாகி திருமணம் நடந்த கதையை கர்வாப்சி கூறுகிறது. இப்போதெல்லாம் கர்வாப்சி என்பது கிறித்ததுவத்துக்கோ இசுலாத்துக்கோ மாறியவர்கள் மீண்டும் இந்துவாக மாறுவதை குறிப்பது. இந்தக் கதை அதை அம்பலப்படுத்துகிறது.

எல்லாக் கதைகளிலும் அவரது முந்திய தொகுப்பான பூர்ணாஹூதியில் உள்ள கதைக்களம் போலவே கதைக்களத்துடனே கூட பகுத்தறிவை, இயக்க இயல் பொருள் முதல்வாதத்தை, வரலாற்று பொருள் முதல்வாதத்தை பயன்படுத்துகிறார். பிரச்னைகளை அதன் பரபக்க விவாதத்துடன், இயல்பாக முன் வைப்பதால் அது விரிவான வடிவம் பெறுகிறது.

இவரது கதைகள் சரியான மார்க்சிய அடிப்படையில் அமைந்த கதைகளாகும். ஒரு புரட்சிக்காரனாய் முன்னோக்கி பாயும் வகையில் கதைகள் அமைந்துள்ளன. இந்துத்வா கருத்துக்கு எதிரான இயற்கையான இயல்பான காட்சிகளையும், விவாதங்களையும் கொண்ட கதைகள்.

கார்க்கியை படிக்கிற பொறுமை இவரது கதைகளைப் படிக்கவும் தேவை.

இரா.இளங்கோவன்

முன்னாள் உதவித் தலைவர்

06.08.2022 தட்சிண ரெயில்வே எம்ப்ளாயீஸ் யூனியன்

அழுக்குப் படிந்த கற்பனையில் உருவான . . .

2018 பிப்ரவரி முதல் வாரத்தில் மயிலாடுதுறையில் திருவாடுதுறை ஆதீனத்துக்கு உட்பட்ட சட்டநாதர் கோயிலில், அம்பாளுக்கு சல்வார் கமீஸ் அலங்காரம் செய்வித்ததைக் கண்டித்து, ஆலய பாதுகாப்புக் குழுவும் இன்னும் இதர இந்துத்துவ அமைப்புகளும் குறிப்பிடப்பட்ட அலங்காரம் ஆகம விரோதம் என்று ஆர்ப்பாட்டம் நடத்தியதோடன்றி, இதை மேற்கொண்ட ஆலய குருக்கள்களை பணி நீக்கம் செய்யவேண்டுமென்றும் கோரியது. இது அன்றைய தினம் தமிழகத்தின் பெரும்பாலான பத்திரிகைகளில் முக்கியச் செய்தியாக வெளியிடப்பட்டதோடு, தொலைக்காட்சிகளின் விவாதப் பொருளாகவும் ஓரிரு நாட்கள் இருந்து வந்தது.

அதே நேரத்தில் தமிழகத்தின் பாரம்பரியமிக்க ஆங்கில தமிழ் பத்திரிகைகள் இந்த விவகாரத்தில் தங்களின் நிலைபாட்டை வெளிப்படுத்தாது, படத்தோடு செய்தியையும் இந்துத்துவ அமைப்புகளின் கண்டனத்தையும் மட்டுமே வெளியிட்டபோது, தமிழகத்தை மையமாக கொண்டிராத ஆங்கில நாளிதழ்கள் இச்செய்தியை படத்தோடு வெளியிட்டதோடு, இந்த அலங்காரத்தில் இழிவேதுமில்லை என்று தங்கள் கருத்தையும் பதிவு செய்தது முக்கியத்துவம் வாய்ந்தது. இதே தமிழ்ப் பத்திரிகைகள்தான் நித்யானந்தாவை சித்தராக சித்தரித்தும் அவர் மீதான நடவடிக்கைகள் குறித்து தலையங்கம் எழுதியும் தங்களின் இந்துத்துவ நிலைபாட்டை உறுதிசெய்தது நினைவில் கொள்ளத்தக்கது.

பொது வெளியில் வழக்கம்போல இடதுசாரிகள், பெரியாரியவாதிகளைத் தவிர்த்த ஏனையோர், இது குறித்து உறுதிமிக்க மௌனத்தை மேற்கொண்டிருந்தனர்.

இதுவாவது பரவாயில்லை. 1980களின் துவக்கத்தில் வேலைக்குச் செல்லும் அனைத்துப் பெண்களையும் இழிவுபடுத்தி, அவர்களை பரத்தையர் என்று காஞ்சி ஜெயேந்திரர் தெய்வத்தின் குரலாக ஒலித்ததை அன்றைய தினம் தமிழகத்தைச் சார்ந்த பத்திரிகைகளும் பத்திரிகையாளர்களும் வர்ணபேதமின்றி எவரும் அறியாதவகையில் மூடி மறைத்ததை லேசில் மறந்துவிட முடியாது.

இவ்விரு நிகழ்வுகளுமே பெண்கள் அது தெய்வமாயிருப்பினும் அல்லது மனிதராயிருப்பினும் தங்களின் நிலைபாட்டின் அடிப்படையில்தான் இருக்க வேண்டும் என்ற வர்ணாசிரம நியதியை அமல்படுத்தும் முயற்சிகளின் வெளிப்பாடு என்பதையே பட்டவர்த்தனமாக வெளிப்படுத்துகிறது.

இறை உருவுக்கு மேற்கொள்ளப்பட்ட அலங்காரத்தை விமர்சனம் செய்யும்வகையில், பெண்கள் தாங்கள் விரும்பிய தங்களுக்கு பொருத்தமான அல்லது தாங்கள் மேற்கொள்ளும் பணிக்கேற்ப ஆடை அணிகலனை அணிவது அழுக்குப் படிந்த சிந்தனையில் உருவானது என்று கூச்ச நாச்சமின்றி இந்துத்துவ அமைப்புகள் கூறுவதும், உடனடியாக இந்து அறநிலையத் துறை ஆகம விரோதம் என்று நடவடிக்கை எடுப்பதும், பெண்களுக்கு எதிரான பழமையை உயர்த்திப் பிடிக்கும் அபாயகரமான போக்கு இருந்து வருவதை மட்டுமின்றி, அது தமிழகத்தில் உயர்ந்து வருவதையும் உறுதி செய்கிறது. மற்றொரு தளத்தில் ஆலயங்களில் வழிபாட்டை மேற்கொள்வோர் எத்தகைய உடையை அணிய வேண்டும் என்பதையும் ஒரு கும்பல் தீர்மானிப்பதாக இருந்து வருகிறது.

இத்தகைய போக்கு தமிழகத்தின் பண்பாட்டுக் களத்தில் பாலினச் சமத்துவத்திற்காகவும், பெண்களின் பிரத்யேக உரிமைகளுக்காகவும் பல நூறாண்டுக் காலங்களாக நடைபெற்ற பல்வேறு போராட்டங்களை பின்னுக்கு தள்ளக்கூடியவையாகும்.

கடந்த காலத்தில் அருள் வாக்கினை போகின்ற போக்கில் படைப்புகளில் விமரிசனம் செய்ததைப் போன்றிராது, ஒரு படைப்பாளி என்றவகையில் அலங்கார சர்ச்சைக்கு

எதிர்வினையாற்றிட வேண்டும் என்ற அடிப்படையில் உருவானதுதான் "அஞ்சு நாள் கிரிக்கெட்டும், ஆகம சாஸ்த்ரமும்."

இக்கதையன்றி 2017க்குப் பின்னர் எழுதிய வேறு ஆறு கதைகளையும் கொண்டதாக எனது இரண்டாவது சிறுகதைத் தொகுப்பாக இத்தொகுப்பு வெளிவருகிறது.

கரோனா பெருந் தொற்றின் துவக்க நிலையில் 2020 ஏப்ரலிலேயே (புக்டே இணைய தளத்தில் பின்னர் வெளியான) "தொற்றுக் கிருமிகள்", மற்றும் "காலம் கடந்து செல்லும்" ஆகிய இரண்டையும் எழுதிய போதிலும் வழக்கம்போல் பெருங்கதையாகிப் போனமையால் அக்கட்டத்திலேயே அவற்றை பிரசுரிக்க முடியவில்லை. அதே கட்டத்தில்தான் "க்யா அம்பேட்கர் நே சிர் பர் பகடி பாந்த்?" என்ற கதையையும் எழுதினேன். இச்சிறுகதை குறித்து குறிப்பொன்றை பகிர்ந்து கொள்ள விரும்புகிறேன்

இந்தியாவெங்கிலும் உள்ள மேல்நிலை மற்றும் இடைநிலைச் சாதியினர் காலமாற்றத்திற்கு ஏற்பவும் தங்களின் வசதிக்கேற்பவும் முன்னர் பின்பற்றி வந்த மரபுகளையும் சடங்குகளையும் மாற்றத்திற்கு உட்படுத்திக் கொள்கிறார்கள். அதே தருணத்தில் பெரும்பான்மைச் சமூகத்தவரான தலித்துகள் ஒரு மிகச் சாதாரண மாற்றத்திற்குகூட அனுமதிக்கப்படுவதில்லை என்பது அவ்வப்போது ஆங்கில நாளேடுகளில் மட்டும் செய்தியாக வருவதை அனைவருமே கண்டதுண்டு. இந்த அநாகரீகத்திற்கு எதிராக புனையப்பட்டதுதான் இக்கதை.

அதே தருணத்தில் சாதி மறுப்பு திருமணங்கள் ஒரு புதிய பண்பாட்டியல் வடிவத்தை உருவாக்குவதற்கு பதிலாக ஏதோ ஒரு சாதியின் வடிவத்தை உயர்த்திப் பிடிப்பது என்பது அதன் நோக்கத்தையே சிதைத்து விடுகிறது. இதையும் இப்படைப்பில் சுட்டிக் காட்ட முனைந்திருக்கிறேன். அது முழுமையாக அமைந்துள்ளதா என்பதை வாசிப்போர்தான் கூற வேண்டும்.

இன்றைய சூழலில் அமையக்கூடிய எனது கதைகளை குறிப்பாக "காத்தாடி மாஞ்சாவும் ப்ரொக்டார் அண்ட் காம்பிள் திருநீறும்" போன்ற கதைகளை வேறு எவரும் பிரசுரிக்கும்

வாய்ப்பும் இருப்பதாக தோன்றவில்லை. இந்நிலையில் இத்தொகுப்பில் வெளியான இருகதைகள் செம்மலரில் குறிப்பாக "அஞ்சு நாள் கிரிக்கெட்டும் ஆகம சாஸ்த்ரமும்" சற்றே பெரிய சிறுகதையாக காற்புள்ளி அரைப்புள்ளியைக்கூட வெட்டாமல் வெளியிடப்பட்டது. அதன் ஆசிரியர் குழுவினருக்கு நன்றி தெரிவிக்காமல் எப்படி இருக்க முடியும்?

இத்தொகுப்பிற்கு முன்னுரை வழங்கி ஆசானாய் கரிசனத்துடன் என்னை ஊக்குவித்து வரும் தோழர் ஆர். இளங்கோவன் அவர்களுக்கும் விசேஷ அக்கறையுடன் எனது படைப்புகளை வழக்கமாக பதிப்பித்து வரும் பாரதி புத்தகாலயத்தாருக்கும் என் நன்றிகள்.

21.05.2022 ராமச்சந்திர வைத்தியநாத்
சென்னை–49

அஞ்சுநாள் கிரிக்கெட்டும்
ஆகம சாஸ்த்ரமும்

உள்ளடக்கம்

1
உபரி மதிப்பு

ஜீவனோபாயத்துக்காக ஆணுடைய உழைப்புடன் ஒப்பிடுகிற பொழுது பெண் செய்த வீட்டு வேலை அதன் முக்கியத்துவத்தை இழந்து விட்டது. ஆணின் உழைப்புதான் எல்லாம்: பெண்ணின் வேலை ஒரு அற்பமான பங்குதான். சமூக ரீதியில் பயனுள்ள உழைப்பிலிருந்து பெண்கள் விலக்கப்பட்டு வீட்டு வேலையைச் செய்வதுடன் நிறுத்தப்படுகிறவரை பெண்கள் விடுதலை அடைவதோ ஆண்களுடன் சமமாக இருப்பதோ சாத்தியமில்லை.

பெண்கள் பெரிய, சமூக அளவில் உற்பத்தியில் பங்கு கொள்வதற்கு வசதியளிக்கின்ற பொழுதுதான் வீட்டு வேலைகளைச் சொற்ப அளவில் செய்தால் போதும் என்ற நிலை ஏற்படுகின்ற பொழுதுதான் பெண்களின் விடுதலை சாத்தியமாகும்.

எங்கெல்ஸ்

(குடும்பம், தனிச்சொத்து, அரசு ஆகியவற்றின் தோற்றம்)

வாஷிங் மெஷின் டைமரை அழுத்தினேன். மக்கர் செய்வதாகப் பட்டது. சற்றே வேகமாக அழுத்திய பின்னரே எண்கள் பளிச்சிட்டன. "பாபு, ஸ்கூல் யூனிஃபாரத்தை கொண்டுவந்து மிஷின்லே போடு" என்றபடி டப்பாவிலிருந்து சோப்புப்பொடியை ஸ்பூனில் எடுத்து தூவினேன். கீழேயிருந்த மற்ற துணிகளை யந்திர கதியாக போட்டுக் கொண்டிருந்தேன். சட்டென்று நினைவுக்கு வந்தது. தொட்டிக்குள்ளிருந்து பேண்டை எடுத்து பாக்கெட்டை தடவிப் பார்த்தேன். சில்லறைக் காசுகளும், சிகரெட் பாக்கெட்டும் இருப்பதை உணர்ந்தேன். நல்ல வேலை உடனே துழாவியதால் சிகரெட் பாக்கெட் ஈரமாகவில்லை. சில்லறைகளை ஜன்னல் ஓரம் வைத்துவிட்டு, சிகரெட் பாக்கெட்டை கண் மறைவாக வைக்க இடம் தேடினேன்.

“மங்கை இவ என்ன சொல்றதுனு நெனக்காதே. எப்பப்பாரு சாயந்திரம்தான் இந்த வேலையை வைச்சிப்பியா?” கேட்டபடி அத்தை வந்தார்.

சிகரெட் பாக்கெட்டை மடியில் சொறுகிக் கொண்டேன். “அத்தை நீங்க சொல்றது சரிதான். ஆனா காலீலே பசங்களை பள்ளிக்கூடம் அனுப்பி, சமையலை முடிக்கறதுக்கே சரியாயிருக்கு. அப்படியிருக்கறச்சே இதுவும் சேர்ந்ததுன்னா மூச்சுவிடக்கூட முடியலியே” சிரிக்க முயற்சித்தேன்.

“நானும் காலங்காலமாக சொல்லிண்டுதான் இருக்கேன். சாயந்திரத்திலே துணி துவைச்சா ஆவாதும்பாங்க. நீயும் காதுலே போட்டுக்க மாட்டேங்கறே” ஜன்னலோரம் இருந்த குமுதத்தை எடுத்துக் கொண்டு, அருகில் இருந்த நாற்காலியில் அமர்ந்து படிக்கத் துவங்கினார்

ஸ்விட்சை அழுத்தி நகர்ந்தேன். பாபு சோபாவில் அமர்ந்தபடி டிவியில் ஏதோ பார்த்துக் கொண்டிருந்தான். பிரேமா மொபைலை கையில் வைத்துக் கொண்டு மீட்டிக் கொண்டிருந்தாள். “ஏய், நீ எப்போ வந்தே?” என்றபடி சொறுகிக் கொண்டிருந்த புடவையை இழுத்துவிட்டு சரி செய்து கொண்டேன். ஈரக் கைகளையும் முகத்தையும் புடவைத் தலைப்பில் துடைத்துக் கொண்டேன்.

“நீங்க அவனை கூப்பிட்டீங்களே, அப்பவே வந்துட்டேனே!.”

“அப்படீன்னா நீயும் யூனிஃபாரத்தை எடுத்துண்டுவந்து மிஷின்லே போடக்கூடாதா?” கோபம் லேசாக வந்தது.

“ஏம்மா உங்களுக்கு புள்ளைதானே முக்கியம். நீங்க அவனைத்தானே கூப்பிட்டீங்க. என்னைக் கூப்பிடலையே?” தலைநிமிராமல் பேசினாள்.

“பாபு அஞ்சரை மணிக்குத்தானே டியூஷனுக்குப் போவே?” சோபாவின் மீது வீசப்பட்டிருந்த பினாஃபோரையும், மற்ற உதிரி துணிகளையும், உள்ளாடைகளையும் சுருட்டி வலைக்கூடையில் போட்டேன்.

தலையை ஆட்டினான்.

“க்ளட்ச் ஒயர் போயிடுச்சு. காதர் கடையிலே வண்டியை விட்டுட்டு வந்திருக்கேன். ப்ரேக்கையும் அட்ஜஸ்ட் செஞ்சு வாங்கிண்டு வந்திடேன்.”

"ஏம்மா, கண்டுபிடிச்ச புதுசுலே செஞ்ச சாம்ப்பை வைச்சிண்டு, டெய்லி ரிப்பேர் பண்ணிண்டு இருக்கீங்க. புது மாடல் ஆக்டிவாவோ இல்லேன்னா ஜூபிடரோ அப்பாவை வாங்கித்தர சொல்லுங்கம்மா. நாங்களும் ஓட்டுவோமில்லியா?" பிரேமா கேட்டாள்.

"ஓடறவரை ஓடட்டும். அப்பறம் வாங்கிக்கலாம். எவ்வளவு செலவு இருக்கு?. பள்ளிக்கூடத்துக்கு, இஎம்ஐ கட்றத்துக்குனு புதுசு புதுசா செலவு வந்திண்டு இருக்கு. முழி பிதுங்கறது."

"என்ன சொன்னாலும் நீங்க அப்பாவை விட்டுக் கொடுக்க மாட்டீங்க!" பிரேமா சிரித்தாள்.

உடனடியாக நினைவுக்கு வந்தது. மடியில் சொறுகி வைத்திருந்த சிகரெட் பாக்கெட்டை எடுத்தேன். "பாபு இதை அலமாரிலே கண் மறைவா வை" என்றபடி அளித்தேன்.

"போய் வண்டியை எடுத்துண்டு வந்துடறியா? நான் மத்த வேலையை பார்ப்பேன்."

பாபு அருகில் வந்தான். "என் செல்ல அம்மா" என்றபடி கன்னத்தை கிள்ளினான். முத்தமிட்டான்.

"அம்மா, அவன் உங்களை கவுக்கப் பாக்கறான்."

"அதுனாலே என்னடி?" சிரித்தேன்.

★

விருவிருவென்று பத்தடி நடப்பதற்குள் ஒரு பதட்டம். என்னென்ன வேலை செய்யணும் என்று மனசுக்குள் ஒரு பட்டியல் போட்டபடி நடந்தேன். கடலையை ஊற வைக்காமல் வந்துவிட்டது நினைவுக்கு வந்தது.

"காதர், என்ன எல்லாம் முடிச்சிட்டீங்களா?"

"ஓயர் போட்டுட்டு, ப்ரேக்கை சரி பண்ணியாச்சும்மா."

"வண்டி ஓட்டிண்டு போனா வெந்நீர் அடுப்பு மாதிரி புகை வரதே! அதையும் பார்க்கக்கூடாதா?"

"கார்புரேட்டர் போயிடுச்சும்மா. மாத்தணும்னா அப்படியே ஓட்டிக்கலாம்னு சொல்றீங்க. ஆயிலும் ரெண்டா போடுறீங்க, அப்ப பொகை வராமயா இருக்கும்? வண்டியை மாத்திடுங்கம்மா, சார் கிட்ட நானே சொல்றேன்."

“பாவம். அவரும் எதுக்குனுதான் செலவு செய்வாரு. ஒண்ணு போச்சுன்னா புதுசா இன்னொன்னு வருதே.”

“அதெல்லாம் இல்லேம்மா. உங்களுக்கு வாங்கிக் கொடுத்தப்பறம் அவரு ரெண்டு வண்டி மாத்திட்டாரு.”

“மூணு” என்றபடி வண்டியை உதைத்தேன். ஸ்டார்ட் ஆக தயங்குவதாக இருந்தது. காதர் அருகில் வந்தார். சற்று வேகமாக உதை விட்டேன். செருப்பு அறுந்ததை உணர்ந்தேன்.

★

வாஷிங் மெஷினிலிருந்து துணிகளை எடுத்து பக்கெட்டில் போட்டுக் கொண்டேன். பிரேமா கிளிப் டப்பாவை எடுத்துவந்து பக்கெட்டிற்குள் வைத்தாள். “என்ன ஆச்சரியமா இருக்கே?”

“இல்லீங்கம்மா, நீங்க மொட்டை மாடியிலேந்து கிளிப் டப்பாவை எடுத்துண்டு வரச்சொல்வீங்க. நான் படி ஏறி இறங்கணுமே” கட்டிப் பிடித்து முத்தமிட்டாள்.

“அதான் கொறச்சல்” சிரித்துக் கொண்டேன்.

பளிச்சென்ற பள்ளிக்கூட யூனிஃபாரங்களுக்கும், பேண்ட் சர்ட்டுகளுக்கும் இடையில் சற்றே மங்கினாற்போன்ற புடவையும், லேசாக கரைந்த நைட்டிகளும், ஓரத்தில் தையல் பிரிந்த இன் ஸ்கர்ட்டுகளும் என்னவோ மாதிரி இருந்தது. இவற்றை ஓரமாக தள்ளி கிளிப்பை போட்டேன். மறக்காமல் கிளிப் டப்பாவை பக்கெட்டிற்குள் வைத்துக் கொண்டேன்.

மாவை உருட்டி தாளில் போட்டபடியே “அத்தை” என்று கூப்பிட்டேன்.

“பக்கத்திலேதானே இருக்கேன். எட்டூருக்கு கேக்கறா மாதிரி கூப்பிடணுமா?” அருகில் வந்தார்கள்.

“நாலு இட்டுத் தரேன், போட்டு எடுத்துடுங்க.”

“கீழே உக்காந்து எத்தனை காரியம் வேணும்னாலும் செய்யலாம். நின்னா முட்டிவலி உயிர் போவுது. அப்புறம் என்னை ஆஸ்பத்திரிக்கு அழைச்சிண்டு போவறதிலேந்து ஆரம்பிச்சு, ஒத்தடம் கொடுக்கறவரையிலும் எல்லாம் நீதான் செய்ய வேண்டியிருக்கு. அதனாலேதான் பாக்கறேன். இல்லாட்டா உனக்கு ஒத்தாசையா இருக்க மாட்டேனா?” பயமுறுத்துவதாகப்பட்டது.

“அவன் டியூஷன்லேந்து வந்துட்டு பசிக்குதுனு அலறுவான். அவனுக்கு மட்டும் இப்போ செஞ்சா போதும். மீதியை நான் பார்த்துக்கறேன்” உருட்டியதை தாளில் சுற்றினேன். மாவை மூடி வைத்து விட்டு மீல் மேக்கரை டப்பாவிலிருந்து எடுத்து தட்டில் கொட்டிக் கொண்டேன்.

“என்ன கடலை இல்லியா?”

“மெக்கானிக்கிட்டே போற அவசரத்துலே ஊற வைக்க மறந்துட்டேன்.”

“நீ சொல்லிட்டு போயிருந்தா நா செஞ்சிருக்க மாட்டேனா? அவனுக்கு மீல் மேக்கர் ஆவாதே.”

“பரவாயில்லை அத்தை, ஒரு நாள் தானே!” அடுப்பில் இருந்த கூட்டை கிளறினேன்,

★

ஹாட் பாக்ஸை டைனிங் டேபிள் மீது வைத்தேன். “ஏங்க கூட்டுப் பாத்திரத்தை எடுத்துண்டு வாங்க” என்றபடி தட்டையும் டம்பளர்களையும் எடுத்தேன்.

“பகல் பூரா நாயா பேயா அலைஞ்சு திரிஞ்சுட்டு வந்திருக்கான். பாவம், இங்கேயும் அவனை வேலை வாங்கணுமா?” அத்தை சோபாவில் அமர்ந்தபடி சொன்னாள். அருகில் அமர்ந்திருந்த அவர் எழுந்தார். அதற்குள் நானே பாத்திரத்தை எடுத்து வந்து டேபிள் மீது வைத்தபடி உட்கார்ந்தேன். பிரேமா ஒரு கையில் புத்தகத்தோடு அமர்ந்தாள்.

“அம்மா, சாப்பிட்டுட்டு ஒரே ஒரு ரிகார்ர்ட் நோட்டுக்கு மட்டும் அட்டை போட்டுக் கொடுத்துட்டீங்கன்னா, மிச்சத்தல்லாம் அப்பறமாக போட்டுக்கலாம்” புத்தகத்தை டைனிங் டேபிளில் மடித்து வைத்தாள்.

“ஏய் அப்பா...” என்று ஆரம்பித்து சட்டென்று நிறுத்திக் கொண்டேன்.

“என்ன சொல்ல வந்து பாதியிலே நிறுத்திட்டியே?” என்றார்.

“ஒண்ணுமில்லை.”

“நா சொல்லட்டுமா” என்றாள் பிரேமா.

இருவர் தட்டிலும் சப்பாத்தியை போட்டு விட்டு, நானும் தட்டை இழுத்து உட்கார்ந்து கொண்டேன்.

"அப்பா, சாம்ப் மக்கர் பண்ணறது. அம்மா இதை வைச்சிண்டு டெய்லி அல்லாடறாங்க. அதுனாலே நீங்க புது வண்டி கண்டிப்பா வாங்கித் தரணும்."

"லோகல்லே போக வரதுக்குத்தானே. இதிலேயே அட்ஜஸ்ட் பண்ணிக்கலாம்டா" என்னை பார்த்தபடி சொல்வதாக இருந்தது. பதில் ஏதும் சொல்லாமல் சாப்பிடத் துவங்கினேன்.

"என்னம்மா நான் பாட்டுக்க சொல்லிண்டு இருக்கேன். நீங்களும் சொல்லக்கூடாதா?"

சிரித்தேன்.

"செலவுக்கு மேலே செலவு வந்துண்டு இருக்கு. உங்க ஃபீஸ், வீட்டு இஎம்ஐ, என் வண்டி டியூ எல்லாம் கழுத்தைப் பிடிக்கறதே! அதாம் அம்மா பேசாமா இருக்காங்க, அப்படித்தானே மங்கை."

நான் தட்டை எடுத்துக் கொண்டு எழுந்தேன்.

"என்னம்மா ரெண்டு போறுமா? எழுந்தீட்டீங்களே?"

பதிலேதும் சொல்லவில்லை. பாத்திரங்களை ஒழுங்கு செய்து சிங்கில் போட்டேன். "பிரேமா சீக்கிரமா ரிகார்ட் நோட்டை எடுத்துண்டு வா. அட்டை போட்டு கொடுத்துட்டு பாத்திரம் தேய்க்கணும். அடுப்பை துடைக்கணும்" டைனிங் டேபிள் மீது பேப்பரை பரப்பினேன்.

"ஏம்மா நான் அடுப்பை துடைக்கட்டுமா?" பிரேமா கேட்டது பரிதாபத்தை ஏற்படுத்தியது.

"நீ போடா கண்ணு, மிஞ்சிப்போனா கூட ஒரு அஞ்சு நிமிஷம் ஆவப்போவுது. நான் பார்த்துக்கறேன்" அட்டை போட்ட பின்னரே நகர்ந்தாள்.

பாத்திரங்களை துலக்கத் துவங்கினேன். சிகரெட் புகைத்த மணம் பரவி நிற்பதை உணர்ந்தேன். "ஏங்க மொட்டை மாடியிலே போய் புடிக்காதீங்கனு எத்தனை வாட்டி சொல்லியிருக்கேன். வாசல்லே போய் புடிக்கக்கூடாதா?"

கீழே இறங்கி வந்தவர் தீப்பெட்டியை அலமாரியில் வைத்து விட்டு என்னை பார்த்தார்.

"சிகரெட்டை வாங்கி அப்படியே பாண்ட் பாக்கெட்டில் வைச்சிட்டீங்க, எடுத்து வைச்சிருக்கேன்."

"ஃபுல் பாக்கெட் அப்படியே இருந்தது. நல்ல வேளை நூத்தம்பது ரூபா ஸேவ் பண்ணிட்டே."

"சிரிக்க வேண்டாம். கௌம்புங்க இன்னும் நெறய வேலை இருக்கு."

"ஒரு வாரமா லீவ்லே இருக்கே. இன்னிக்கு நிச்சயமா லீவ் தரமாட்டேன்."

★

மசூதியிலிருந்து பாங்கு ஒலிக்கத் துவங்கியவுடன் விழித்துக் கொண்டேன். எழுந்திருக்க சற்றே அலுப்பாக இருந்தது. பால் வாங்க போவது பற்றிய யோசனை வந்தது. வண்டியில் வந்த போது செருப்பு அறுந்ததும் நினைவுக்கு வந்தது. செருப்பில்லாமல் போக தயக்கமாகவும் இருந்தது.

"ஏங்க கொஞ்சம் எழுந்து போய் பாலை வாங்கிண்டு வந்துடுங்களேன்" காதில் போட்டுக் கொள்வதாய் இல்லை. நகர்ந்து படுத்துக் கொண்டார். எழுந்து முகம் கழுவி பால் வாங்கப் போகையில் பிடிக்கும் சிகரெட் நினைவிற்கு வந்தது. பதினைஞ்சு ரூபாயை மிச்சம் பிடிக்கலாம் என்று தீர்மானித்துக் கொண்டேன். பால் கார்டையும், பிளாஸ்டிக் கூடையையும் எடுத்துக் கொண்டு செருப்பில்லாமல் நடக்கத் துவங்கினேன்.

★

பிரேமா நாற்காலியில் அமர்ந்து பாடங்களை படித்துக் கொண்டிருந்தாள். பாபு காப்பி குடித்தபடி பேப்பர் படித்துக் கொண்டிருந்தான். "வீட்டு வேலை செய்யறவங்களுக்கு மணிக்கு 75 ரூபாய் சம்பளம் தரணுமாம்."

"அப்படீன்னா அம்மாவுக்கு டெய்லி எவ்வளவு சம்பளம் தரணும்? கணக்குப் போட்டு சொல்லு" பிரேமா கேட்டாள்.

நானும் நாற்காலியில் உட்கார்ந்தேன். சிரித்தபடி காப்பியை குடிக்கத் துவங்கினேன். "எனக்கு எழுபத்தஞ்சு வேண்டாம். இருபத்தஞ்சு போதும்."

“எத்தனை மணி நேரம் வேலை செய்யறீங்க? அதைச் சொல்லுங்க.”

“காலீலே அஞ்சு மணிலேந்து ராத்ரி பதினோரு மணி வரையிலும், அப்படீன்னா எத்தனை மணி நேரம்னு கணக்கு பண்ணிக்கோ.”

“பதினெட்டு மணி நேரம் வருது.”

“அப்டீன்னா டெய்லி 450 ரூபா சம்பளம் தரணும்!” பிரேமா சிரித்தாள்.

“என்ன யாருக்கு சம்பளம் பேச்சு அடிபடுது” அவர் வந்தார்.

பிரேமாதான் ஆரம்பித்தாள். “அப்பா வீட்டு வேலை செய்யறவங்களுக்கு மணிக்கு எழுபத்தஞ்சு சம்பளம் தரணும்னு பேப்பர்லே போட்டிருக்காங்களாம். அப்படீன்னா அம்மாவுக்கு எவ்வளவு தரணும்னு கணக்குப் போட்டோம். அவங்க இருபத்தஞ்சு தந்தா போதும்னு சொல்லிட்டாங்க.”

பேசாமல் அவர் முகத்தையே பார்த்துக் கொண்டிருந்தேன்.

“அது வீட்டு வேலை செய்யறவங்களுக்குத்தான். மனைவிங்களுக்கெல்லாம் அதே மாதிரி சம்பளம் கொடுக்கணும்னா போட்டுருக்கு?”

காப்பி டபராவை சிங்க்லே போட்டுட்டு, குக்கரில் தண்ணீரை ஊற்றி அடுப்பில் ஏற்றினேன்.

“அம்மா இன்னிக்கி நீங்கதான் பள்ளிக்கூடத்துக்கு கொண்டு விடணும்” பாபு சிணுங்கினான்.

“ஏண்டா புதுசா சேர்ந்தா மாதிரி பேசறியே. சைக்கிள் ரிப்பேராயிடுச்சுன்னா நேத்திக்கே சரி செஞ்சு வைச்சிருக்கலாமில்லையா?”

“இல்லேம்மா, கெமிஸ்டிரி டெஸ்ட். வண்டிலே போவறச்சே அரை மணிலே நாலு சேப்டரை ரிவைஸ் செஞ்சிடுவேன்.”

“நானே உன்னை கொண்டு விடறேன், வர வழிலே செருப்பையும் தைச்சுண்டு வந்துடுவேன்.”

“அம்மா அதைத் தூக்கி எறிங்க. என்னோட அந்த வார் செருப்பை நீங்களே போட்டுக்கங்க” பிரேமா சொன்னாள்.

“வேண்டாண்டா, வெளியிலே நீ எங்கேயாவது போவறச்சே போட்டுக்கறதுக்கு வேற இல்லியே?”

"பரவாயில்லைம்மா நான் அட்ஜஸ்ட் செஞ்சுக்கறேன்."

அவர் எங்களை பார்த்துக் கொண்டிருப்பதை உணர்ந்தேன்.

★

இரண்டு எவர்சில்வர் தூக்குகளையும் கூடையில் வைத்துக் கொண்டேன். பையை எடுத்து வெளியில் வைத்தேன். "அத்தை கதவை சாத்திக்கோங்க, மாவும் சீயக்காயும் அரைச்சிண்டு வந்துடறேன்."

"மிளகாய்ப் பொடியும் தீர்ந்து போயிடுச்சு போலிருக்கே?"

"அதுவும்தான். அயன்காரம்மா துணி எடுக்க வந்தாங்கன்னா, அந்த கட்டைப் பையை அவங்ககிட்டே எடுத்துக் கொடுத்திடுங்க."

"மங்கை, தடுமாட்டத்திலே வேற யாரிட்டயாவது கொடுத்திடுவேனோனு பயமா இருக்கு."

"சரி அத்தை, நான் வந்தப்பறம் கொடுக்கலாம். அதுக்கு முன்னாடி அவங்க வந்தா ஒரு மணி நேரம் கழிச்சு வரச் சொல்லுங்க."

★

அத்தை டிவியில் சீரியல் பார்த்துக் கொண்டிருந்தார்.

"வாங்க, சாப்பிட்டுட்டா ஒரு வேலை ஆவும்" என்றபடி டைனிங் டேபிள் மீது சமைத்தவற்றை கொண்டு வைத்தேன். எதிர் எதிர் உட்கார்ந்து கொண்டு அவரவர் பரிமாறிக்கொண்டு சாப்பிடத் துவங்கினோம்.

"எப்பப்பாரு மத்தியும் கவலையும் வாங்கறே, நாக்கு செத்துப் போச்சு. வௌவால் இல்லேன்னா கொடுவா வாங்கி காரக்கொழும்பு வைச்சா நல்லாயிருக்கும்."

சிரித்தேன். "அதெல்லாம் எப்பவாவது ஒரு நாள் செய்யலாம். மத்தபடி அப்பப்ப செய்யறதுன்னா கட்டுப்படியாவாது."

"அப்படீன்னா அவன் சம்பாரிச்சு தரது பத்தலைங்கறியா?"

"அதெல்லாம் ஒண்ணுமில்லே. சாயந்திரம் பள்ளிக்கூடத்திலேந்து வரச்சே வானகரம் போய் வாங்கி வந்துடறேன்."

பர்சுக்குள் இருப்பதையும், டப்பாவிற்குள் இருப்பதையும் கணக்குப் போட்டு பார்த்துக் கொண்டேன். எண்ணி பதினோரு நாள் ஓடணும். எப்படியும் இன்னிக்கு வாங்கறது என்று தீர்மானித்துக் கொண்டேன்.

பாபு வண்டியில் ஏறிக் கொண்டான். "என்னம்மா இந்தப் பக்கம் திரும்பறே?"

சொன்னேன்.

"கொடுவா வேண்டாங்கம்மா, வஞ்சிரமோ இல்லாக்காட்டி இறாவோ வாங்கிக்கோங்க. அதான் சூப்பராயிருக்கும்."

திரும்பவும் மனக் கணக்குப் போட்டபடி வண்டியை ஓட்டினேன்.

அத்தைக்கு அளப்பரிய சந்தோஷம் என்றுதான் சொல்ல வேண்டும். தரையில் அமர்ந்து அரிந்து கொண்டிருந்தார்கள். பாபுவும் பிரேமாவும் டிவியில் மூழ்கிக் கிடந்தனர். வாஷிங் மெஷின் டைமரை சற்று வேகமாகவே அழுத்தினேன். வாசலில் அவர் வண்டி சத்தம் கேட்டது.

வெளியில் நின்றபடியே "மங்கை உடனே வா" என்றார்.

"எங்கேங்க?" என்றேன்.

"செருப்பு அறுந்து போச்சுன்னியே, அதுக்குத்தான்."

"இன்னொரு நாள் பாத்துக்கலாங்க. மீன் வாங்கியிருக்கேன். ராத்திரிக்கு கொழம்பு வைக்கணும்."

"அரை மணியிலே போயிட்ட வந்துடலாம்."

"பாபு வரியா?"

"போங்கம்மா, நான் டெஸ்டுக்கு படிக்கணும்."

பிரேமா அருகில் வந்தாள். "நீங்க கௌம்புங்கம்மா. அதான் உடனே வந்துடலாம்னு சொல்றாரே."

"விகேசி சீப்பாவும் இருக்கும், நல்லா ஒழைக்கவும் செய்யும். இல்லேன்னா காதிம் கடைக்கே போவலாங்க. பாட்டான்னா வெல ஜாஸ்தியாயிருக்குமே?"

வண்டி நின்றது. மெதுவாக இறங்கினேன். கடை அமைப்பையும் தோரணையையும் பார்த்தவுடன் கட்டிக் கொண்டிருந்த புடவையுடன் வந்திருக்க வேண்டாமே என்று தோன்றியது.

"இங்கேதான் வெரைட்டி இருக்கும்."

அறுந்து தைத்த செருப்புடன் உள்ளே நுழைவதற்கே கூச்சமாக இருந்தது. அவரைப் பின் தொடர்ந்தேன்.

"உங்களுக்கா மேடத்துக்கா" என்றபடி விற்பனையாளர் அருகில் வந்தார்.

"இவங்களுக்குத்தான்."

"வாங்க, அந்தப் பக்கம்தான் லேடீஸ் செக்ஷன்."

பெண்கள் வண்ண உடைகளுடன் வெவ்வேறு காலணிகளுடன் - படங்கள் பிரம்மாண்டமான அளவில் ஒட்டப்பட்டிருந்தது.

"மாரி க்ளார், ஹஷ் பப்பீஸ், ஸ்கோல் இதுலே பாக்கலாமா?"

தொங்கிக் கொண்டிருந்த விலைப் பட்டியல் வாயை அடைத்து விட்டது.

"வெல ஜாஸ்தியா இருக்கும் போலிருக்கே?" என்றார் இவர்.

"சார் வெலைய பார்க்காதீங்க. அதுவும் மேடம் மாதிரி வேலைக்கு போறவங்க போட்டுண்டா க்யூட்டா இருக்கும்."

"அதெல்லாம் ஒண்ணுமில்லே. இவங்க வீட்லே சும்மா இருக்கறவங்கதான். சாதாரண ஸ்லிப்பரே போதும்."

மாரி க்ளார் அணிந்து, கறுப்புக் கண்ணாடியும் தோளில் பையுமாய் பாயத் தயார்நிலையில் இருந்த அந்தப் பெண்ணின் வண்ணப் படத்திற்குள் நுழைந்தேன்.

@
ஜூன், 2017

2
தொற்றுக் கிருமிகள்

வெண்பனியாய் இருள் அப்பிக் கிடந்தது. இன்னமும் பொழுது முழுமையாக விடியவில்லை. ரயில் போக்குவரத்தை நிறுத்தி இருபது இருபத்தைந்து நாட்கள் ஆனபடியால் வில்லிவாக்கம் ரயில் நிலையம் வெறிச்சோடிக் கிடந்தது. ரயில் நிலையத்தை ஒட்டிய ரெட்ஹில்ஸ் சாலையில் வரிசையாக கடைகள். சாலையிலிருந்து ஆறு படிக்கட்டுக்கு மேலுள்ள கடை வரிசையொன்று மூடிக்கிடந்தது. குறிப்பாக சேட்டின் அடகுக் கடை திறந்து ரொம்ப நாளாகிவிட்டது என்பதை வாசலில் மண்டிக்கிடந்த புழுதியும், காற்றில் பறந்து படிக்கட்டில் குவிந்து கிடந்த காகிதங்களும் உணர்த்தியது.

ஷட்டரையொட்டிய மேல்படியின் ஒரு பக்கத்தில் விரிக்கப்பட்டிருந்த பிளாஸ்டிக் ஷீட்டில், பொருந்தாத கிழிந்த பனியன் அரை டிரவுசர் அணிந்திருந்தவன் படுத்திருந்தான். தலைமாட்டில் பல்வேறு வண்ணங்களில் நாலைந்து வாட்டர் பாட்டில்களும் கிழிவதற்கு இடமற்று பிதுங்கி வழிந்த ஒரு ஹேண்ட் பேக்கும் இருந்தது. கீழ்ப்படியில் நாயொன்று அவன் காலையொட்டி படுத்திருந்தது, அவர்களுக்கிடையே இருந்த நெருக்கமான உறவினை வெளிப்படுத்துவதாக இருந்தது. வெளிச்சம் லேசாக பரவிய நிலையிலும் அவன் எழுந்திருக்க மனதின்றி படுத்தபடியே இருந்தான்.

படிக்கு கீழே சற்று தள்ளி வரிசையாய் இரண்டு ஆளுயர இரும்பு குப்பைத் தொட்டிகள் தெருவிற்கு அணி சேர்த்தது. குப்பைத் தொட்டிக்குப் பின்னால் ஏதேதோ அட்டைகளும், பிளாஸ்டிக்கும், பாட்டில்களும் வேறு பொருட்களும் பிளாஸ்டிக் கோணிகளில் கட்டி வைக்கப்பட்டிருந்தது எதிர்ச்சாரியிலிருந்து பார்ப்பவர்க்குகூட தெரியும்

“யோவ் ஏளாயிடுச்சு யெந்திருய்யா”, “பிளாக்கி வாம்மா” பேபியின் குரல் கேட்டதும் நாய் எழுந்து சிலிர்த்துக் கொண்டது. படிக்கு கீழே நின்றிருந்த பேபியின் அருகில் போய் நின்று

கொண்டது. இரும்புக் குப்பைத் தொட்டிகளை நாலைந்து முறை முகர்ந்தபடி வலம் வந்து, பின்னர் அதன்மீது காலைத் தூக்கி சிறுநீர் கழிக்கத் தொடங்கியது. அவன் எழுந்திருப்பதாக இல்லை. சற்றே குறைவான உயரம், சாம்பல் பூத்த பூஞ்சையான உடல், முடியப்படாது தோள்வரை விரிந்து கிடக்கும் லேசாக நரைத்த தலைமுடி, நைந்து வெளிறிய நைட்டி ஒன்றை அணிந்திருந்தாள். அவள் இடது கையில் சற்றே நீளமான முனை வளைந்த இரும்புக் கம்பியொன்று இருந்தது. இன்னொரு கையில் அவள் பிளாஸ்டிக் கவர் ஒன்றை பிடித்திருந்தாள். படியேறி அவனருகில் சென்றாள். முதுகைத் தட்டினாள்.

“உஸ்தாத் யெந்திருய்யா, மணி ஆவ்தில்ல?” பேபியின் குரல் வலுத்தது.

அவன் ஆடவோ அசங்கவோ இல்லை. இரு கைகளாலும் அவன் மார்பை உலுக்கினாள். உஸ்தாத் எழுந்து சப்பணமிட்டு உட்கார்ந்தான். கண்களை இரு கைகளாலும் தேய்த்துக் கொண்டான். “என்னாமே, பொளுது விடியல பாட்டவுடறியே.”

பேபி அவன் அருகில் காலைத் தொங்கவிட்டபடி அமர்ந்து கொண்டாள். “சைக்கள் டீயை காணுமே?”

“மார்க்கெட் உள்ளே ரவுண்ட் அடிச்சிட்டுதான் அந்த பாடு வருவான்.”

“யோவ் சிஜ மோட்டார் சைக்கிள்ளே வந்துடுவான். மால கொண்டையா, தம்பு, ஜக்கு பாய் அல்லாரும் வருவாங்க. காம்டர் வண்டியும் வந்துடும். அதுக்குள்ளார நம்ப நாலு தொட்டியாவது பாத்தாதான் ஏதாவது தேறும்” இடது கையில் இருந்த கம்பியால் அவன் பனியனை இழுத்தாள்.

உஸ்தாத் எழுந்து நின்று கொண்டான். இடுப்பிலிருந்து நழுவிய டிரவுசரை சரி செய்து கொண்டான். கைகளை உயர்த்தி சோம்பல் முறித்தபடி படிகளில் இறங்கினான். பிளாக்கி அவனைப் பின் தொடர்ந்தது. குப்பைத் தொட்டியின் பின்னால் நின்றபடி சிறுநீர் கழித்தான். மீண்டும் படிகளில் ஏறி வாட்டர் பாட்டில் ஒன்றை எடுத்துக் கொண்டான். முகத்தில் தண்ணீரை பீச்சி அடித்துக் கொண்டு வாயைக் கொப்பளித்தான். குனிந்து பேபியின் நைட்டியால் முகத்தை துடைத்துக் கொண்டான்.

“யோவ் ரவுசு வேணாங்” பேபி சிணுங்கினாள். உஸ்தாத் அவள் அருகில் படியில் நெருக்கி உட்கார்ந்து அணைத்துக் கொண்டான்.

“விடுய்யா, நல்ல நேரம் பாத்த, பொளப்பப் பாரு” கையை அகற்றினாள். பிளாஸ்டிக் பையிலிருந்து ஒரு குவார்ட்டர் பாட்டிலை எடுத்தாள். பாதிவரை அதில் சரக்கிருந்தது.

உஸ்தாத் இப்பொழுது வாயைப் பிளந்து சிரித்தான். “எங்கம்மே புச்சே? தண்ணி ஊத்ண கணக்கா கீதே?” அவளிடமிருந்த பிளாஸ்டிக்கை மடித்து டிரவுசர் பையில் வைத்துக் கொண்டாள்.

“டக்கர் சரக்குய்யா, தண்ணி மொள்ளமா ஊத்து.”

வாட்டர் பாட்டிலை எடுத்து அவள் கையில் இருந்து சரக்கு பாட்டிலில் மெதுவாக ஊற்றினான்.

“ம்” சரக்கு பாட்டிலை மூடி லேசாக குலுக்கினாள். பின்னர் மூடியைத் திறந்தாள். உஸ்தாத் வாங்கிக் கொண்டான்.

“நீ ஆஃப், நா ஆஃப்” பேபி சொன்னவுடன் உஸ்தாத் சிரித்தான். கீழ்ப்படியில் நின்று கொண்டிருந்த பிளாக்கி அவர்களையே பார்த்துக் கொண்டிருந்தது.

பாட்டிலை உயர்த்தி நேராக தொண்டைக் குழிக்குள் ஊற்றிக் கொண்டான். நிறுத்தினான். சரியான அளவு குடித்திருக்கிறோமா என்று ஒருமுறை' பார்த்து விட்டு பாட்டிலை அவளிடம் கொடுத்தான். “பச்சக்னு அடிக்குதுமே” என்றபடி உதட்டை துடைத்துக் கொண்டான். டிரவுசர் பாக்கெட்டிலிருந்ரு நசுங்கிய பீடியொன்றை எடுத்து பற்ற வைத்துக் கொண்டான். ரெண்டு இழுப்பு இழுத்து புகையை மேலே ஊதினான்.

பேபி சாவகாசமாக டீ குடிப்பதைப் போன்று ஊதி ஊதி குடித்தாள். காலி பாட்டிலை அருகில் வைத்துக் கொண்டு “யோய் கொஞ்சம் குடு” என்றவுடன் உஸ்தாத் அந்த பீடியை அவளிடம் கொடுத்தாள். அவள் பீடியை மெதுவாக வலித்தாள். பேபி மூக்கு வழியா புகை விடுவதை உஸ்தாத் பார்த்துக் கொண்டிருந்தான்.

“டப்பாப் பசங்க. தூளக் கொறச்சு ஏமாத்தறானுங்க இந்த லொடுக்குக்கு பேரு கவ்னரு” பீடியை தூக்கியெறிந்தாள்.

உஸ்தாத் எழுந்தான். "டக்கரா கீதே, எங்கே புச்சே மே? ராவுலே படிலேதானே தூங்கினே?"

"ஆமாய்யா. அல்லா கூவலை. வெள்சாமி வந்து எளுப்பினான்."

"காயலாங் கடை வெள்சாமியா?"

"அந்த பாடுதான். என்னய்யா இப்ப வரேனு கேட்டேன். பொழப்பு இல்லே நாறிப் போச்சு ஒரு மாதிரியாயிட்டேன். என்னோட இருன்னான்."

"ஜக்கு பாய்தானே கனக்சன். அப்பப்ப போவுமே!"

"அது தெர்யும்யா, ஆனா இப்ப அது யேஇ ஆளாம். அல்லாரும் கூப்டவே பயப்படறாங்க!"

"தூத்தெறி. ஒரு குப்பக்காரிச்சியைகூட விட்டு வைக்க மாட்டானுங்க."

"வேல முட்சப்பறம் கட்சிலே ஒரு பச்சையை கொடுத்துட்டு சிரிச்சான். அப்பறம் அவன் பைய தடவினேன். சொறுவின சர்க்கை கொடுத்துட்டு கோச்சுக்காத கட தொறந்தப்பறம் கவனிக்கறேன் கண்ணுனு கூவிட்டு போனான். கசுமாலம்" சபித்தாள்.

★

பேபி தோளில் பிளாஸ்டிக் கோணியை போட்டிருந்தாள். கையில் இரும்புக் கம்பியுடன் அவள் முன்னால் செல்ல தேக ஆகிருதிக்கு பொருத்தமற்ற சற்றே பெரிய பிளாஸ்டிக் கோணிப் பையை தோளில் அணைத்துப் பிடித்தவாறே உஸ்தாதும், பிளாக்கியும் அவளைத் தொடர்ந்தனர். வழிந்து கிடந்த குப்பைத் தொட்டி அருகில் மூவரும் நின்றனர். தொட்டியைச் சுற்றிலும் நின்று அசைபோட்டுக் கொண்டிருந்த மாடுகளை உஸ்தாத் கம்பியால் தட்டி ஓரமாய் விரட்டினான்.

பேபி கையில் இருந்த கம்பியால் வழிந்த குப்பைகளை கீழே தள்ளினாள். உஸ்தாத் குப்பைகளை கிளற ஆரம்பித்தபோது பிளாக்கியும் தன் பங்கிற்கு காலால் சீக்க ஆரம்பித்து. "பிளாக்கி கம்னு கட" என்று பேபி சொன்னதும் கத்திக் கொண்டே குப்பைத் தொட்டியின் பக்க வாட்டத்தில் சென்று படுத்துக் கொண்டது. ஓரளவிற்கு தள்ளிய பின் தோளில் இருந்த பையையும் இரும்புக் கம்பியையும் குப்பைத் தொட்டியில்

போட்ட பேபி, நைட்டியை முட்டிக்கு மேல் வேட்டி போல மடித்து இழுத்து கட்டிக் கொண்டாள். பின்னர் தொட்டியின் ஓரத்தைப் பிடித்துக் கொண்டு மேலே ஏறி லாகவமாக குப்பைத் தொட்டிக்குள் இறங்கினாள்.

“ஏம்மே டூப் லைட் ஓடிஞ்சிருக்கு, பார்த்துக்கோம்மே” உஸ்தாத் அவளை எச்சரித்தான். காலில் தட்டுப்பட்ட பொருளை அவன் எடுத்தான். காகிதப் பை. ஆவலுடன் பிரித்தான். மருத்துவ மனையில் பயன்படுத்தி எறிப்பட்ட முக கவசங்களும் கையுறையும் இருந்தன. உஸ்தாத் மகிழ்ச்சியடைந்தான்.

“ஏம்மே இத மாட்டிக்க நாம சேப்பாயிட்டோம்” என்று ஒன்றை அளித்ததோடு இன்னொன்றை எடுத்து தானே அணிந்து கொண்டான். கையுறையை மாட்டிக் கொண்டான். பேபி கையில் வைத்துக்கொண்டு அவனைப் பார்த்தபடி நின்றாள். இப்போது உஸ்தாத் அவள் முகத்தில் அணிவித்து பின் பக்கமுள்ள இரண்டு நாடாக்களையும் இறுகக் கட்டினான்.

“யோவ் மூச் முட்டுதுய்யா” என்றபடி இருப்புக் கம்பியால் உள்ளே நோண்ட ஆரம்பித்தாள்.

“மே, பிலாஸ்டிக் வேணாம்! காய்தமும் வேணாம்!”

“என்யா நீ சொல்றே?”

“பழய சர்க்கே அப்படியே கெடக்கு, லோல் பட்டு, காயலான் எப்பக் கடையைத் தொறந்து காசு பாக்கப் போறோம் தெர்லியே?”

“அப்ப எதப் பொறுக்கறது?”

“சில்வர் காயிதம், சப்பை மட்டும் எடும்மே.”

“ஆமாய்யா” அவள் மும்முரமானாள்.

தரையில் தள்ளிவிடப்பட்ட குப்பைகளை தன் கையில் உள்ள கம்பியால் உஸ்தாத் சீக்கத் துவங்கினான். குப்பையே குறைந்தது போல் அவனுக்கு இருந்தது. “என்னாம்மே மீந்த மிச்சம் சோறுகூட இல்லியே. அல்லாரும் துண்றாங்களா இல்லே தூங்கறாங்களா?”

“இந்தாய்யா ரொட்டி கீது” குப்பைத் தொட்டியிலிருந்து பிளாஸ்டிக் பையை வீசினாள்.

உஸ்தாத் கையில் பிடிபடாது கீழே விழுந்தது. குப்பைத் தொட்டியில் அருகில் படுத்திருந்த பிளாக்கி மெதுவாக குரைத்தபடி அவன் அருகில் நின்று வாலை ஆட்டத் துவங்கியது. கீழிருந்து கவரை எடுத்தான் சுற்றியிருந்த ரப்பர் பேண்டை அகற்றி காதில் மாட்டிக் கொண்டான். நாலைந்து துண்டுகள்தான் இருக்கும். எல்லாமே மஞ்சன் பூத்து இருந்தது. முகமூடியை கழற்றி பனியனுக்குள் போட்டுக் கொண்டு ஒரு துண்டை எடுத்து கடித்தான். "ஏம்மே வேணுமா? நல்லா கீது."

பேபி தொட்டிக்குள் குனிந்து கம்பியால் நோண்டுவதில் மும்முரமாக இருந்தாள்.

"ஏம்மே ரொட்டி வேணுமா?" இன்னொரு துண்டையும் கடிக்கத் துவங்கினான். அவனருகில் வாலை ஆட்டிக் கொண்டிருந்த பிளாக்கி இப்போது குரைக்கத் துவங்கியது.

"அவளுக்கு கொடுய்யா, நம்பளாவது சர்கடிச்சோம். வாயில்லா ஜீவன் அது நேத்லேந்து பட்னிய்யா"

ரொட்டி உறையை கீழே விரித்து அதன் மீது மிச்சமிருந்த துண்டுகளை வைத்தான். பிளாக்கி குரைப்பதை நிறுத்தியது. சொடுக்கும் நேரத்திற்குள்ளாகவே ரொட்டிகளை கடிக்கத் துவங்கியது. தலையை உயர்த்தி உஸ்தாதை பார்த்தது. கையை ஆட்டியவுடன் பழையபடி குப்பைத் தொட்டியின் பக்க வாட்டத்தில் போய் படுத்துக் கொண்டது.

கோணியையும் கம்பியையும் வெளியே போட்டாள். "உஸ்தாத்" தொட்டிக்குள்ளிருந்து பேபி குரல் கொடுத்தாள்.

தொட்டியருகில் சென்று கையை உள்ளுக்குள் நீட்டினான். பேபி அவன் கையைப் பிடித்தபடி எழுந்து நின்றாள். பின்னர் குப்பைத் தொட்டியை பிடித்தபடி வெளியில் தாவினாள். உஸ்தாத் கையால் அணைத்தபடி பிடித்துக் கொண்டான். தரையில் காலை அகற்றி ஊன்றி நின்று கொண்ட பேபி, நைட்டியை பிரித்து விட்டுக் கொண்டாள். கீழே எறிந்திருந்த கோணியையும் கம்பியையும் எடுத்துக் கொண்டாள்.

"சப்பை கம்மியா. சில்வர்தான் தேறும்" குப்பைத் தொட்டியில் சாய்ந்து நின்று கொண்டாள். படுத்திருந்த பிளாக்கி பேபி அருகில் வந்து நின்று கொண்டு வாலை வேகமாக ஆட்டியது. பேபியின் காலை நக்கியது.

“யோவ், பீடி குடுய்யா.”

அவன் கொடுத்த பீடியை வாயில் சொறுகி பல்லால் கடித்துக் கொண்டாள். உஸ்தாத் தீப்பெட்டியை எடுத்து உரசினான். பேபி கண்களை மூடியவாறே புகையை இழுத்தாள்.

பேபி முக கவசம் அணிந்து தோளில் கோணிப்பை தொங்க கையில் கம்பியுடன் நடக்க ஆரம்பித்தாள். உஸ்தாத் சுற்றும் முற்றும் பார்த்தவாறே அவளைப் பின் தொடர்ந்து நடந்து வந்தான். பிளாக்கி பேபியையும், உஸ்தாத்தையும் மாறி மாறி தொடர்ந்தது.

“போஸ்டரே காணும்மே?”

“யோவ் கொட்டாயிலே பூன தூங்கறச்சே எந்த பேமானிய்யா போஸ்டர் ஒட்டுவான்? அவனுங்களும் நாறிப் பூட்டுறுப்பானுங்க.”

“அதுக்கில்லமே சொவரெல்லாம் க்ளீனா கீது”

“ஆறணா பத்ணா டிக்கட்ல இப்ப படம் கெடயாது. பச்ச வச்சாத்தான் கொட்டாய்க்கு போவலாம்.”

“மெய்ன் ரோட்டுக்கா போய் ஒரு கொட்டாய்லே ரெண்டு பேரும் வாத்யார் படம் பாத்தோம்.”

“உஸ்தாத், அது நாதமுனி கொட்டாய்லே அடிமப் பொண், ரொம்ப வர்சம் ஆச்சு. அப்பக்கூட நீ எங்க என்ன படம் பாக்க வுட்டே” சிரித்தாள். அவன் தோள் மீது கையைப் போட்டுக் கொண்டாள்.

பெருமாள் கோயில் குளத்தருகில் வரிசையாய் நான்கு குப்பைத் தொட்டிகள். நாலைந்து மாடுகள் நந்தியாய் படுத்திருந்தன. ஒவ்வொரு தொட்டியாய் பேபி பார்த்தாள்.

“யோவ், எந்த டப்பாவும் ஃபுல்லாவலே” அவள் குரலில் ஏமாற்றம் தொனித்தது.

“நா எறங்கட்டுமா?”

“வேணாய்யா. நீ குந்து, நான் பீறாய்றேன்” பையையும் கம்பியையும் தொட்டிக்குள் போட்டாள். வழக்கம் போல் நைட்டியை முட்டி வரை தூக்கி இழுத்து மடித்து கட்டிக் கொண்டாள். பக்கவாட்டை பிடித்துக் கொண்டு ஏறி குளத்தில் குதிப்பது போல் உள்ளே குதித்தாள். பிளாக்கி குப்பைத் தொட்டியருகில் படுத்துக் கொண்டது. உஸ்தாத் குத்துக் காலிட்டு

குளத்தையொட்டிய சுற்றுச் சுவரில் சாய்ந்து உட்கார்ந்து கொண்டான்.

★

பொல பொலவென்று வெளிச்சம். மூடிக்கிடந்த டீக்கடை வாசலில் உட்கார்ந்து கொண்டு சைக்கிளில் வரக்கூடிய தம் டீக்காக தவமிருந்தோர் உரக்க பேசிக் கொண்டிருந்தனர். அடுத்திருந்த ஃபாஸ்ட் ஃபுட் கடை திண்ணை காலியாக இருந்தது. கோணிப் பைகளை சாலையோரத்தில் வைத்துவிட்டு உஸ்தாதும் பேபியும் அமர்ந்தனர். பிளாக்கி பேபியின் காலடியில் படுத்துக் கொண்டது.

“சாரு, இது என்னக்கி முடியும்?” பேபி தவத்தில் இருந்த ஒருவரை கேட்டாள்.

“என்ன ஆஃபீஸ்லே ஏதாவது வேலை பெண்டிங்லே இருக்கா?” சொன்னவுடன் அருகாமையில் இருந்தவர்கள் சிரித்தனர்.

“குப்பை பொறுக்கறதுக்கு ஒண்ணும் கர்ஃப்யூ கிடையாதே” மற்றொரு தவயோகி சொன்னார்.

உஸ்தாதுக்கு கோபம் வந்தது. எழுந்தான். பேபி அவனை ஏற இறங்கப் பார்த்தாள். “யோவ் குந்துய்யா, சாரு டமாஸ் பண்றாரு.”

“சாரு, பொறுக்கி வைச்ச சர்கெல்லாம் இருவது நாளா அப்டியே கீது. காய்லான் கட தெறந்தா அதெல்லாம் போட்டு பத்து காசு பாப்போம். நாங்க சோறு திங்கலங்கறது வேற, ஆனா இந்த பிளாக்கிக்குக்கூட இப்ப சோறு கெடக்கலே, நாங்க நாயா பேயா அலயறோம். பிளாக்கிய எப்படி சொல்றது சாரு?”

“கவர்மெண்ட்லே பணம் தராங்க, ரேசன்லே பொருள் தராங்களே” தவயோகியேதான்.

“அதெல்லாம் வூடு வாசல் இருக்கற ஒங்களுக்குத்தான். ரோட்டு மேலே அல்லாடற எங்களுக்கு குப்பதான் கெடக்கும். இப்ப அதுக்கும் டப்பா காயுது” உஸ்தாத் உட்கார்ந்தபடியே சொன்னான்.

சைக்கிளில் தம் டீ கேனைக் கட்டிக் கொண்டு பையன் வந்தான். ஸ்டாண்டைப் போட்டுவிட்டு ஹேண்ட்பாரின் இரு பக்கமும் நெருக்கி மாட்டியிருந்த பைகளின் வாயை அகட்டி பிரித்து வைத்துக் கொண்டான். கேன் கட்டப்பட்டிருந்த கயிறு சரியாக இருக்கிறதா என்று இழுத்துப் பார்த்தான். பேபியின் காலடியில் படுத்துக் கிடந்த பிளாக்கி எழுந்து சைக்கிள் அருகில் சென்று திரும்பியது. பழையபடி பேபியின் அருகில் வந்து படுத்துக் கொண்டது.

“சங்கரு, எல்லாம் டைட்டாதான் கீது” பேபி குரல் கொடுத்தாள்.

“ராத்திரியே டைட்டா? இல்லே இப்பத்தானா!” சங்கர் சிரித்தான். பேப்பர் கப்பில் டீயைப் பிடித்து தவமிருந்தோருக்கு வரமளித்தான். ‘சங்கர் பட்டர் பிஸ்கெட் இல்லியா’ யாரோ கேட்டார்கள். ஹேண்ட் பார் பையிலிருந்து எடுத்துக் கொடுத்தான். “பேபி, காப்பியா? டீயா?”

“சங்கர், அவளுக்கு ஓவல் கொடு” தவம் கலைத்த ஒருவர் சொன்னார்.

சங்கர் அவர்களை முறைத்தான்.

“சங்கரு, அவரு காண்டாவட்டும். நா காசு தறேன். ஓவல் இருந்தாலும் கொடு, இல்லாங்காட்டி ஓல்ட் மாங்க் இருந்தாலும் கொடு”

உஸ்தாத் எழுந்து சைக்கிள் அருகில் சென்றான். இரண்டு பொறையை வாங்கி பிளாக்கிக்கு போட்டான். சங்கரிடமிருந்து பேப்பர் கப்பை வாங்கி வந்து பேபியிடம் கொடுத்து விட்டு தானும் ஒன்றை வாங்கிக் கொண்டு அவள் அருகில் உட்கார்ந்தான்.

சங்கர் இப்போது சிகரெட்டை வினியோகிக்கத் துவங்கினான்.

“சங்கரு, கவ்னரு கொடு” டிரவுசர் பையிலிருந்து சில்லறையை எடுத்து எண்ணத் துவங்கினான்.

“யோவ், நீ ஜோப்லே வையா, நா தரேன்” நோட்டைக் கொடுத்து சில்லறைகளை வாங்கிக் கொண்டாள். சின்ன சுருக்குப் பையில் அவற்றை போட்டு நைட்டியில் இடுப்புக்கு கீழே வெளியே உள்ள பாக்கெட்டில் போட்டு சேப்டி பின்னால்

வாயை மூடினாள். உஸ்தாத் ஒரு பீடியை பற்ற வைத்துக் கொண்டான். பேபி எழுந்து நின்றாள் நைட்டியை தொட்டிக்குள் இறங்குவதைப் போன்று முட்டிக்கு மேல் மடித்து இழுத்து கட்டிக் கொண்டாள். தோளில் கோணிப் பையை மாட்டிக் கொண்டாள். “இந்தாம்மே ரெண்டு இளுப்பு இளுத்துக்கோ” உஸ்தாத் பீடியை தந்தான். பேபி பீடியை இழுத்து புகையை ஊதியவாறே அவர்களைக் கடந்தாள். பிளாக்கி இருவரையும் தொடர்ந்தது.

“கலி முத்திப் போச்சுனு எல்லாரும் சொல்வாங்க, அது சரிங்கறது இப்பத்தான் தெரியறது” தவயோகி ஒருவர் திருவாய் மொழிந்தார்.

★

லைட் ஹவுஸ் அருகில் உள்ள நடுகுப்பம் ஹவுசிங் போர்ட் இரண்டாவது மாடியில்தான் மால கொண்டையா முடக்கு வாதத்தால் அவதிப்பட்டுக் கொண்டிருக்கும் தன் வயோதிக தாய், மனைவி, வயதுக்கு வந்ததும் எட்டாம் வகுப்போடு படிப்பை நிறுத்தி தற்போது திருமணம் செய்ய வேண்டிய வயதில் உள்ள இரண்டு மகள்கள், பள்ளிக்கூடமே செல்லாது வேலை வெட்டி இல்லாமல் சுற்றிக் கொண்டிருக்கும் ஒரு மகன் ஆகியோருடன் வசித்து வருகிறான். இருபது வருஷத்துக்கும் மேலாக சென்னை பெருநகர மாநகராட்சியில் தாற்காலிக துப்புரவு பணியாளராக அவன் இருந்து வருவதோடு, இரண்டு பெண்களும் ஃபோர்டிஸ் ஆஸ்பத்திரியில் மிகவும் குறைந்த சம்பளத்தில் ஆயா வேலை செய்வதால்தான் குடும்பம் தத்தித் தத்தி ஓடுகிறது.

பட்டினப்பாக்கத்திலிருந்து எட்டாவது ஸோன் அண்ணா நகருக்குட்பட்ட 95வது டிவிஷன் வில்லிவாக்கத்திற்கு வந்து வேலை செய்வது என்பது அவனுக்கு மிகவும் சிரமமாகத்தான் இருந்து வருகிறது. ஆஸ்துமா இருந்தாலும் பரவாயில்லை ஒரு வழியாக சீக்கிரமாக எழுந்து டெரிப்ளினை போட்டுக் கொண்டு நாயர் கடையில் டீ பன் சாப்பிட்டுவிட்டு சைக்கிளை மிதித்து வரலாம் என்றால் ஹெர்னியா வேறு தொந்தரவு தருகிறது. சிலநாள் மோசமான நிலைமையில் ரெண்டு பஸ் பிடிச்சு வில்லிவாக்கம் வரதுக்குள்ளே ஆப்செண்ட் போடறதோட இல்லாம வேலையும் செய் என்று சிஐ சொல்வது காலங்காலமாய்

நியதியாகவே இருந்து வருகிறது. காரட்டை முன்னே காட்டி ஓடச் சொல்வதைப் போல, பர்மனென்ட் என்று அடிக்கடி உச்சாடனம் செய்யப்படுவதால் மால கொண்டையாவைப் போன்றவர்கள் எந்த வேலையையும் எப்படியாவது செய்ய வேண்டிய நிர்ப்பந்தத்திற்குள்ளாகிறார்கள்.

அடையார் 13வது ஸோன்லே சிலேட்டர்புரம் இல்லையேல் மயிலாப்பூர்லே ஏதோ ஒரு டிவிஷனுக்கு மாற்றும்படி பல ஆண்டுகளாக அவன் கோரிக்கை விடுத்தாலும் மனுநீதி சோழர்கள் காதில் அது விழவில்லை. கோரிக்கை காதில் விழுவதற்கு அவர்கள் கோரும் தொகையில் இரண்டு பெண்கள் திருமணத்தையும் முடித்துவிடமுடியும் என்ற கருத்தில்தான் மால கொண்டையாவும் இருந்து வந்தான். முத்தையா செட்டியார் மேயராக இருந்த போது மால கொண்டையாவின் முப்பாட்டனார் ரிப்பன் பில்டிங்கில் நுழைந்ததாக மால கொண்டையாவின் தந்தை மால ராமய்யா சொல்லி வருவதுண்டு. அதற்குப் பின் பாட்டனாரும் தந்தையும் மட்டுமின்றி கொள்ளுப் பேரனும் ரிப்பன் பில்டிங்கிலிருந்து வெளியேற முடியாத நிலைதான் இன்னமும் இருந்து வருகிறது

இருபது நாளுக்கும் மேலாகி விட்டது. பஸ்ஸும் கிடையாது மாடி டிரெய்னும் இல்லை சுரங்க டிரெய்னும் நகரத்தில் ஓடவில்லை. ஆயின் துப்புறவு பணியாளர்கள் சரியான நேரத்திற்கு பணிக்கு வராவிட்டால் ஆஃப்செண்ட் போடுவது மட்டும் நின்றபாடில்லை. சைக்கிளை ஓட்டிச் செல்லும் மனோநிலையில் மால கொண்டையா இன்றைக்கு இல்லை. துப்புரவு பணியாளர்களுக்காக பஸ் விடப்படுவதாக நேற்றைய தினம் டிவியில் சொன்னார்கள் என்ற நம்பிக்கையின் பேரில் காமராஜர் சாலையிலிருந்து ராதாக்ருஷ்ணன் சாலையில் நுழைந்தான். சிட்டி சென்டர் அருகில் வந்து நின்றான். சாலையில் நடமாட்டமே இல்லை. பத்து நிமிடங்களுக்கு மேலாகி விட்டது. ஒரு பஸ்ஸும் ஓடவில்லை.

திரும்ப வீட்டிற்கு ஓடினான். சைக்கிளை எடுத்து தள்ளினான். பின்வீலில் காற்று இல்லை என்பதை புரிந்து கொண்டான். வண்டியை தள்ளியபடியே லாயிட்ஸ் ரோடில் நுழைந்தான். பெட்ரோல் பங்கில் இரண்டு மூன்று பேர் மட்டும் இருந்தனர்.

சைக்கிளுக்கு காற்றடிப்பதில்லை என்பதை திட்டவட்டமாக தெரிவித்தனர். சென்னை பெருநகர மாநகராட்சியின் தாற்காலிக துப்புரவுப் பணியாளர் என்பதையும் பணி நிமித்தம் சென்று கொண்டிருப்பதையும் விளக்கிய பின்னரே கம்ப்ரெஸ்ஸர் பம்ப் இயங்கியது.

அங்குமிங்குமாக போலீஸ் பட்ரோல் வண்டிகள் மட்டும் ஓடிக் கொண்டிருந்தது. பைலட் தியேட்டரை கடந்து போலீஸ் ஸ்டேஷன் அருகில் செல்கையில் நாலைந்து ஆண்களும் பெண்களும் வண்ணப் பொடிகளால் சாலையில் பெரியதாக கோலம் போட்டுக் கொண்டிருந்தனர். அமீன் ஓட்டல் பக்கத்திலிருந்து குப்பை வண்டியை தள்ளிக்கு கொண்டு சற்றே வயதானவர் ஒருவர் வந்து கொண்டிந்தார். அவரைப் பார்த்தவுடன் சைக்கிளிலிருந்து இறங்கி தள்ளிச் சென்றான்.

“என்னங்க, சீனிவாசப் பெருமாள் கோயில் உச்சவம்னா, லாயிட்ஸ் சந்துலே சிவாஜி கம்பெனி வாசல்லேதானே பெரிய கோலம் போடுவாங்க!”

“உச்சவமும் இல்லே கிச்சவமும் இல்லே. போலீஸ் ஸ்டேஷன்லே வேப்பிலை கட்டி கரோனாம்மாவைக் கும்பிடறாங்க. அதையும் நல்லா பார்த்துட்டு பிரசாதம் வாங்கிண்டு போ.”

“நா ஸோன் எட்டுலே வேலை செய்யறேன். இதெல்லாம் பதிமூணுதானே?”

அவர் தலையை ஆட்டினார்.

“ஏதோ வண்டிங்க விடராங்கனு சொன்னாங்க அதாலே அசால்டா இருந்துட்டேன்.”

“மாஸ்க்கும் கிளவுசும் குடுக்க வக்கில்லை. அதக் கேக்கறதுக்கு நாதியக் காணோம். மாலை போடறாங்களாம் விளுந்து கும்பிடறாங்களாம். அல்லாரையும் பர்மனென்ட் பண்ணச் சொல்லு. அது போதும். இப்ப வண்டிய எவன் கேட்டது? வண்டியும் வேண்டாம் குண்டியும் வேண்டாம்.”

மால கொண்டையா சிரித்தான். “அண்ணா உங்களுக்கு பரவாயில்ல மாஸ்க்கும் கிளவுசும்தான், எங்க ஸோன்லே படப்ப, அன்னக்கூட, ஷவலு, மொறம் எதுவும் கெடயாது. கேட்டா பிலாஸ்டிக் போட்டு கெடக்கிற துட்டுலே வாங்கிக்கோனு

சொல்றாணுவ. அது இல்லாம அட்டை வித்து ஆயிரம் கெடச்சா மாதிரி சாயந்திரம் போவறச்சே கவனிக்கணும். இல்லாக் காட்டி லீவ்வே கய்ய வைப்பானுங்க."

"எட்டுலே மட்டுமில்லே, எல்லா ஸோன்லேயும் இதே கதைதான். அதை விடு நீ எங்கே போவணும்"

"வில்லிவாக்கம், அது ஸோன் எட்டு."

"என் வாயப் பாத்துண்டு இருக்கியே? போய்யா போய் பொழப்பைப் பாரு சிஐயும் சிஎஸ்ஸும் அலறப் போறாணுங்க!"

"நீங்க எங்கேந்து வரீங்க?" சைக்கிளில் மால கொண்டையா உட்கார்ந்தான்.

"மணலி புது நகர்லேந்து வரேன். பேஜாருதான், என்ன பண்ணறது பொழைக்கணுமே!"

மால கொண்டையா சற்று வேகமாய் மிதித்தான். எக்ஸ்பிரஸ் மாலைக் கடந்து வுட்ஸ் ரோடைப் பிடித்து மவுண்ட் ரோட் ஸ்பென்ஸர் சந்திப்பில் ஏறினான்.

★

மண்ணடி ஒத்தைவாடை தெருவிலுள்ள பால்வாடி அருகில் மால கொண்டையா சைக்கிளை நிறுத்தினான். ஏற்கனவே நிறுத்தி வைக்கப்பட்டிருந்த குப்பை வண்டிகளுக்கு இடையில் சைக்கிளை தள்ளிச் சென்று சுவற்றில் சாய்த்து வைத்தான். கேரியரில் சுருட்டி வைக்கப்பட்டிருந்த சீருடை சட்டையை எடுத்து மாட்டிக் கொண்டான். விசிலை எடுத்து மாலையாய் போட்டுக் கொண்டு தனது வண்டிக்கு அருகே வந்து நின்றான். முன் வீலையும் பின்னர் பின் இரண்டு வீல்களையும் அழுத்திப் பார்த்துக் கொண்டான். பின்னர் பாக்கெட்டிலிருந்து சாவியை எடுத்து செயினில் பூட்டப்பட்டிருந்த பூட்டை கழற்றி சைக்கிளில் மாட்டி பூட்டினான். இரண்டு துப்புறவுப் பணியாளர்கள் தத்தம் வண்டிகளை அணிவகுப்பிலிருந்து வெளியேற்றிக் கொண்டிருந்தனர்.

"அந்த நாய்க்குத்தான் ஒண்ணைக் கண்டா ஆவாதுனு தெரியுமே? முன்னமே வந்தா என்ன?" தம்பு கேட்டான்.

மால கொண்டையா பதில் பேசாமல் குப்பை வண்டியை எடுப்பதில் மும்முரமாக இருந்தான்.

"கொண்டையா, என்ன பேசமா போறே? ஒண்ணத்தானே கேக்கறேன்?" தம்பு விடவில்லை.

"மாஸ்டர், பஸ்ஸு வரும்னு நேத்து டிவியிலே சொன்னாங்களாம். ஹெரன்யா தொந்தரவு ஜாஸ்தியாச்சு. சைக்கிளும் ஓட்ட முடியலே. பாத்தேன் அப்பறம்தான் சைக்கிள் எடுத்தேன். லேட்டாயிடுச்சு."

"அவனுங்க எல்லாருமே சாவு கிராக்கின்னா நீ அதுக்கு மேலே இருக்கியே? போய்யா, கேட்டா நீயும் பதில் சொல்ல வாணாமா?"

"மாஸ்டர், நீங்க பர்மனென்டு எதவாணாலும் பேசலாம். நாங்க பேச முடியுமா?" வண்டியை தெருவில் தள்ளினான்.

"கொண்டையா!"

யாரோ அழைப்பது போல இருந்தது. சுற்றி முற்றி பார்த்தான். முகமேதும் தெரியவில்லை. வண்டியை தள்ளத் துவங்கினான்.

"கொண்டையா நாங்க கூப்பிடறோம், நீ பாட்டுக்க போவறியே!"

திரும்பிப் பார்த்தான். பால்வாடியை ஒட்டிய அப்பார்ட்மெண்ட் காம்பவுண்டுக்குள்ளிருந்த வந்த அழைப்பை புரிந்து கொண்டான். ஆணும் பெண்ணுமாய் நாலைந்து பேர் நின்று கொண்டிருந்தனர்.

"எல்லாருக்கும் வணக்கங்க. லேட்டாயிடுச்சு. மஸ்டர் ரோல் தர மாட்டேனுட்டாங்க, அந்த டென்ஷன்லே வண்டியை எடுத்தேன். கவனிக்கல."

"சுவரு பக்கம் அட்டை, பிளாஸ்டிக், பாட்டில் எல்லாம் குப்பையாய் சேர்ந்துண்டு இருக்கு. ஒரே வாடை வருது. எப்பத்தான் எடுக்கப் போறே?"

"சார் எல்லாமே ரோட்டு மேலே பால்வாடிப் பக்கத்திலேதானே இருக்கு? அது குப்ப இல்ல சார். க்ளீன் சரக்கு."

"நீ இந்த ஓரத்திலே குவிச்சு வைச்சிருக்கே. தம்பு நடுவிலே வைச்சிருக்கான். இது போறாதுனு அந்தம்மா......"

"ஆமாம் சார், அவங்க ஐக்கு பாய்."

"ஏதோ ஒரு பாய், அவங்களும் நெறய சேத்து வைச்சிருக்காங்க. எல்லாத்தையும் எடுங்க, இல்லாக்காட்டி நான் போட்டோ எடுத்து கமிஷனருக்கு அனுப்பிடுவேன்."

“சார் இதுக்கு முன்னாடி இப்படி நாங்க சேத்து வைச்சதில்ல. அன்னின்னிக்கி போட்டுடுவோம். டெய்லி ஏதோ காசு கெடக்கும். இப்ப இருபது இருபத்தைஞ்சு நாளா எந்தக் கடயும் கிடையாது. கட தொறந்தே ஒடனே எல்லாமே காலியாயிடும், எங்க வயித்திலே அடிக்காதீங்க சார்.”

“கொண்டையா ஒனக்கு சொன்னா புரியாது. இந்த மாதிரி குப்பையிலேந்துதான் கிருமிங்க வரது. புதுப் புது நோவு மனுசனுக்கு தொத்துது.”

“சார் எங்க ஆளுங்க எப்ப மருந்து அடிச்சாலும், சர்க்கு மேலே டபுளாதான் அடிப்பாங்க சார். அவங்களுக்கு தெரியும். நேத்துகூட அடிச்சத நீங்கதான் பார்த்தீங்களே?”

“எனக்கு அதெல்லாம் தெரியாது. இதெல்லாம் உடனே இங்கிருந்து போவணும்.”

“சார், இதெல்லாம் நாங்க போட்டா மாதிரி சொல்றீங்களே. நீங்க போட்டதிலேந்து பிரிச்சு வச்சதுதானே அதெல்லாம்.”

“கொண்டையா, எனக்கே புத்தி சொல்றியா? டேய் மொபைலை எடுத்துண்டு வா” அலறினார்.

மற்றவர்களும் சேர்ந்து கொண்டனர். அங்கே குவிக்கப்பட்டிருந்த அட்டைகளையும் மற்ற கோணிப்பைகளையயும் அகற்றும்படி ஏக காலத்தில் ஊளையிடத் துவங்கினர். லேசாக மூச்சிரைப்பதை உணர்ந்தான். இன்னமும் பேசினால் அதிகரிக்கும் என்ற பயத்தினால் பேசாமல் வண்டியை தள்ளத் துவங்கினான்.

“நீங்க இவ்வளவோ சொல்றீங்க கேக்கறானா பாருங்க. வைக்கற இடத்திலேதான் இவங்களை வைக்கணும்” ஒரு அம்மா சொன்னாள்.

பால்வாடி சுவற்றோரம் அடுக்கி வைக்கப்பட்டிருந்த அட்டைகளையும் கோணிப் பைகளையும், இருவர் தங்கள் மொபைலால் படம் பிடிக்கத் துவங்கினார்.

★

வண்டியை தள்ளியவாறே தெற்கு மாட வீதி சந்திப்பிற்கு வந்தான். ரெடிமேட் கடை படியில் உஸ்தாதும், பேபியும் உட்கார்ந்திருந்தனர். கீழே காலடியில் படுத்திருந்த பிளாக்கி ஏதாவது சத்தம் வருகையில் தலையை உயர்த்தி சுற்றும் முற்றும் பார்த்துக் கொண்டிருந்தது.

"பேபி, குப்ப பூரா ரோட்லே தள்ளிட்டே பாரு!" மால கொண்டையா சிரித்தான்.

"அண்ணா நாங்க தள்லே. அல்லாருமா தொட்டிலே போடறாங்க? மாடு கீதா, பயந்துகினு அப்படியே தூக்கி அடிக்கறாங்க."

மால கொண்டையா ஷவலால் எல்லா குப்பைகளையும் வாரி குப்பைத் தொட்டிக்குள் போட்டிக் கொண்டிருந்தான்.

"நா வரட்டா?" உஸ்தாத் குரல் கொடுத்தான்.

"வேணாம். ஜக்கு பாய் வந்துச்சா?"

"டூட்டி மாத்தி வுட்டாங்களாமே. வெல்கம் காலனிப் பக்கம் போச்சு" உஸ்தாத் சொன்னான்.

சாலையின் ஓரமாக வைக்கப்பட்டிருந்த மூன்று குப்பைத் தொட்டிகளிலும் குப்பை வழிந்தது. ஷவலால் மேலே தட்டி பறக்காதபடி செய்தான். நின்று கொண்டிருந்த மாடுகளை விரட்டினான். தொட்டியைச் சுற்றியுள்ள பகுதி சுத்தமாயிற்று. ஷவலையும், அன்னக்கூடையையும் தன் வண்டியில் வைத்துக் கொண்டான்.

"அண்ணா, நாஸ்தா செஞ்சியா?" பேபி கேட்டபடி படியில் இறங்கினாள்.

"இல்லம்மே. பஸ்ஸ நம்பி ஏமாந்துட்டேன். காலீலே லைட் ஹவுஸ் கிட்டே டீ சாப்பிட்டதுதான்."

"காய்லான் கட தெறந்தா, இந்த பேஜாரு இல்லே" உஸ்தாத் சொன்னான்.

"அது சர்தான். டெய்லி ஏதோ பிலாஸ்டிக் அட்டை போட்டு பொளுது ஓடிச்சு. இப்போ என்ன செய்யறது? நீயும் சர்க்கு வைச்சிருக்கே. அங்கே அல்லாரும் வைச்சிருக்கோம். எப்போதான் போடறது? அங்கே அடப்பாஸை இங்கே வைக்காதேனு இப்பக்கூட அந்த அப்பார்ட்மெண்ட் ஆளுங்க சண்ட வலிச்சாங்க."

"சேட்டு வீட்லே டெய்லி பேபிய திட்றாங்க. காய்லானுக்கே பிளாட்பாரம்தான் கோடவுன். ஆனா நம்ப வைச்சா காண்டாவறாங்க."

“குப்பக்காரிச்சிங்க துட்டுப் போட்டு காய்லான் மாதிரி கோடவ்னா எடுக்க முடியும்” பேபி நைட்டி பையிலிருந்து சுருக்குப் பையை எடுத்து எண்ணி மால கொண்டையாவிடம் கொடுத்தாள்.

“அண்ணா கீதாக்கா வூட்லே இருபது ரூபாக்கு இட்லி, இருபது ரூபாக்கு தோசை வாங்கு. உனக்கும் ஏதாவது வாங்கிக்கோ.”

“என்னாம்மே பச்சை வெளயாடுது?”

“அப்பறம் பேசலாம். தெருவை முடிச்சுட்டு வரும்போது வாங்கியாந்துடு.”

“ஏம்மே, நீயே போயேன்”

“குப்பை பொறுக்கிங்க அவங்க வீட்டுக்குள்ள வரக்கூடாதாம்” உஸ்தாத் சொன்னான்.

“நா”

“அண்ணா, நீ அள்றே” பேபி சிரித்தாள்.

மால கொண்டையா வண்டியை தள்ளிக்கொண்டு விசிலால் ஊதியபடி தெருவிற்குள் நுழைந்தான்.

★

கையை கழுவிக் கொண்டு படியில் உட்கார்ந்தான். பொட்டலத்தை பிரிக்கவில்லை. காம்பேக்டர் இடைவிடாமல் ஹாரன் அடித்தபடி வந்து நின்றது. “டேவிட், இதோ வரேன் லொள்ளு பண்ணாதே!” மால கொண்டையா அப்படியே பொட்டலத்தை வைத்துவிட்டு எழுந்தான். காம்பேக்டர் ரிவர்ஸில் வந்தது. குப்பைத் தொட்டியருகில் நின்றது. அதிலிருந்து இரண்டு பேர் குதித்தனர். ஹைட்ராலிக் ஹாண்டில் நீட்டியவுடன் அவர்கள் குப்பைத் தொட்டியை இழுத்தனர். மால கொண்டையா பின்னால் நின்று தள்ளினான். தொட்டியை ஹாண்டிலில் மாட்டினர். தொட்டியை அப்படியே உயர்த்தி உள்ளே கொட்டிக் கொண்டது. மூன்று தொட்டியும் கொட்டிய பின்னர் ஹைட்ராலிக் கதவு கொட்டப்பட்ட குப்பைகளை அமுக்கியது. காம்பேக்டர் அடியிலிருந்த தண்ணீர் பொத பொதவென்று கொட்டியது. லேசாக அழுகல் வாடை எங்கும்

பரவியது. மால கொண்டையா காலி குப்பைத் தொட்டிகளை வரிசையாக தள்ளி வைத்தான்.

“என்ன கொண்டையா, கவனிப்பு இல்லையா?”

“டேவிட், எங்கே பொரளுது? அட்டையும் சப்பயுமே குவிஞ்சு கெடக்கு, எப்ப காசாவுமோ தெர்லியே?”

“கொடுங்கையூர்லியே பேஜார்தான். வண்டி போனா நாப்பது பேர் ஓடியாருவாங்க. இப்ப நாலு பேரைக் கூட காணும். எல்லாமே மோடாத்தான் இருக்கு.”

“ஆமாம் எங்க ஆளுங்க வந்து கர்சாத்தானே கரயும்” பேபி குரல் கொடுத்தாள்.

“என்னா பேபி? ஒண்ணை காணுமேனு பாத்தேன். என்ன செம்ம கைமாவா?”

“போய்யா நாறிண்டுருக்கோம். துன்னே ரெண்டு நாளாச்சு. இப்பத்தான் கொண்டையா நாஸ்தா வாங்கியாந்தாரு.”

பேபி காம்பேக்டர் அருகில் சென்றாள். “கண்ணு, கட்டிங் கீதா? கொடேன்.”

டேவிட் சிரித்தான். ஸ்டியரிங்கிலிருந்து கையை எடுத்து உட்கார்ந்தபடியே குனிந்து தரையில் நின்றிருந்த பேபியின் கன்னத்தில் கிள்ளினான். “என் பேபிக்கு இல்லாதயா?” எழுந்தான் சீட்டுக்கு அடியில் இருந்து காகிதத்தில் சுத்தி வைக்கப்பட்டிருந்த பாட்டிலொன்றை கொடுத்தான். பேபி வாங்கிக் கொண்டாள். டேவிட் மீண்டும் அவள் கன்னத்தில் கைவைத்துவிட்டு ஸ்டியரிங்கைப் பிடித்தான்.

“கண்ணு, இன்னக்கி உஸ்தாதோட ஜல்சா பண்ணுமே. நாளக்கி நா வரேன் டக்கரா குளிச்சுட்டு ரெடியாயிரும்மே” டேவிட் சிரித்தான்.

“அப்படீன்னா சோப்புக்கு துட்டு குட்யா!”

காம்பேக்டர் நகர்ந்தது.

★

உச்சி வெயில். சற்றே கடுமையாக இருந்தது. மால கொண்டையாவிற்கு மூச்சிரைப்பதாகத் தோன்றியது. காலி வண்டியை தள்ளியபடியே வந்தான். காய்லான் கடையையொட்டிய பிளாட்பாரத்தில் மூட்டைகள் குவிந்து கிடந்தது. வெவ்வேறு

வகையான மூன்று சக்கர வண்டிகள் ஓரமாய் நிறுத்தி வைக்கப்பட்டிருந்தது. நின்று சுற்றுமுற்றும் பார்த்தான். உஸ்தாதோ பேபியோ கண்ணில் படவில்லை. மெதுவாக வண்டியை தள்ளினான். பால்வாடி அருகே வருவதற்குள் நாக்கு வெளியே தள்ளி விட்டது. நாலைந்து வண்டிகள் வரிசையாக அணி வகுத்திருந்தன. வண்டிகளை பொறுமையாக பார்த்தான். தம்பு வண்டியைக் காணோம். வண்டியை அணைத்து தள்ளி விட்டு பால்வாடி காம்பவுண்ட் உள்ளே நுழைந்தான். புங்க மரத்தடியில் உட்கார்ந்து கொண்டான். மூச்சிரைப்பு அடங்குவதாகத் தெரியவில்லை. உள்ளேயிருந்து யாரோ ஒரு பையன் வந்தான். கையால் சைகை செய்தவுடன் அருகில் வந்தான். “உள்ளே யாராவது இருந்தா கூப்பிடுப்பா.”

ஜக்கு பாய்தான் வந்தாள். “கொண்டையா என்ன ஆச்சு?”

“லேசா மூச்சிரைக்குது, கொஞ்சம் தண்ணி கொண்டா மாத்திரையை போட்டுக்கறேன்” பேண்ட் பாக்கெட்டிலிருந்து பிளாஸ்டிக் கவரை எடுத்தான். பிரித்தான். பல வண்ணங்களில் மாத்திரைகள். இரண்டு மாத்திரைகளை போட்டுக் கொண்டு ஜக்கு பாய் கொடுத்த தண்ணீரை குடித்தான்.

“ஸ்டேஷன் ரோட் போயிட்டு தம் டீ வாங்கியாறட்டுமா?”

“அதெல்லாம் வாணாம், நான் கொஞ்ச நேரம் சாஞ்சா போதும்.”

“இல்லே கொண்டையா, பிரிஞ்சி சோறு கொண்டாந்தேன். கொஞ்சம் வேணா சாப்பிடு.”

“எதுவும் வாணாம்.” கண்ணை மூடிக் கொண்டான்.

டப் டப் மோட்டார் சைக்கிள் சத்தம் கேட்டவுடன் கண்ணைத் திறந்தான். வண்டி நேராக உள்ளே வந்தது. இவன் காலடியில் நின்றது. சூப்பர்வைசர் தான்.

எழுந்தான். “என்னா சார் இங்கே வந்துட்டே?”

உள்ளேயிருந்து ஜக்கு பாயும் இன்னும் வேறு பெண்களும் வெளியே வந்தனர். சூப்பர்வைசரைப் பார்த்ததும் ஜக்கு பாய் சிரித்தாள். “சாரு, எங்கே வந்தே? உள்ளே வாங்க” என்றாள்.

“உங்க பஞ்சாயத்துதான் பெரும்பாடா இருக்கு” போனை தேய்க்கத் தொடங்கினான்.

குழந்தைகளுக்கான பிளாஸ்டிக் ஸ்டூலை ஜக்கு பாய் உள்ளேயிருந்து எடுத்து வந்தாள். "சாரு, இதுலே குந்து" கொஞ்சலாக இருந்தது.

சுற்றும் முற்றும் நோட்டம் விட்டவாறே அவன் உட்கார்ந்தான்.

"தம்பு எங்கே?"

"சாப்பாடு கொண்டாரலை, மண்டபம் கிட்டே வாங்கியாறேனு போயிருக்காரு" ஜக்கு பாய் சொன்னாள்.

"இங்கே ராம்லால் சேட்டு கடை வாசல்லே, குப்பைத்தொட்டிக்குப் பின்னாலே யார் சரக்கு வைச்சிருக்காங்க?"

"நம்ப ஆளுங்க இல்லே சார். உஸ்தாதும் பேபியும்தான் வைச்சிருக்காங்க" மால கொண்டையா சொன்னான்.

"அவங்க யாரு? நா பார்த்திருக்கேனா?"

ஜக்கு பாய் சிரித்தாள். "உஸ்தாத் நாகேஷ் கணக்கா சிரிச்சா மாதிரி, கிளிஞ்ச பனியன் ஆப் டவுசரோட சுத்துவான். அவன பாக்காத இருந்துருக்கலாம். ஆனா வில்லிவாக்கத்திலே பேபிய தெரியாம சினேகிதம் வெக்காம கார்ப்பரேசன் ஆளுங்க ஆருமே இருக்க மாட்டாங்க."

"நா ஒண்ணு கேட்டா, நீ ஒண்ணு சொல்றியே" சலித்துக் கொண்டான். " மால கொண்டையா, இப்ப அவங்க எங்கே இருப்பாங்க?"

"காய்லான் கடை பக்கத்திலேதான்."

"அவங்களை அழைச்சிண்டு வாங்க. ஏம்மா ஜக்கு பாய், பக்கத்து அப்பார்ட்மெண்ட்லேந்து வாட்ஸ் அப்லே கம்ப்ளையண்ட் கொடுத்திருக்காங்க. அவங்களையெல்லாம் கூப்பிடு."

ஒரு கையில் கேரி பேக்கும், இன்னொரு கையில் வாட்டர் பாட்டிலுமாய் தம்பு வந்தான்.

"வணக்கம் சார். சாப்பிடறீங்களா?" சிரித்தான்.

"பஞ்சாயத்துக்கு வந்தா சாப்பிடச் சொல்றீயே! யோவ் சீக்கிரம் நாலு வா போட்டுண்டு வா."

★

புங்க மரத்தடியில் கும்பல் கூடியிருந்தது. ஒத்தைவாடைத் தெரு அப்பார்ட்மெண்ட்டில் இருக்கக்கூடியவர்கள் ஆண்களும் பெண்களுமாய் பத்து பேருக்கு குறையாமல், நின்று கொண்டிருந்தனர். நடுவில் ஸ்டூலில் சூப்பர்வைசர் உட்கார்ந்திருந்தார். அவர் அருகில் அந்த டிவிஷனைச் சார்ந்த சிஐ கிருபாலும் நின்று கொண்டிருந்தார். துப்புரவுப் பணியாளர்கள் மால கொண்டையா, தம்பு, ஜக்கு பாய் இல்லாமல் வேறு ரெண்டு மூணு பேரும் இருந்தனர்.

உஸ்தாத் ஒரு கையால் டிரவுசரைப் பிடித்துக் கொண்டு சற்று வேகமாய் நடந்து வந்தான். பேபி தோளில் கோணிப்பை இல்லை. ஆனால் கம்பியுடன் பிளாஸ்டிக் பை ஒன்றை வைத்திருந்தாள். பிளாக்கி பின்னால் வந்து கொண்டிருந்தது.

மால கொண்டையாவை பேபி பார்த்துவிட்டாள். "அண்ணா காப்பரேசன் ஆளுவ மீட்டிங். நாங்க ஏன் வர்ணம்?"

"உங்கள சூப்பர்வைசர்தான் இட்டாரச் சொன்னாரு."

இருவரும் சற்று தள்ளி வெயில் படியாத இடமாக பார்த்து உட்கார்ந்து கொண்டனர். பிளாக்கி படுத்துக் கொண்டது.

"கிருபால் ஏன் பேசாம நிக்கறே. கம்ப்ளையண்ட் வந்ததை சொல்லு."

"கார்ப்பரேசன் ஆளுங்க அட்டை பாட்டில் குப்பையை காம்பேக்டர்லே போடாமா, ரோட்லேயே முப்பது நாளா சேர்த்து வைச்சிருக்காங்கனு கம்ப்ளையண்ட் வந்திருக்கு."

"சார், அதுனாலே நாங்கள்ளாம் உள்ளே உக்கார முடியலே. நாத்தம் குடலைப் புடுங்குது. சாப்பிட முடியலே. எல்லாருமே அவஸ்தைப் படறோம். அது மட்டுமிலே ஏதாவது நோய் நொடி வந்தா யார் அலையறது?"

சூப்பர்வைசர் துப்புரவுப் பணியாளர்களைப் பார்த்தார். "என்னய்யா சொல்றீங்க?" கேள்வியை எழுப்பினார்.

"சார், இந்த குப்பையை பிரிச்சு ஏதோ ரெண்டு ரூபா பாக்கறதுங்கறது ரொம்ப நாளா இருக்கு. உங்களுக்கு தெரியாதது இல்லே. ஆனா காய்லான் கடையெல்லாம் மூடியாச்சு. அதுனாலே சர்க்கு அப்படியே சேந்துருச்சு. எங்களுக்கும் ஏதோ கொஞ்சம் நாஸ்தாக்கும் சர்க்குக்கும் காசு கெடக்கும் அதெல்லாம் போச்சு" தம்புதான் துணிச்சலாக பேசினான்.

“இவங்க அப்பார்ட்மெண்டு வாசல்லே யாரெல்லாம் அடைச்சி வைச்சிருக்கீங்க?”

“சாரு, அவங்க அப்பார்ட்மெண்டு வாசல்லே யாருமே வைக்கறதில்லே. நீங்கதான் மோட்டார் சைக்கிள்லே வரும்போதே பாத்திருப்பீங்களே? இந்த காம்பவுண்டுக்கு வெளியே நாங்கதான் கோணி மூட்டையிலே கட்டி போட்டுருக்கோம். நாளைக்கு வெள்சாமி கட தெறந்தாச்சுனா அல்லாம் காலியாயிடும். இடமும் கிளீனாயிடும்” ஐக்கு பாய் பதில் சொன்னாள்.

கிருபால் உஸ்தாத் பக்கம் திரும்பினார். “யோவ் ராம்லால் சேட் கட வாசல்லே குப்பையை குவிச்சுட்டு குடும்பம் நடத்தறீங்களாமே? அங்கேந்தும் கம்ப்ளையண்ட் வந்திருக்கு.”

பேபி எழுந்து நின்று கொண்டாள். பிளாக்கியும் எழுந்து நின்று கொண்டது. சுருங்கி கசங்கியிருந்த நைட்டியை உதறினாள். பின்னர் இழுத்து விட்டுக் கொண்டாள். “சாரு, கம்ப்ளைட் குப்பைக்கா? இல்லாக்காட்டி குடும்பத்துக்கா?”

அப்பார்ட்மெண்ட் ஆசாமிகளும் சிரித்தனர்.

“ஊர் உலகம் பூரா கரோனா பயத்துலே நடுங்கிண்டு இருக்கோம். எப்படியெல்லாமோ வரதுனு சொல்றாங்க. சுத்த பத்தமா இருக்க வேண்டாமா? கேட்டா எதிர்க்கேள்வி போடறாளே? குப்பை பொறுக்கறவளுக்கு இருக்கற திமிரைப் பாத்தீங்களா!” ஒரு அம்மா சொன்னாள்.

பேபி பேசாமல் உஸ்தாதையே பார்த்துக் கொண்டிருந்தாள்.

“என்னாமே, பேசமா நிக்கறே அம்மா சொல்றாங்க இல்லே, பதில் சொல்லு” தம்புதான் குறுக்கிட்டான்.

பேபி சிரித்தாள். “குப்பை அள்றவங்களும் குப்பை பொறுக்கிங்களும் நாதியத்தவங்க. அதான் பேசறாங்க. சுத்த பத்தம் பத்தி இந்தம்மா இவ்ளோ பேசறாங்க. இவங்கல்லாம் தூமத் துணி இல்லாக்காட்டி கொயந்தங்களுக்கு கட்றாங்களே டைபர் அத கவர்லே சுத்தி கண்ல கைலே படாம என்னிக்காவது தொட்டிலே போட்றுக்காங்களா? டெய்லி இருவது தொட்டிலே ரெண்டு தபா இல்லாக்காட்டி மூணு தபாகூட இறங்கி நோண்டறேன். இருவது வர்சமா இதத்தான் செய்றேன். எப்பவோ ஒத்தருதான் கவர்லே கட்டிப் போட்டிருப்பாங்க.”

“ஏம்மா அசிங்கமா பேசாதே நிறுத்து!” கிருபால் சொன்னான்.

“சாரு, இது மட்டும் இல்ல, இன்னும் கீது. வேல செஞ்சிட்டு கயட்டின ரப்பர் ஒறயக்கூட காய்தத்திலே சுத்திப் போட மாட்டானுங்க அசிங்கம் புடிச்சவங்க”

சற்றே மௌனம் கவ்வியது.

ஸ்டூலில் அமர்ந்திருந்த சூப்பர்வைசர் எழுந்தார். “நாங்க ஒண்ணு கேட்டா நீங்க எல்லாரும் வேற ஒரு பதில் சொல்றீங்க.” அப்பார்ட்மெண்ட்காரர்கள் பக்கம் திரும்பினார். “ஏங்க அட்டை பாட்டில்தானே கோணிலே கட்டி வைச்சிருக்காங்க. இவ்ளோ நேரம் இங்கே நிக்கறேன். ஒரு வாடை இல்லையே?”

“நீங்க அந்த டிபார்ட்மெண்டுலேயே இருக்கறதாலே பழகிப் போச்சு” ஒருவர் சொன்னார்.

“இன்னும் ஏழெட்டு நாள்தானே இருக்கு, லாக்டவுன் முடிஞ்சவுடனே காய்லான் கடை திறந்தவுடனே எடுத்துடறேனு சொல்றாங்களே. பொறுத்துக்கக் கூடாதா?”

“சார், இந்த குப்பையினாலே என்னன்னவோ வரும்கராங்க. உங்க டிபார்ட்மெண்ட்லேயே குப்பையை குவிக்காதீங்கனு சொல்லிண்டு இருக்கீங்க. போதாக்குறைக்கு கரோனாவேற.”

சூப்பர்வைசர் சிரித்தார். “அம்மா, ஏதேதோ சொல்லி எல்லாரையும் பயமுறுத்தாதீங்க.”

“நானா எதையும் சொல்லலே, எல்லாரும் சொல்றதுதானே!”

“அதெல்லாம் வதந்திங்கம்மா. இப்படித்தான் சிக்கன் சாப்டா வரும், மட்டன் சாப்டா வரும்னு சொல்லி கௌப்பி விட்டாங்க. எதுனாலே வரதுனு சரியா தெரிஞ்சாதான் நாம்ப எச்சரிக்கையா இருக்கலாம். வதந்தியை நம்பினா நம்ப குளோஸ்தான். மொதல்ல தெரிஞ்சக்கோங்க கரோனா ஒட்டுவாரொட்டி. ஒருத்தருட்டேந்து இன்னொருத்தருக்கு எச்சில், இருமல், தும்மல் மூலமா காத்துலே பரவி லங்ஸை அட்டாக் பண்ணறது. இதுக்கும் அங்கே இருக்கற அட்டை குப்பைக்கும் எந்த சம்பந்தமும் இல்லை. அதை புரிஞ்சுக்கோங்க!”

“அப்படீன்னா அங்கே குப்பையை சேத்து வைக்கலாம்னு சொல்றீங்களா?” இன்னொருவர் நுழைந்தார்.

“குப்பை சேர்க்கறது ஒரு இஷ்யூ, கரோனா வேற இஷ்யூ. இரண்டையும் ஒண்ணா பாக்க வேண்டாம். அதத்தான் நான் சொல்ல வரேன்.”

“சார், எங்களுக்கு எதுவுமே தெரியாத மாதிரி டீச் பண்ணாதீங்க. உங்க ஆளுங்க குப்பையை க்ளீன் பண்ணறதுக்கு பதிலா வேற இடத்திலே குவிக்கறாங்க. உங்களுக்கும் அவங்களுக்கும் ஒரு அண்டர்ஸ்டாண்டிங். அதுனாலேதான் ஆக்ஷன் எடுக்கறதுக்கு பதிலா சால்ஜாப்பு சொல்லிண்டு இருக்கீங்க.”

“ஏங்க, சால்வ் பண்ணணுங்கறதுக்காகத்தானே நான் உடனே ஸ்பாட்டுக்கு வந்திருக்கேன்.”

“சார், நாங்க வாட்ஸ் அப்லே அப்லோட் செஞ்சவுடனே வந்தீங்க. தேங்க்ஸ். ஆனா இதை எடுக்கலேன்னா சூப்பர்வைசருக்கு டிவிஷனை சுத்தமா வைச்சிக்கறதில அக்கறையில்லைனு நாங்க கமிஷனருக்கு கம்ப்ளையண்ட் கொடுப்போம்” கறாராக பேசினார்.

துப்புறவு பணியாளர்களை சூப்பர்வைசர் பரிதாபமாக பார்த்தார்.

“ஏம்மா, ராம்லால் சேட் கட வாசலை க்ளீன் பண்ணிடுங்க” கிருபால் சொன்னார்.

“சாரு, ஒங்காளுங்க கிட்டே சொல்றீங்க கரீட். ஆனா நா பொறுக்கினதுலே நீ கை வைக்க ரூல் கெடயாது” பேபி குரலில் அழுத்தம் தொனித்தது.

தம்பு சிரித்தவாறே கிருபாலையும் பேபியையும் மாறி மாறி பார்த்தான்.

“ஏம்மா, என்ன சொல்றே நீ? அது கவர்மெண்ட் ப்ராப்பர்டி.”

“சாரு, தொட்டிலே பொறுக்கினது கவருமெண்ட் பாப்பர்டினா சொல்றே?”

“ஆமாம்!”

“சாரு, அப்படீன்னா அது கோட்டைக்குன்னா போவணும்! ஏங் கொடுங்கயூர் போவுது?”

அப்பார்ட்மெண்ட்வாசிகள் மட்டுமின்றி துப்புரவுப் பணியாளர்களும் பேபியையும் பிளாக்கியையும் பார்த்துக் கொண்டிருந்தனர்.

“கிருபால் பேசிண்டே போவாதே, நான் சொல்றேன். இங்கேயும் சேட்டு கடை வாசல்லேயும் இருக்கற அட்டை பாட்டில் இதெல்லாம் எடுத்து இடத்தை நாலு மணிக்குள்ளே எல்லாரும் காலி பண்ணணும். இல்லேன்னா காம்பேக்டர்லே க்ளீன் பண்ணிடுவோம். அதுக்கு முன்னாடி பார்த்துக்கோங்க. ஏதாவது முக்கியமான பொருள் இருந்தா அதையாவது எடுத்து வைச்சிக்கோங்க.”

“ஏ சாரே, ஊடு வாசல இட்சுத்தான் நாங்க அல்லாரும் ரோட்டுக்கு வந்தோம். இப்ப பொறுக்கி வச்சதக்கூட விட்டு வெக்க மாட்டீங்களா?”

“சார், மேடம் நீங்கள்ளாம் போங்க. இடம் க்ளீனாயிடும். காம்பேக்டர் வந்துட்டு போனப்பறம் ப்ளீச்சிங் போடச் சொல்றேன்.”

“தேங்க்ஸ் சார். அவங்களுக்கெல்லாம் இதப் பத்திய அவேர்னஸ் கிடையாது. அதுனாலேதான் அட்டை பாட்டில் காசு பெரிசா தெரியுது. இதை இப்படியே விட்டா நோய் பூதமா பரவிடும் அந்தக் கவலைதான் எங்களுக்கு” கலைந்து சென்றனர்.

துப்புரவுப் பணியாளர்கள் ஒருவரோடு ஒருவர் பேசிக் கொண்டிருந்தனர். கிருபாலும் சூப்பர்வைசரும் தனியே சென்றனர்.

“யாருய்யா காம்பேக்டர்?” சூப்பர்வைசர்தான் கேட்டார்.

“சார், இன்னக்கி டேவிட்தான் டூட்டி.”

“அவன் நம்பரப் போட்டுக் கொடுய்யா.”

கிருபால் பெயரைத் தேடி தட்டினான். “டேவிட், நான் சிஐ கிருபால் பேசறேன்.”

. . . .

“நம்ப ஸோான் சிஎஸ் உங்ககிட்டே பேசணும்னு சொன்னாரு. அவருட்டே கொடுக்கறேன்”

. . . .

கிருபாலிடமிருந்து மொபைலை வாங்கிக் கொண்டார். "டேவிட், நான் ஸோான் எட்டு சிஎஸ் பேசறேன்."

. . . .

"இப்ப எங்கே இருக்கே?"

. . . .

"95லே பால்வாடிகிட்டே அட்டை பாட்டில் குவிஞ்சிருக்கு, அதெல்லாம் க்ளியர் செய்யணும்."

. . . .

"ராம்லால் சேட் கடை தெரியுமில்லியா? அங்கேயும் அதே மாதிரிதான்."

. . . .

"நாலு மணிக்குள்ளே எல்லாத்தையும் கிளியர் செய்யணும்."

. . . .

"அதெல்லாம் சரி, சரக்கு க்ளீன், அட்டை சப்பை சில்வர் ..."

. . . .

"லொட்டு லொசுக்கைப் பத்தி தெரியாது. ஆனா பத்து இருபது நாள் சரக்கு, அஞ்சு ஆறு பேர் சரக்கு, ஆறாயிருத்துக்கு கொறயாம கெடக்கும்"

. . . .

"காம்பேக்டர் உள்ளே போவறதுக்கு முன்னாடிதான் யார்டுலே தந்திடுவாங்களே!"

. . . .

"சரி, கொறக்காதே மூணு ரூபாயாவது கிருபால்கிட்டே கொடுத்துடு. நான் வாங்கிக்கறேன்" போனை கிருபாலிடம் அளித்தார்.

"அவன் வந்தான்னா நிக்க வச்சு வாங்கிடு, வா" அழைத்தார்.

இருவரும் மோட்டார் சைக்கிளில் சென்றனர். தம்புவும் மற்றவர்களும் சைக்கிளில் சென்றனர்.

★

“உள்ளே வந்து குந்துய்யா, அப்பவே யெரக்கதுனு சொன்னியே இப்ப எப்படி இருக்கு?” மால கொண்டையாவை ஜக்கு பாய் அழைத்தாள். “நீங்களும் ஏன் அங்கே வெயில்லே நிக்கறீங்க? வாங்க உள்ளே.”

உஸ்தாதும் பேபியும் உள்ளே சென்றனர். பிளாக்கியும் வந்தது.

மால கொண்டையாவுக்கு வருத்தம் மேலிட்டது. “பாவிப் பசங்க பொழைக்க விடமாட்டாங்க.”

“ஆமாய்யா நானும் இருபது நா சரக்கு வைச்சிருந்தேன். எல்லாத்தையும் அந்த டேவிட் அடிச்சிண்டு போயிடுவான்” ஜக்கு பாய் புலம்பினாள்.

“அக்கா, நீ அத சொல்லாதே உங்க ஆபிஸருங்க டேவிட்டுகிட்டே கறந்துடுவாங்க” பேபி சிரித்தாள்.

“நீங்கள்ளாம் சம்பளக்காரங்க எப்படியோ பொளுது போயிடும். எங்களச் சொல்லுங்க இருபது நாள் சர்க்கு. சோறும் இல்லே சர்க்கும் போச்சு” உஸ்தாத் குரல் கம்மியது.

“யோவ் சேத்து வைக்கறது சேட்டுய்யா. இது நம்ப ஜாதி புத்தி கெடயாது. எப்படியோ வச்சோம் போச்சு, விடு!”

“இருபது நாள் சர்க்காச்சே பேபி” ஜக்கு பாய்க்கு துக்கம் இன்னும் அடங்கவில்லை.

“ஏன் பொலம்பறீங்க! மெட்ராஸ்லே எவ்ளோ ஜனம், அத்தினி பேரும் பொளுது விடிஞ்சா குப்ப போடாதியா இருக்கப் போறாங்க. கவலப் படாதீங்க, கையும் காலும் நல்லா இருக்கறச்சே எல்லாத்தையும் நாம்ப பொறுக்கலாம் பீறாயலாம்.”

இப்பொழுது ஜக்குபாய் லேசாக சிரித்தாள்.

“அக்கா நாலு கிளாஸ் கெடக்குமா?”

தண்ணீர்ப் பானை மீதிருந்த பிளாஸ்டிக் டம்ளர்களை ஜக்கு பாய் எடுத்து வந்தாள். பேபி கையிலிருந்து பிளாஸ்டிக் கவரை உஸ்தாதிடம் கொடுத்தாள். உள்ளேயிருந்து பேப்பர் சுற்றிய பாட்டிலை எடுத்தான். ஜக்கு பாய் மகிழ்ச்சியடைந்தாள். உஸ்தாத் நான்கு டம்ளர்களிலும் பங்கிட்டான். வாட்டர் பாட்டிலை எடுத்து ஜக்கு பாய் தண்ணீரை ஊற்றத் துவங்கினாள். “எனக்கு தண்ணி வேணாங்கா, அப்டியே குட்சுக்கறேன் ”

டம்ளரை பேபி எடுத்துக் கொண்டாள். ஐக்கு பாயும், மால கொண்டய்யாவும் டம்ளரை உயர்த்தி பருகத் தொடங்கினர்.

"உஸ்தாத், பீடி கொடு"

பீடியை வாயில் சொறுகிக் கொண்டாள். உஸ்தாத் உரசினான். புகையை வலிக்கத் துவங்கினாள். பிளாக்கி பேபி காலடியில் படுத்துக் கொண்டது.

★

பேப்பர் கடையில் எவரும் சமூக இடைவெளியை கடைப்பிடிக்கவில்லை. எனவே சற்று தயங்கி ஒதுங்கியே நின்று கொண்டிருந்தேன். அதற்குள் ராகேஷ் பாண்டியன் ஓட்டலில் பார்சல் வாங்கி வந்து விட்டான். இங்கேயும் அவன்தான் சற்றே நீந்தி பேப்பரை வாங்கினான். கரோனா லாக்டவுன் செய்திகள் அயர்ச்சியை ஏற்படுத்தியது.

"வீட்டில் போய் படிச்சுக்கலாம், மாமா கீழே பார்த்து வாங்க" அவன் முன்னே சென்று கொண்டிருந்தான்.

"என்ன நீ பாட்டுக்க நேரே போறே?"

"இல்ல, மாதா சிலையண்ட போய் ஒத்தைவாடை தெரு வழியா போயிடலாம்."

"ஏய், அந்த தெருவிலே நாய்த் தொந்தரவு இருக்குமே!"

"நாயெல்லாம் சோறில்லாம காஞ்சுண்டு கிடக்கு."

திரும்பினோம். இனம் புரியாத பரபரப்பு. மாதா சிலையருகில் தெருவில் வாகனங்கள் செல்லமுடியாதபடி இரும்பு தடுப்புகள் நிறுத்தப்பட்டிருந்தன. இரண்டு மூன்று போலீஸ் பட்ரோல் வண்டிகளும், ஸ்ப்ரேயர் வண்டியொன்றும் நின்று கொண்டிருந்தது. தெருத்தடுப்பு அருகில் ஃப்ளெக்ஸ் போர்டுகளை நாலைந்து பேர் கட்டிக் கொண்டிருந்தனர். நான் தயங்கி நின்று கொண்டிருந்தேன். போலீஸ் ஜீப்பொன்று வந்து கொண்டிருந்தது. அதில் கட்டியிருந்த ஒலி பெருக்கி வழியே ஒத்தைவாடை தெருவில் கரோனா நோய்த் தொற்று இருப்பதாக தெரிய வந்துள்ளதால் அத்தெருவில் எவரும் செல்லக்கூடாது என்று அறிவித்துக் கொண்டிருந்தார்கள். ராகேஷ் வந்தான்.

"எந்த வீட்டுலே?"

“பால்வாடி பக்கத்திலே இருக்கற வெஜ் அப்பார்ட்மெண்ட்லே ரெண்டு பேருக்கு கரோனாவாம். இப்பத்தான் தெரிஞ்சுதாம். ஆம்புலன்ஸ் வந்திருக்கு.”

“பேரே வித்தியாமா இருக்கே?”

“ஆமாம் மாமா. அங்கே டூலெட் போர்ட் போட்டா வெஜிடேரியன்ஸ் ஒன்லிதான் போடுவாங்க. அதுனாலே நாங்கள்ளாம் அதை வெஜ் அப்பார்ட்மெண்ட்னுதான் சொல்வோம்.”

சிரித்தேன்.

“வெளிநாட்டுலேந்து சொந்தக்காரங்க வந்தாங்களாம். அவங்ககிட்டேந்து மத்தவங்களுக்கு தொத்திகிச்சுனு பேசிக்கறாங்க.”

“அங்கே இன்னும் எத்தினி பேர் வீட்லேயே இந்தநோவை பாதுகாப்பா பொத்தி பொத்தி வைச்சிண்டு இருக்காங்களோ! இங்க யாரும் நிக்க வேண்டாம் மூவ் பண்ணுங்க.” போலீஸ்காரர் சொல்லிக் கொண்டிருந்தார்.

“மாமா, நாம்ப தெற்கு மாடவீதி வழியாவே போயிடலாம்.”

அவனைப் பின் தொடர்ந்தேன்.

@
புக் டே இணைய இதழ்
மே, 1920

3
கர் வாப்ஸி

"அமெரிக்காவிலுள்ள மிஸஸ் ராக்ஃபெல்லரின் நாத்தனார் பெண் லோரிட்டாவும், நியூயார்க் நகரில் உள்ள யுனெஸ்கோ ஸ்தாபனத்தில் பணி புரியும் மிஸஸ் மூர்த்தியின் மகள் வசந்தாவும் கலாசாலைத் தோழிகள். இணை பிரியா சிநேகிதிகள். கீழே தடுக்கி விழுவதாயிருந்தால்கூட இருவரும் சேர்ந்தாற்போல் பேசி வைத்துக் கொண்டு விழுவார்கள்."

இப்படித்தான் வாஷிங்டனில் திருமணத்தை துவக்கியிருந்தார் சாவி. இந்திய பிராமண அதுவும் தமிழ் நாட்டு ஸ்மார்த்த பிராமண திருமணத்தை அச்சு அசலாக பாட்டிகள் அப்பளம் இடுவது, சம்பந்தி சண்டை, ஜான்வாசத்தில் குறவர்கள் பவர் லைட் தூக்குவது, அவர்களைக் கண்டு தெரு நாய்கள் குரைக்கும் ஏற்பாடு, அரியக்குடி லால்குடி பாலக்காடு கச்சேரி வரை ஜாம் ஜாம் என்று நடத்தியதை படித்திருப்போம். கற்பனைதான் என்றாலும் அதை ராக்ஃபெல்லர் குடும்பத்தினர் நடத்தி வைப்பதான சித்தரிப்பு என்பது அலாதியானது. ஏற்கனவே பல்வேறு மூன்றாவது உலக நாடுகளில் எண்ணை வயல்களை மட்டுமின்றி, மக்களையும் சூறையாடி அவர் பெயருக்கு உள்ளான குடும்பத்தினருக்கு ஒப்பனை செய்யும் முயற்சிதான் அது என்பதை ஒரு சிலரே அறிவர். இதன் தொடர்ச்சியாகத்தான் இதயமும் பேசியது.

இத்தனை முன்னோட்டம் எதற்கு என்ற கேள்வி எழக்கூடும். இப்பொழுது சொல்லப் போகும் கதையும் வாஷிங்டனில்தான் துவங்கிறது. அது மட்டுமல்ல நமது கதாநாயகன் பஞ்ச் என்கிற சேங்காலிபுரம் அப்பய்ய தீட்சதரின் புத்ரன் பஞ்சாபகேசனுக்கும் அதே யுனெஸ்கோ மாதிரி யூனிசெஃபில்தான் உத்யோகம். இனி நாம் கதைக்கு போகலாம்.

சேங்காலிபுரம் என்றாலே தமிழ்நாட்டில் ஆறேழு தலைமுறைக்கு முந்தியவர்களுக்கு அனந்தராம தீட்சதர், நாராயண தீட்சதர் என்ற சகோதர உபந்நியாசகர்கள் நினைவுக்கு வரக்கூடும். ஆழ்வார்பேட்டை வீனஸ் காலனியில் ஆரம்பித்து கீழ்பாக்கம் கல்கி கார்டன்ஸ் வரை ராமாயணத்தையும் பாரதத்தையும் பட்டணத்தில் ஒரு கலக்கு கலக்கியவர்கள். உபந்நியாசத்திற்கு இடையில் வந்திருக்கக்கூடிய விஜபிக்களையும் விட்டுவைக்க மாட்டார்கள். டாக்டர் குருஸ்வாமி முதலியார் தெருவில் உள்ள கல்கி தோட்டத்தில் நடைபெற்ற நிகழ்ச்சிக்கு பக்கத்து தெருவான நௌரோஜி தெருவிலிருந்து வந்த ராஜாஜி தீட்சதர்களிடம் இத்தனை நரஸ்துதி வேண்டுமா என்று கேட்டது விசேஷமானதுதான். இத்தனைக்கும் அவரும் ராமாயணத்தையும் பாரதத்தையும் தொடராக எழுதியவர்தான்.

அந்த காலட்சேபக்காரர்களின் தாயாதியான அப்பய்ய தீட்சதர் கும்பகோணம் ராஜா வேத பாடசாலையில்தான் ருக்வேத அத்யாபகராக இருக்கிறார். அவரது சக தர்மிணி தர்மாம்பாளுக்கு சொந்த ஊர் கருவேலி. சற்குண நாதேஸ்வரர் கோயிலில் அவருடைய தகப்பனார் பாராயணதாரராக இருந்தமையால் சிறு குழந்தையாக இருந்தது முதல் அந்தக் கோவில் அத்துபடியாக இருந்தது. சேங்காலிபுரத்தாருக்கு கல்யாணம் செய்து கொடுத்தவுடன் பெற்றோரைப் பிரிவதைக் காட்டிலும் சற்குண நாதேஸ்வரர் தரிசனம் இல்லாமல் இனி இருக்க வேண்டுமே என்ற கவலைதான் தர்மாம்பாளுக்கு இருந்தது. என்னதான் சாரங்கபாணி, சக்கரபாணி, நாகேஸ்வரன் என்று தினப்படி தரிசனம் செய்து வந்தாலும் கரிவேலி ஞாபகம் தர்மாம்பாளுக்கு மறையவே இல்லை.

ஜ்யேஷ்ட குமாரனுக்கு சற்குண நாதேஸ்வரன் என்றுதான் பெயர் வைக்க விரும்பினாள். ஆனால் அப்பய்ய தீட்சதர், ‘ஸ்வாமிக்கு அந்தப்பெயர் இருக்கலாம், ஆனால் குழந்தைகளுக்கு வைத்தால் கிறிஸ்துவப் பெயர் மாதிரி இருக்கும்’ என்று நிராகரித்தது தர்மாம்பாளுக்கு வருத்தமாகத்தான் இருந்தது. அதேமாதிரி ‘என்னதான் பார்வதி தேவியே முலைப்பால் கொடுத்த திருஞானசம்பந்தர் ஸ்மார்த்தராக இருந்தாலும், அந்தப்

பெயரையும் பிராமணர்கள் லேசில் வைக்கமாட்டார்கள்' என்பதும் பின்னால்தான் தெரிய வந்தது.

★

தீட்சதர் தர்மாம்பாள் தம்பதியினரின் ஜ்யேஷ்ட குமாரன் பஞ்சாபகேசன் கும்பகோணம் டவுன் ஹைஸ்கூலிலும், அங்கேயே கவர்மெண்ட் காலேஜிலும் படித்தான். படிப்பில் கெட்டிக்காரனாக இருந்ததினால் மதராஸ் ஐஐடியில் சேர்ந்தான். பின்னர்தான் யூனிசெஃபில் வேலை கிடைத்தது. முதலில் டெல்லியில்தான் உத்யோகத்தில் இருந்தான். வாஷிங்டனில் யூனிசெஃபில் சேரும்படி உத்தரவானவுடன் பெரிய இடத்தில் வேலைக்கு போவது தீட்சதருக்கும் பரம சந்தோஷம்.

இருபத்தி ஐந்து முடிவதற்குள் பெரிய இடத்தில் அதுவும் விதேசத்தில் வேலை கிடைத்தது தர்மாம்பாளுக்கும் சந்தோஷத்தை அளித்தது என்றாலும், 'பிராம்மணர்கள் நாலைந்து கடல் கடந்து தர்மத்தை மீறலாமா?' என்ற சந்தேகம் இருந்தது. தீட்சதருக்கும் இந்த விவகாரத்தில் கொஞ்சம் கவலை இருக்கத்தான் செய்தது. திவான் பகதூர் பட்டம் வாங்கிய பார் அட்லா சுப்ரமண்ய அய்யர் கடல் தாண்டி போனதற்கான சிரார்த்தம் செய்து வைக்க வரமாட்டோம் என்று மயிலாப்பூர் சாஸ்திரிகள் எல்லோரும் சொன்ன பிறகு, அய்யர் சிரார்த்தம் செய்தாரோ இல்லையோ வீட்டை தன் தாயார் கல்யாணி பெயரால் ஆஸ்பத்திரி நடத்துமாறு கிறிஸ்துவ சபைக்கு கொடுத்த சமாச்சாரம்தான் முதலில் நினைவுக்கு வந்தது. தவிர இந்த விவகாரங்களில் கடிதாசு எழுதக்கூடிய சங்கரராமனையும் அங்கே அனுப்பியபடியால், கலியில் இந்த தர்மத்தை அனுஷ்டிக்க முடியாது என்று தீர்மானித்துக் கொண்டு சக தர்மினியிடம் விவரமாக எடுத்துச் சொன்னபிறகே அந்த அம்மாவிற்கும் அது திருப்தியாக இருந்தது.

★

டபீர் தெருவிலே இருக்கற மஞ்சக்குடி ஏகாம்பர கனபாடிகள்தான் நாள் பார்த்து கொடுத்தார். முதல் நாளே பச்சையப்ப முதலி தெருவில் உள்ள அப்பய்ய தீட்சதர் கிரஹகத்தில் ஏகக் கூட்டம். தீட்சதரின் சகோதரிகள் தங்கள்

புருஷன்மார்களுடன் வந்திருந்தனர். அதே மாதிரி தர்மாம்பாளின் தம்பி காசியும், தாயாருடனும் தன் சகதர்மினியுடனும் வந்திருந்தான். சுற்று வட்டார கோயில்களிலிருந்து கொண்டு வந்த விபூதி, குங்குமப் பிரசாதத்தை அவன் நெற்றியில் இட்டார்கள், பெரிய உத்யோகத்திற்கு போகும் பஞ்ச்சை எல்லாரும் வாழ்த்தினார்கள். நாள் பார்த்ததற்கிணங்க முதல் நாளே பரஸ்தானம் எடுத்து வைத்தார்கள்.

காசிக்கு சற்று கவலையாகக்கூட இருந்தது. ’போன இடத்தில் யாராவது ஒரு வெள்ளைக்காரியைப் பாத்து கல்யாணம் பண்ணிண்டுட்டான்னா அவனை நம்பி இருக்கிற தன் பொண்ணு கதி என்னவாகும்?’ பஞ்ச் வாசல் ரேழி ரூம்லே ஏதோ பேப்பரை வைச்சிண்டு படிச்சிண்டு இருக்கறச்சே உள்ளே நுழைஞ்சான். யாரும் கூட இல்லை. இதான் தோதான சமயம் என்று நினைத்துக் கொண்டான்.

தலை நிமிர்ந்த பஞ்ச் “வாங்க மாமா, கார்த்தாலேயேதான் தைலோக்கி குங்குமத்தை இட்டுவிட்டுட்டேளே!” சிரித்தான்.

“அது இல்லே, இது வேற விஷயம்” என்றபடி மரப்பெட்டி மேலே உட்கார்ந்தான்.

“சொல்லுங்கோ!” பஞ்ச் மீண்டும் சிரித்தான்.

“நீ எப்படியும் வரதுக்கு ரெண்டு மூணு வருஷமாவது ஆகுமாமே!”

“ஆமாம் மாமா. எப்படியும் ஆறேழு வருஷத்துக்கு அங்கேதான் இருக்கணும். நடுப்பற ரெண்டு வருஷத்துக்கு ஒரு தடவை வந்துட்டு போகலாம். அதுக்கெல்லாம் ஒண்ணும் கவலைப்படாதீங்கோ.”

“அதுக்கில்லை நான் எத்தனை நாள் அங்காவை பொத்திப் பொத்தி வைச்சிக்கறது?”

பஞ்ச் சிரித்தான்.

“நான் என்னமோ சொல்லிண்டு இருக்கேன், சிரிக்கறியே?” காசியின் குரல் கம்முவதாக இருந்தது.

“என்ன மாமா, அங்கா இனிமேத்தான் ஸ்கூலை முடிக்கணும்.

அப்பறம் காலேஜ்லே படிக்கணும், நெறய இருக்கே. இன்னும் அஞ்சு வருஷமாவது ஆகுமே!"

"உனக்காகத்தான் அவள் காத்திண்டு இருப்பா!"

"மாமா அவ படிக்கட்டும். அப்பறம் இதைப் பத்தி யோசிக்கலாம்." பஞ்ச் பிடி கொடுக்காம பேசற மாதிரி இருந்தது.

"அப்படீன்னா அவளை நீ கல்யாணம் பண்ணிக்க மாட்டியா?"

"மாமா நான் உத்யோகத்துக்காக இப்பத்தான் வெளிநாடு போகப் போறேன். அவளோ இன்னும் ஸ்கூலையே முடிக்கலை. எல்லாத்துக்கும் ஒரு காலம் இருக்கு, அப்ப பார்த்துக்கலாம்."

அரை மனசோட காசி வெளியே வந்தான். பஞ்ச்சுக்கு ஒன்றும் புரியவில்லை. 'இவர் என்னடான்னா தன் பொண்ணை கல்யாணம் பண்ணிக்கோங்கறார். அத்தையும் அப்பாவும் அங்கே போய் உத்யோகத்திலே இருந்தாலும் நம்ம ஆசாரம், அனுஷ்டானத்தையெல்லாம் விட்டுடாதேங்கறா' சற்று குழப்பமாகத்தான் இருந்தது.

எல்லாருக்கும் சாஷ்டாங்கமாக விழுந்து நமஸ்கரித்தான். அப்பய்ய தீட்சிதர் சக தர்மிணியுடன் ஆசிர்வதித்தார். "நான் சொன்னதை மனசுலே வைச்சுக்கோ தினப்படி கொஞ்சம் ஸுந்தர காண்டம் படி, எல்லாம் நல்லபடியா நடக்கும்" என்றார். தர்மாம்பாளுக்கும் கவலையாகத்தான் இருந்தது. பஞ்ச் கிளம்பினான். அப்பய்ய தீட்சதரின் யோசனைக்கிணங்க மதராஸில் கொண்டுவிடும் வகையில் அவன் வகுப்புத் தோழன் கிருஷ்ணஸ்வாமியும் அவனுடன் கிளம்பினான்.

★

சென்னை விமானநிலையத்தில் பயணிகள் எடுத்துச் செல்ல அனுமதிக்கப்பட்டதைக் காட்டிலும் இரண்டு இரண்டரை கிலோ கூடுதலான சுமை இருப்பதாகச் சொன்னார்கள். எடுத்துச் செல்ல வேண்டுமென்றால் கார்கோவுக்கான கட்டணம் செலுத்த வேண்டும் என்று சொன்னார்கள். பஞ்ச் கணக்குப் போட்டுப் பார்த்தான். லிப்கோவின் சுந்தர காண்ட பாராயணம், கீதா

பிரஸ்ஸின் அர்த்தத்துடன் கூடிய பகவத் கீதை, சாண் அகலம் கரை போட்ட மயில் கண் எட்டு முழம் வேட்டி இரண்டு ஆகியவற்றை எடுத்து கிருஷ்ணஸ்வாமியிடம் கொடுத்தான். இப்பொழுது எடை சரியாக இருந்தது. பஞ்ச் விமானத்தில் ஏறினான்.

★

வாஷிங்டனில்தான் பஞ்ச்சிற்கு உத்யோகம். இண்டியன் எம்பஸி இருக்கக்கூடிய க்யூ தெருவில் டுபாண்ட் மெட்ரோ ஸ்டேஷனுக்குப் பக்கத்தில்தான் அவன் அலுவலகம் இருந்தது. நாற்பது மாடிக் கட்டிடத்தில் முப்பத்தி மூன்றில்தான் பஞ்ச்சுக்கு வேலை.

எல்லா தேசங்களிலும் இருக்கக்கூடிய குழந்தைகளின் ஆரோக்கியம் பற்றிய தகவல்களை பகுத்து தருவதை தொகுக்கும் பகுதியில் அவனுக்கு வேலை. நூறு பேருக்கு மேல் அவன் தளத்தில் வேலை செய்தார்கள். இருந்தாலும் ஒவ்வொவருவரும் சின்னச் சின்ன தடுப்பறைக்குள் வேலை பார்த்து வந்தமையால், அவர்களுடன் பரஸ்பர பரிச்சயம் உடனடி உண்டாகவில்லை. ஆனால் பாண்ட்ரியில் பார்க்கையில் சிரிக்கவும் “ஹாய்” என்று சொல்வதற்கும் பழகிக் கொள்வதற்கே இவனுக்கு நாலைந்து நாளாகி விட்டது.

அங்கேயிருந்து கிளிவ்லாண்ட் பார்க் மேட்ரோவில் இறங்கி, போர்டர் தெருவில் உள்ள யூனிசெஃப் விடுதிக்கு போக பத்து நிமிஷமாவது ஆகும். வேலையும் போக்குவரத்தும் ஒரு வழியாக பழகிப் போய்விட்டாலும், சாப்பாடு சமாச்சாரம்தான் பஞ்ச்சிற்கு புரிபடாமல் இருந்தது. சைவம் அசைவம் இனங்காண்பதில் பெருங்குழப்பம் இருந்து வந்தது. காப்பி சாப்பிட வெளியில் போவதற்கு தயக்கமாகவும், சங்கோஜமாகவும் அவனுக்கு இருந்தது. அலுவலகத்திலிருந்து விடுதி விடுதியிலிருந்து அலுவலகம் என்றுதான் நாட்களைக் கழித்து வந்தான்.

வழக்கமான உத்யோக நிமித்தம் வரும் இ மெயில்களை படித்து உடனுக்குடன் பதில் அனுப்பி முடிக்கையில் புதுசாக இன்னொரு மெயில் தலையை நீட்டியது. ‘உடனடி

கான்ஃபிரன்ஸ் ஹாலுக்கு லாப்டாப்புடன் வரவும்' என்ற வாசகத்தின் கீழே 'டிரேசி சாப்மென்' என்ற பெயர் இருந்தது. அது ஆணா பெண்ணா என்று அனுமானிக்க சில நொடிகள் ஆகியது. தடுப்பறையிலிருந்து லாப்டாப்புடன் வெளியே வந்தான். கான்ஃபிரன்ஸ் ஹால் செல்வதற்கான அடையாளக் குறியின் வழிகாட்டலுக்கிணங்க சென்றான். ஏதோ பெரிய அரங்காக இருக்கும் என்று நினைத்துப் போன பஞ்ச்சிற்கு உள்ளே சென்றதும் ஏழெட்டு நாற்காலிகளும் நீண்ட ஓவல் வடிவ மேசையும் உள்ள இடம் ஆச்சரியமாக இருந்தது. ஒரு பெண்மணி மட்டும் லாப்டாப்பில் ஏதோ மும்முரமாக இருந்தாள். சற்றே உயரமாக கறுத்த நிறத்தில் ஏதோ ஒரு மழைக்கோட் போன்று ஒரு நீண்ட கோட் அணிந்திருந்தாள். மெல்லிய தேக வாகு, கறுத்த சுருள் முடி இவனைக் கண்டதும் சிரித்தாள்.

"ஹாய்" என விளித்து "நான் பஞ்சாபகேசன்" என்றபடி சற்றுத் தள்ளி ஒரு நாற்காலியில் அமர்ந்தான்.

"நான் தான் டிரேசி, இங்கே அருகில் வந்து அமர்ந்து கொள்" என்று அவள் சொன்னாள்.

"இன்னும் வரவேண்டியவர்கள் இருக்கிறார்களா?" என்று கேட்டான்

"இல்லை" என்றபடி அவளே தனது லாப்டாப்பை எடுத்துக் கொண்டு பஞ்சின் அடுத்த நாற்காலியில் அமர்ந்தாள்.

'பிராஜக்ட் கோ ஆர்டினேட்டர் டிரேசி சாப்மென்' என்று தன்னை அறிமுகப்படுத்திக் கொண்டு உடனடியாக லாப்டாப்பிற்குள் நுழைந்தாள். பஞ்ச்சும் தனது லாப்டாப்பை திறந்து வைத்துக் கொண்டான். பத்து நிமிடங்களுக்கு மேலாக புள்ளி விவரங்களை பிரிப்பது பற்றி அவள் விவாதித்தாள் என்பதைக் காட்டிலும் வகுப்பெடுத்தாள் என்றுதான் சொல்ல வேண்டும். எது உடனடியாக தேவை என்பதையும், அதை எப்படி ரகம் பிரிப்பது என்பதையும் அவனிடம் கூறி முடித்த பின்னர்தான் பஞ்ச்சிற்கு நிம்மதியாக இருந்தது. பிந்திய ஐந்து நிமிட பரஸ்பர உரையாடல் வழக்கமான நிலைக்கு அவனை வரச் செய்தது.

அந்த வாரத்திலேயே பஞ்ச் இரண்டு மூன்று முறை டிரேசியை கான்ஃபிரன்ஸ் ஹாலில் சந்திக்க வேண்டியிருந்தது. ஒரு முறை அவளே நேரடியாக இவனது தடுப்பறைக்குள் வந்தாள்.

★

மெட்ரோவை நோக்கி சென்று கொண்டிருந்தபோதுதான் "பாஞ்சாகேஷன்" என்ற மெல்லிய குரல் கேட்டு நிச்சயம் டிரேசியாகத்தான் இருக்க வேண்டுமென நினைத்தபடி திரும்பினான். அவளேதான். இன்றும் மழைக்கோட்டு மாதிரி நீண்ட ஆரஞ்சு பூக்கள் நிறைந்த கோட்டை அணிந்திருந்தாள். நெருங்கிய பின்னரே அவை தனக்கு மிகவும் பிடித்த கார்நேஷன் மலர்கள் என்பதை அறிந்து கொண்டான்.

"எனக்கு கார்நேஷன் மலர்கள் மிகவும் பிடித்தமானது. உங்கள் உடையில் அது இருப்பது என்னை வசீகரிக்கிறது" சற்று துணிச்சலை வரவழித்துக் கொண்டு சிரித்தான்.

டிரேசியும் சிரித்தாள். "விடுதிக்கு மெட்ரோவில்தானே பயணம்?"

ஆமாம் என்பது போல தலையை ஆட்டியபடியே "நீங்கள்" என்று பஞ்ச் கேட்டான்.

"நாம் இருவரும் சேர்ந்து ஒரு காப்பி குடித்து விட்டு பயணத்தை தொடரலாமா?"

"மகிழ்ச்சிதான். ஆனால் அதற்கு முன்னர் ஒரு வேண்டுகோள்!"

டிரேசி பதில் ஏதுமின்றி விழிகளை உயர்த்தினாள்.

"என் பெயரை அழைப்பதில் நீங்கள் மிகவும் சிரமப்படுவதாக தோன்றுகிறது, பஞ்ச் என்றே என்னை அழைக்கலாம். எங்கள் ஊரில் அப்படித்தான் என்னை அழைப்பார்கள்."

"ஓகே பஞ்ச்" என்றபடி முன்னே சென்றாள். எமிசரி காஃபி ஹவுஸ் வாசலுக்கு வந்தாள்.

"இந்த இடத்திற்கு நான் இது வரை வந்ததில்லை" பஞ்ச் உள்ளே நுழைந்தான்.

"நான் வழக்கமாக வரக்கூடிய இடம் இதுதான்" அவள் சிரித்தாள்.

விளக்கு வெளிச்சம் இதமாக சாயங்காலமாய் இருந்தது. நடுவில் உள்ள இருவருக்கான மேசையின் அருகில் அமர்ந்தாள். பஞ்ச் எதிரே அமர்ந்தான். கொறித்தபடி அவள் தன்னைப் பற்றி அறிமுகம் செய்து கொண்டாள். அம்மா நாநா எலிநாம் கானா தேசமென்றும், அப்பா சாம்வேல் ஆரோன் கொலம்பியா தேசம் என்றும் தெரிந்து கொண்டான். கானாவிலும் பிரான்சிலும் படித்து விட்டு மெக்சிகோவில் வேலையில் சேர்ந்து இரண்டு வருஷங்களுக்குப் பின்னர் இங்கே வந்திருப்பதை அவள் தெரிவித்தாள். இவனைப் பற்றி குசலம் விசாரித்தாள். இவன் சொன்னான். இவன் அம்மாவைப் பற்றி சொன்னதும் அவள் "அக்கோயில் பூசாரியா?" என்று டிரேசி கேட்டாள்.

"இல்லை, எங்க ஊர்லே பெண்கள் பூசாரியாக இருக்கக் கூடாது."

"அப்படியானால் அவர்கள் கடவுளை வணங்கிட அனுமதி உண்டா?" சிரித்தாள். இவனுக்கும் சிரிப்பு வந்தது.

★

பஞ்ச்சிற்கு அடுத்த ஒருவாரம் முழுவதும் வேலையில் மும்முரமாக இருந்தான். டிரேசியை பற்றி அடிக்கடி நினைத்துக் கொண்டிருந்தாலும், அவளை சந்திக்கும் வாய்ப்பு கிடைக்கவில்லை. இ மெயில் அனுப்பலாமா என்றுகூட யோசித்தான்.

கிளிவ்லாண்ட் பார்க் மெட்ரோவில் இறங்கி மெதுவாக நடந்து கொண்டிருந்தான் இண்டீக் ரெஸ்டாரெண்ட் வாசலில் டிரேசி நின்று கொண்டிருந்தாள். தொலைவில் வருகையில் தன்னைப் பார்த்து சிரிப்பது இவனுக்கு தெரிந்தது. கையை அசைத்தான். டிரேசியும் அசைத்தாள். வழக்கமான ரெயின் கோட் உடையில் இல்லாமல் சின்ன சட்டையும், ஜீன்ஸ் கால் சராயும் அணிந்திருந்தாள். வித்தியாசமான உடை சற்று உயரத்தை கூட்டுவதாக இருந்தது. தோளில் ஒரு பையுடன் இருந்தாள்.

"எனக்கு சீக்கிரம் வேலை முடிந்து விட்டது. உன்னை பார்த்து பேச வேண்டும் என்பதற்காகத்தான் காத்திருந்தேன்."

“நான் கூட சந்திக்க வேண்டும் என்றுதான் நினைத்துக் கொண்டிருந்தேன். உன் எண் என்னிடம் இல்லாததால் உனக்கு மெயில் அனுப்பலாமா என்று கூட நினைத்தேன்.”

“பஞ்ச், நன்றி.”

“உன் பெயர் ஏதோ வித்தியாசமாக எனக்கு இருக்கிறது!”

“எனது அப்பாவுக்கு மிகவும் பிடித்த கறுப்பு இன பாப் பாடகி ஒருவரின் பெயரைத்தான் எனக்கு வைத்துள்ளார்”

“அப்படியா டிரேசி சாப்மேன் என்ற பெயரில் பாடகி ஒருவர் இருக்கிறார் என்பதை நீ கூறிய பின்னரே நான் அறிவேன்.”

தெருவில் இருந்த உயரமான மேசையருகில் இவன் நின்று கொண்டான். டிரேசிதான் டிரேயில் இரண்டு காப்பி கோப்பைகளை எடுத்து வந்தாள்.

கோப்பையை எடுத்துக் கொண்டான். “கொஞ்சம் பொறு, அதில் சர்க்கரை இருக்காது” என்றபடி டேபிளில் இருந்த தட்டிலிருந்து இரண்டு கட்டிகளை எடுத்துப் போட்டாள். குச்சியால் கலக்கிக் கொண்டான். “எனக்கு வேறு விதமான சங்கீதம் பற்றி எவ்வித பரிச்சயமும் கிடையாது. மத சம்பந்தமான பாடல்களை மட்டும் வீட்டிலோ அல்லது கோயிலிலோ பாடுகையில் கேட்பேன். நானும் சில சமயங்களில் சேர்ந்து பாடுவேன் அவ்வளவுதான்.”

“நானும் அப்படித்தான்.”

“வேறு எங்காவது கடைக்கு போகவேண்டுமா? இல்லை நேராக கெஸ்ட் ஹவுசுக்குத்தானா?” இவன் கேட்டான்.

“இல்லை. நேராக போக வேண்டியதுதான்.”

இருவரும் வெளியே வந்தனர். பாதையும் சற்று மேடாக இருந்ததோடு அவளின் வேக நடைக்கும், பஞ்ச்சால் ஈடு கொடுக்க முடியவில்லை.

“டிரேசி, சற்று மெதுவாக நட. உன் வேகத்திற்கு என்னால் பின்தொடர முடியவில்லை.”

டிரேசி கையை நீட்டினாள். பஞ்ச் கையைப் பற்றிக் கொண்டான்.

★

பஞ்ச் தரவுகளை சலித்துக் கொண்டிருந்தான். எந்தெந்த தேசங்களில் குழந்தைகள் அதிக அளவில் பட்டினியால் வாடிக் கொண்டிருக்கிறார்கள் என்ற விவரங்கள் கவலையை அளித்தது. சாப்பிட வேண்டும் என்று தோன்றவில்லை. அடுத்தடுத்த தடுப்புகளுக்குள்ளிருந்து ஆண்களும் பெண்களும் மதிய உணவிற்காக வெளியே வந்து கொண்டிருந்தனர். ஓரிருவர் 'பஞ்ச் வரவில்லையா?' என்று கேட்டபடி சென்றனர். கைபேசி ஒலித்தது. டிரேசியேதான்.

"அன்பே, மதிய உணவை முடித்து விட்டாயா?"

"இல்லை டிரேசி, ஸ்லோவாக்கியா தரவுகளை ஆய்வு செய்து கொண்டிருந்தேன். பசியே போய்விட்டது."

"அப்படியென்றால் கானாவிலிருந்து வந்த நான் சாப்பிடவே கூடாது?"

பஞ்ச் பதிலொன்றும் கூறவில்லை.

"எமிசரியில் நான் காத்திருக்கிறேன். நீங்கள் தயை செய்து அங்கே வாருங்கள், மதிய உணவை அங்கே முடித்துக் கொள்வோம்."

பஞ்ச்சிற்கு சற்று குழப்பம். "எமிசரி எங்கே இருக்கிறது என்பது புரியவில்லையே?"

அவள் ஏதோ சொன்னாள். "ஐந்து நிமிடத்தில் நான் அங்கே வந்துவிடுகிறேன்."

தெருமுனையில் புத்தகக் கடையைக் கடந்தவுனேயே டிரேசி வாசலில் நிற்பது தெரிந்தது. இப்போது பஞ்ச் கையை உயரே தூக்கி அசைத்தான். நெருங்கினான். ஆரஞ்ச் நிற கவுன் அணிந்திருந்தாள். உடலெங்கும் இவனுக்குப் பிடித்த மஞ்சள் கார்நேஷன் மலர்கள் பூத்திருந்தன. "இவை உனக்குப் பிடித்த மலர்கள் தானே?" கேட்டபடி கையை நீட்டினாள். இவன் கையைப் பற்றினான்.

“பஞ்ச் நான் இந்தியத் தத்துவத்தை தெரிந்து கொள்ள விரும்புகிறேன். துவைதம், அத்வைதம், பகவத் கீதா, யோகா ஆகியவை பற்றி நீதான் எனக்கு விரிவாக எடுத்துரைக்க வேண்டும்” வறுத்த பன்றி இறைச்சித் துண்டுகளை கடித்தபடி டிரேசி கேட்டாள்.

பஞ்ச் சிரித்தான்

“அன்பே, ஏன் சிரிக்கிறாய்?”

“எனக்கு பிஸ்கெட்டுக்கும் குக்கிக்கும் மட்டுமல்ல, ஐஸ் கிரீமுக்கும் ஃப்ரோஸன் டெஸர்ட்டுக்கும் கூட வித்தியாசம் தெரியாது. அப்படி இருக்கையில் துவைதம் அத்வைதம் பற்றியெல்லாம் கேட்காதே!”

“அப்படியானால் இதெல்லாம் தெரியவில்லையென்றால் கூட நீ என்னை கல்யாணம் செய்து கொள்வாயா?”

பஞ்ச் அந்த தேசத்து ஆசாரப்படி அவளை அணைத்துக் கொண்டான்.

★

வள வளன்னு இழுக்க வேண்டாம். விஷயத்திற்கு நேரடியாக வருவோம்.

பஞ்ச்சிற்கு அப்பாவுடன் நேரடியாக போனில் பேசுவதற்கு சற்று பயமும் தயக்கமும் இருந்தபடியால், நாலு பக்கத்தில் கடிதாசு ஒன்றை எழுதி பச்சையப்ப முதலி தெரு விலாசத்திற்கு அனுப்பி வைத்தான்.

டிரேசி சாப்மென் தனது சக உத்யோகஸ்தர் என்றும், கானா நாட்டு அம்மாவுக்கும் கொலம்பியா அப்பாவுக்கும் பிறந்த பெண் என்பதோடு, நம்மைப் போன்று பய பக்தி மிகுந்த பெண் என்பதையும் குறிப்பிட்டு, இந்த ஏழெட்டு மாதங்களில் இருவருக்கும் நேச பாவம் அதிகரித்தையும் விளக்கியிருந்தான். எனவே இருவரும் இந்திய முறைப்படி திருமணம் செய்து கொள்ள விரும்புவதாகவும், அதற்கு சாப்மென்னின் அம்மா நானா எலிநாமும், அப்பா சாம்வேல் ஆரோனும் சம்மதித்துள்ளதையும் விவரமாக கூறியிருந்தான். எனவே சொந்தக்காரர்கள் மனம் நோகாது தங்கள் திருமணத்தை

அப்பாவும் அம்மாவும் நடத்தி வைக்க வேண்டுமென்று வேண்டிக்கொண்டிருந்தான்.

தர்மாம்பாள் நிலை குலைந்து போய் விட்டாள் என்றுதான் சொல்ல வேண்டும். தன் தம்பி பொண்ணை மருமகளாக்கிக் கொள்வதாக கொடுத்த வாக்கு என்னவாகும் என்று கவலைப் பட்டாள். அப்பய்ய தீட்சதருக்கும் பாடசாலையில் தனக்கு இருக்கக்கூடிய மானம், மரியாதை, கௌரவம் எல்லாம் போய்விடுமே என்று பயந்தார். அப்பறம் மடத்தில் சதஸூக்கெல்லாம் கூப்பிடுவார்களோ என்று சநதேகமும் வந்தது.

இருக்கவே இருக்கார் டபீர் தெரு மஞ்சக்குடி ஏகாம்பர கனபாடிகள். அவரிடம் போய் பஞ்சாபகேசன் எழுதிய கடிதத்தையும் காட்டி சகல விஷயத்தையும் சொன்னார். “நமக்கு தர்மம்தான் முக்கியம் அதைத்தான் காலங்காலமா அனுஷ்டிச்சுண்டு வரோம். அதுனாலே ஹிந்து தர்மத்தோடு நம்ம ஆச்சார அனுஷ்டானத்தை கொண்டிருக்கிற பொண்ணைத்தான் நீ கல்யாணம் செய்து கொள்ள வேண்டும். இது எங்களோடு ஆசை மட்டுமல்ல நம்ம சொந்தக்காரர்கள் அனைவரின் ஆசையுங்கூட இதனால்தான் நம்ம வம்சம் விருத்தியடையறதோடு நாமும் நம்ம தர்மமும் ரட்சிக்கப்படும்.”

“இப்படி எழுதினா போதுமா?” அப்பய்ய தீட்சிதருக்கு சந்தேகம் நீங்கவில்லை.

“எழுதுங்கோ, அடுத்த தபால்லே கரிவேலி பெண்ணை பார்த்து நிச்சயம் பண்ணிடுங்கோனு எழுதிடுவான்” கனபாடிகள் நம்பிக்கையை விதைத்தார்.

★

ஒரு நாள் மாலை இண்டீக் ரெஸ்டாரெண்டில்தான் டிரேசியிடம் பஞ்ச் கடிதத்தை படித்துக் காட்டினான். ஒரு முறைக்கு இரு முறை அதன் பொருளை விளக்கினான்.

“அன்பே, இந்தக் கடிதம் என்ன சொல்ல முயற்சிக்கிறது என்பதே எனக்குப் புரியவில்லையே?”

பஞ்ச் அனைத்தையும் விவரித்தான். “நீ அவர்கள் சொல்லக்கூடிய ஹிந்து தர்மத்தை ஏற்றுக் கொள்கிறாயா?”

“எது ஹிந்து தர்மம்னு ஏதாவது எம்ஓஏ இருந்தால் கொடு, அதைப் படித்துவிட்டு பின்னர் நான் சொல்கிறேன்.”

பஞ்ச் சிரித்தான். “எனக்கும் இதைப்பற்றி எதுவும் தெரியாது. எம்ஓஏவோ இல்லை கான்ஸ்டிடியூஷனோ எதுவும் இருப்பதாக தெரியவில்லை. ஏதாவது தெரியவில்லையென்றால் உடனே ஹிந்து தர்மம்னு என்று எனது அம்மா அடிக்கடி கூறுவாள். அம்மா மட்டும் இல்லை எங்கள் ஊரில் தேசத்தில் நிறைய பேர் இப்படித்தான் சொல்வார்கள்.”

“அன்பே, நீதான் இதற்கு விடை காண வேண்டும்.”

“அதைத்தான் நான் ஏற்கனவே சொல்லிவிட்டேனே! எனக்கும் ஒன்றும் புரியவில்லை. வேண்டுமானால் ஃபாரஸ்ட் ஹில்ஸில் உள்ள ஆர்ய சமாஜ் கோயிலுக்கு இந்த வீக் என்டில் போய் வரலாம். அங்கே குருஜிக்கள் இருப்பார்கள், அவர்களிடம் கேட்போம், பேசலாம்.”

இரண்டு நாட்களை கழிப்பது என்பது இரண்டு யுகமாக இருந்தது பஞ்ச்சிற்கு. ஆர்ய சமாஜின் கோயில் சாதாரண அளவில்தான் இருந்தது. ஹாலில் பெரிய அளவில் இந்துக் கடவுள் உருவங்கள் வைக்கப்பட்டிருந்தது. நிறைய ரிஷிகளின் படங்களையும் மாட்டி பிளாஸ்டிக் மாலை போட்டிருந்தனர். கீழே ஆங்கிலத்திலும் ஹிந்தியிலும் விளக்கம் இருந்தது. இரண்டாவது மாடியில் குருஜியின் அலுவலகம் என்ற அறிவிப்பைப் படித்து விட்டு லிப்டில் சென்றார்கள். குருஜி என்றவுடன் தாடி மீசையுடன் காவி வேட்டி அணிந்திருக்கக்கூடிய நபரை எதிர்பார்த்த பஞ்ச், குர்தா டெனிம் அணிந்த மொட்டைத் தலையரைக் கண்டவுடன் ஆச்சரியமடைந்தான். கையில் பலதேசத்து நேரத்தைக் காட்டக்கூடிய ஒரு மினி தோசைக் கல்லை கட்டிக் கொண்டிருந்தார். சங்கு சக்கரம் போன்று ஒரு கையில் மொபைலும் மற்றொரு கையில் டேபும் ஜொலித்தது.

“நான் டிரேசி சாப்மென், கானா தேசத்துப் பிரஜை. ஒரு சொந்தப் பிரச்னை சம்பந்தமாக ஆலோசனை நடத்த வேண்டும் என்று வந்திருக்கிறோம்” டிரேசி உரையாடலை துவக்கினாள்.

“நான் இந்தியாவில் தமிழ்நாட்டைச் சேர்ந்தவன். இங்கே யூனிசெஃபில் பணியாற்றுகிறேன். டிரேசியும் என்னுடன்தான்

பணியாற்றுகிறார். நாங்கள் இருவரும் திருமணம் செய்து கொள்ள விரும்புகிறோம்."

"திருமணம் எந்த நாட்டில், எந்த முறையில் நடைபெற வேண்டும் என்று நீங்கள் இருவரும் முடிவெடுத்துள்ளீர்களா?"

"இந்தியாவில் இந்து முறைப்படி நடைபெற வேண்டும் என்பதில் டிரேசி உறுதியாக இருக்கிறாள்."

"முறைப்படி அவளை இந்தியாவிற்கு அழைத்துச் செல்வதற்கான ஏற்பாடுகளை முன்னதாக செய்து கொள்ளுங்கள். பின்னர் அங்குள்ள நகரில் இருக்கக்கூடிய ஒரு ஆர்ய சமாஜத்தில் பதிவு செய்து கொண்டு, இந்து மதத்திற்கு மாறுவதற்கான நடைமுறைகளை மேற்கொள்ளுங்கள். பின்னர் இந்து திருமண முறைப்படி திருமணம் செய்து கொள்ளலாம்."

"இந்து மதத்திற்கு மாறுவதற்கு முன்னர் அதன் நடைமுறைகள் அல்லது சட்ட திட்டங்கள் பற்றி முழுமையாக அறிந்து கொள்ள விரும்புகிறேன். அதற்கு நான் என்ன செய்ய வேண்டும்?"

குருஜி சிரித்தார். "அப்படி எதுவும் பிரத்யேகமாக விதிப்புத்தகம் கிடையாது. துன்பங்கள் யாவுமே சென்ற பிறப்பின் வினைப் பயனே. எனவே அடுத்த பிறவியில் நல்வாழ்வின் பொருட்டு இப்பிறப்பில் நல்வழியில் செல்வது பொதுவான விதியாக இருக்கிறது."

"பஞ்ச், உனக்கு ஏதாவது புரிகிறதா?"

"ஆண்களை திருப்தி செய்வதே பெண்களின் அடிப்படை கடமையாக இருந்து வருவதை எங்கள் வீட்டில் அறிவேன். தவிர எங்கள் தேசத்தில் தீர்மானிக்கும் உரிமை பொதுவாக பெண்களுக்கு இல்லை."

"அன்பே, பயமாக இருக்கிறது!"

குருஜி சிரித்தார். "ஏதோ ஒரு அனுபவத்தின் அடிப்படையில் அவர் கூறுகிறார். அது பொதுவிதியல்ல என்பதை நீங்கள் இருவருமே உணர வேண்டும்."

★

இந்த சந்திப்பு நடைபெற்று சரியாக நான்கு மாதத்திற்குப் பின் பஞ்ச்சும், டிரேசி சாப்மென் தன் பெற்றோர் நானா எலிநாம், சாம்வேல் ஆரோனுடன் சென்னையில் வந்து இறங்கினர். ஸ்வாகத்தில்தான் அனைவரும் தங்கியிருந்தனர். ராயப்பேட்டை ஆர்ய சமாஜத்தில் டிரேசி இந்துவாக மதம் மாறிய பிறகு, நேரடியாக கும்பகோணம் செல்வது என்பதுதான் திட்டம். எனவே முன்கூட்டியே கும்பகோணத்திற்கு தகவல் தரவேண்டாம் என்று டிரேசி கூறியதை பஞ்ச்சும் ஏற்றுக் கொண்டான்.

விண்ணப்ப படிவம், மற்றும் கட்டணத்துடன் (விதேசப் பிரஜை என்பதால் டாலரில்) தான் சொந்த விருப்பத்தின் பேரில் மதம் மாறுவதாகவும், இந்து தர்மத்தை தான் பின்பற்றி உண்மையான இந்துவாக விளங்குவேன் என்ற சுய பிரகடனத்தையும் டிரேசி அளித்தாள். அவர்களே ஹோமத்தின் போது டிரேசி கட்டிக் கொள்ள லஸ் சர்ச் ரோடில் ரங்காச்சாரியிலோ இல்லை மயிலாப்பூர் ராசியிலோ பட்டுப் புடவையும் ரெடிமேட் ரவிக்கையும் வாங்கி வரும்படி சொன்னார்கள். ஆர்ய சமாஜத்திலேயே ஒரு பெண் டிரேசிக்கு பட்டுப் புடவை கட்டிவிட்டு ரவிக்கையையும் போட்டுவிட்டு, புடவை கட்டிவிட்டதற்கு மட்டும் தனியாக பத்து டாலர் வாங்கிக் கொண்டாள். ஹோமம் வெகு விமரிசையாக நடைபெற்றது. சுத்திகரணம் செய்யப்பட்டு டிரேசிக்கு கற்பக லட்சுமி என்று நாமகரணம் செய்விக்கப்பட்டது. இதற்கான சான்றிதழையும் உடனே லாமினேட் செய்து தந்துவிட்டார்கள்.

★

சென்னையிலிருந்து காரில் கும்பகோணம் கிளம்பும்போதுதான் பஞ்ச் மொபைலில் அப்பாவை அழைத்தான். தான் விடுமுறையில் இந்தியா வந்திருப்பதாகவும் கூடவே தான் திருமணம் செய்து கொள்ளப் போகும் கற்பக லட்சுமியையும், அவள் பெற்றோரையும் அழைத்து வருவதாக கூறினான். அப்பா காச் மூச்சென்று கத்தியதும் மொபைலை ஸ்விட்ச் ஆஃப் செய்து விட்டான்.

நாலு மணி வாக்கில் பச்சையப்ப முதலித் தெருவிற்கு வந்தார்கள். ஏற்கனவே சொல்லிவைத்தாற்போல்

திண்ணையிலேயே காசியும் தர்மாம்பாளும் இருந்தனர். பஞ்ச் முன்னே செல்ல கற்பக லட்சுமியும் அவள் பெற்றோரும் பின்னே வந்தார்கள்.

முற்றத்தில் போட்டிருந்த பெஞ்சில் அவர்களை பஞ்ச் அமரச் செய்தான். தர்மாம்பாளுக்கும், காசிக்கும் பொறுத்திருக்க முடியவில்லை. "யாரோ ஒரு கருப்பி கிருஸ்துவச்சியை பொடவை கட்டி அழைச்சிண்டு வந்தா நாங்க கல்யாணம் செஞ்சி வைக்க முடியுமா?" தாம் தூமெனக் குதித்தார்கள். புலம்பித் தள்ளினார்கள்.

இந்த பரபரப்பிலும் கற்பக லட்சுமியும் அவள் பெற்றோரும் எந்த வார்த்தையும் பேசாமல் அவர்களையே பார்த்துக் கொண்டிருந்தனர். தாங்கள் கொண்டு வந்திருந்த தண்ணீரை கொஞ்சம் கொஞ்சமாக பருகிக் கொண்டிருந்தனர். பஞ்ச்சால் பொறுக்க முடியவில்லை.

"இதப் பாருங்கோ யாரும் ரொம்ப பேசாதீங்கோ! மெட்ராசிலே நேத்திக்குத்தான் சுத்திகரிணி ஹோமம் நடத்தி அவ இந்து தர்மத்தை ஏத்துண்டு இந்துவாக மாறிட்டா. ஆர்ய சமாஜமும் சர்டிபிகேட் கொடுத்துருக்கு. அவளை இனிமே யாரும் கிருஸ்துவச்சினு சொல்லக்கூடாது!"

அப்பய்ய தீட்சிதர் எழுந்தார். "ஆர்ய சமாஜமாவது! திராவிட சமாஜமாவது! நான் பேசக்கூடாதேனு பார்த்தா ரொம்ப பேசிண்டு போறியே? அவ சுத்திகரிணி ஹோமம் நடத்தி புடவை கட்டிண்டதனாலே ஹிந்துவாய்ட்டதாகவே வெச்சிக்கோ. ஆனா அவ நம்மடவாளாயிட்டாளா?"

"ஆர்ய சமாஜத்திலே, அவளுக்கு கற்பக லட்சுமினு நாமதேயமும் செஞ்சி வைச்சிருக்கா!"

"அது சரின்னே வைச்சுக்கறேன். அப்படீன்னா அவளை பிராம்மண ஸ்திரீயா மாத்தியிருக்காளா? அப்படியே இருந்தா அய்யரா அய்யங்காரா? அய்யர்னா அடுத்தாப்பல அவா வாத்திமாளா வடமாளா? அஷ்டசாஸ்திரமா பிரகச்சரணமா? சுக்ல யஜுஸா சோழியாளா? என்ன கோத்ரம்? என்ன சூத்ரம்? அதையும் சொல்லு!"

பஞ்ச் அவர் முகத்தையே பார்த்துக் கொண்டிருந்தான்.

“எவனோ புடலங்கா சமாஜம் சுத்திகரிணி ஹோமம் நடத்தி நாமகரணம் செஞ்சட்டா நம்மடவாளாயிடுவாளா?” இப்போ தீட்சிதர் விட்ட இடத்திலிருந்து காசி தொடர்ந்தான்.

கற்பக லட்சுமி எழுந்து பஞ்ச்சிடம் வந்தாள். அவன் கையைப் பற்றிக் கொண்டாள். என்னவென்று பஞ்ச்சிடம் கேட்டாள். விவரமாக சொன்னான். நாநா எலிநாமும் சாம்வேல் ஆரோனும் அவனையே பார்த்துக் கொண்டிருந்தனர். நாநா கற்பக லட்சுமியிடம் க்ரோபோ மொழியில் ஏதோ சொன்னாள்.

“அவர்கள் என்ன சொல்கின்றார்கள்” பஞ்ச் கேட்டான்.

“அன்பே, ஆர்ய சமாஜத்திலேயே இதையும் சொல்லி வேறு ஏதாவது பொருத்தமான ஹோமம் நடத்தியிருந்தா, இந்த அளவுக்கு பிரச்னை வந்திருக்காதோ என்று அவர்கள் கருதுகிறார்கள்.”

“இல்லை, எந்த ஹோமத்துனாலேயும் இது தீராது. பத்தாயிரம் வருஷமா இங்கே இது இருந்துண்டுதான் இருக்கு!”

★

சரியாக இருபத்தாறு நாட்களுக்குப் பின் சேங்காலிபுரம் அப்பய்ய தீட்சதர் குமாரன் பஞ்சாபகேசன் கானாவில் கேப் கோஸ்டில் உள்ள ரோமன் கத்தோலிக்க தேவாலயம் ஒன்றில் ஞானஸ்நானம் பெற்று, ‘அப்பய் பஞ்ச்’ என்ற நாமகரணத்துடன் டிரேசி சாப்மென்னை அவளது உற்றார் உறவினர் புடைசூழ பரிசுத்த விவாஹம் செய்து கொண்டான். கற்பக லட்சுமி பழையபடி டிரேசி சாப்மென்னாக மாறினாலும் கர்வாப்ஸிக்கான ஹோமத்தை நடத்தினாரா என்பது நமக்குத் தெரியவும் தெரியாது, தேவையும் இல்லை.

@
செம்மலர், மே 2022

4
க்யா அம்பேட்கர் நே சிர் பர் பகடி பாந்த்?

குஜராத் மாநிலம் பானஸ்கந்தா ஜில்லாவில் பிலான்பூரிலிருந்து 12 கி.மீ தொலைவில் உள்ள சாரிபாடா கிராமம்

டைம்ஸ் ஆஃப் இந்தியா, பிப்ரவரி 17, 2020

ராஜஸ்தான் மாநிலம் பிகானீர் ஜில்லா தபேஸர் அருகில் உள்ள ஒரு கிராமம்

பிஸினஸ் ஸ்டாண்டர்ட், மே 17, 2019

ம.பி. மாநிலம் இந்தூர் ஜில்லாவில் மௌ தாசிலில் தடோடா கிராமம் (அம்பேத்கர் பிறந்த தாசில்)

தி வயர், மே 16, 2019

ராஜஸ்தான் மாநிலம் பில்வாரா அருகில் உள்ள கிராமம்

இந்தியன் எக்ஸ்பிரஸ், ஏப்ரல் 30, 2018

ம.பி. மாநிலம் ரட்லம் ஜில்லாவில் நெக்ருன் கிராமம்

தி ஹிண்டு, மே 12, 2015

இடம், செய்தித்தாள், நாள் ஆகியவைதான் வேறேயொழிய அனைத்திலும் காணப்படும் தேசிய செய்தி ஒன்றுதான்.

“தலித் மணமகன் குதிரையில் அமர்ந்து ஊர்வலம் சென்றதற்காக தாக்கப்பட்டார்.”

எனது அக்கா கோமு என்கிற கோமதி, தன் பிள்ளை விசு, மருமகன் சாந்தா, பேத்தி பத்மா ஆகியோருடன் கொச்சியில் அடுக்கு மாடி குடியிருப்பொன்றில் வசித்து வருகிறாள். அக்காவின் மகள் சச்சா என்கிற சரஸ்வதியும், அமெரிக்காவில்

உள்ள நியூஜெர்சியில் குடும்பத்துடன் நிரந்தரமாக குடியேறி இருபது முப்பது வருஷங்களாகிவிட்டது. அவளது மகள் உம்மா என்கிற உமா மகேஸ்வரிக்கும், அவள் விரும்பிய பக்கி என்கிற பகவதி சரண் வர்மாவுக்கும் இரு குடும்பத்தினரின் ஒப்பதலின் பேரில் திருமணம் நடைபெறவிருக்கிறது. மாப்பிள்ளை குடும்பமும் நியூஜெர்சியில்தான் இருந்து வருகிறது. இருந்தாலும் தங்கள் சொந்த பந்தங்கள் சூழ திருமணம் நடைபெற வேண்டும் என்று அவர்கள் கருதியதால், அவர்களின் சொந்த ஊரான போபாலில்தான் திருமணம் நடைபெறவுள்ளது. அசல் இடம். சச்சா அவஸ்தைப்படக்கூடாது என்பதற்காக ஏதாவது உதவிகரமாக இருக்க முடியும் என்ற நம்பிக்கையின்பேரில்தான் நாங்கள் இரண்டு நாட்கள் முன்னதாகவே வந்திருக்கிறோம். திருமண அழைப்பிதழ் வாக்கியத்திற்கிணங்க மெட்ராஸைச் சுற்றியுள்ள பகுதிகளில் இருந்து வரும் விரல்விட்டு எண்ணக்கூடிய உற்றார் உறவினர்களும் எங்களுடன்தான் வந்துள்ளனர். இன்னமும் சேங்காலிபுரம், அன்னியூர், செம்மங்குடி, முடிகொண்டான், திப்பிராஜபுரம், ஆனாதாண்டாபுரம் போன்ற இடங்களிலிருந்து வரக்கூடிய மற்றவர்கள் நாளை மெட்ராஸ் வந்து ஜிடியிலும், தமிழ்நாட்டிலும் கிளம்பி வருவதாக கூறியுள்ளார்கள்.

பத்மா என்னருகில் வந்த நின்றாள். கையைப் பிடித்துக் கொண்டாள். எஸ்கலேட்டர் நகரத் தொடங்கியது.

“தாத்தா காதிலே ஓடறது யாரு? டிரேசி சாப்மெனா இல்லை ஜான் லென்னானா?”

“ரெண்டு பேரும் இல்லைடா, ஜேம்ஸ் ப்ரௌன்.”

“அப்படீன்னா சே இட் லவுட், **ஐயாம் ப்ளாக் அண்ட் ஐயாம் ப்ரௌட்**” சிரித்தாள்.

காதுகளில் சொறுகியிருந்த இயர் ஃபோனை அகற்றி தோள் பையில் வைத்துக் கொண்டேன். பாக்கெட்டிலிருந்து எம்பி த்ரி பிளேயரையும் அத்தோடு வைத்தேன். ராஜா போஜ் விமான நிலையமாக பெயர் பலகையளவில் மட்டுமே இருப்பதாகப் பட்டது. மற்றபடி போரூர் அல்லது பூந்தமல்லி பஸ் ஸ்டாண்டைப் போலத்தான் எனக்கு இருந்தது.

“அம்பி, ஒரு ஸ்டேட் கேபிடல் மாதிரி இல்லியே?” அக்கா கேட்டே விட்டாள்.

“வெள்ளைக்காரங்க வந்த போது வியாபார விருத்திக்காக ஃபாக்டரிகளைத்தான் மொதல்லே ஆரம்பிச்சாங்க. அப்பறம் கோட்டை கொத்தளம் கட்டினாங்க. சேவகம் செய்ய நம்மள்ளாம் வந்தப்பறம் பட்டணங்கள் வந்தது. மத்த இடமெல்லாம் தனித்தனி தீவாகவே நின்னு போயிடுத்து. அதுனாலே எல்லா ஊரும் ஒரே மாதிரி இல்லே. இதுனாலே பழக்க வழக்கத்திலே ஏகப்பட்ட வித்தியாசம் இருக்கு. இத்தனைக்கும் இது மதுரை, காஞ்சி மாதிரி பழமையான நகரம்தான்.”

“மாமா நீங்க சொல்றது சரிதான். நாப்பதேழுக்கு அப்பறமும் இதே நெலமைதான் இருக்கு. பெரும் நகரங்கள்தான் தேசங்கற மனோபாவம் எல்லாரிட்டயும் ஊறிப்போயிடுத்து” விசு சிரித்தான்.

“வெள்ளைக்காரங்க வரதுக்கு முன்னாடி இந்த தேசத்திலே ஒரே கல்சர்தான் இருந்தது, அதுதான் ஆரிய சம்பத்துனு தெய்வத்தின் குரல்லே படிச்ச ஞாபகம்” சாந்தா சொன்னாள்.

“தேசம் என்னிக்குமே ஒண்ணாயிருந்ததில்லை. பல ராஜாக்கள் பல ராஜாங்கங்கள். அப்படி இருக்கறச்சே தேசம் பூராவும் ஒரே மாதிரியா என்னிக்குமே இருந்திருக்க முடியாதுனுதான் நா நெனக்கிறேன். பிராம்மணாளுக்கே ஒவ்வொரு ஊர்லே ஒரு பழக்க வழக்கம் இருக்கு. எல்லாரும் ஒண்ணாயில்லையே? மலயாளத்திலே இருக்கறவா மாதிரி தஞ்சாவூர் ஜில்லாவிலே இருக்கறதில்லே. அதனாலே எல்லாரும் ஒண்ணுங்கறது என்னிக்குமே இருந்திருக்க முடியாதுனுதான் நான் நெனக்கிறேன்.”

“என்ன இருந்தாலும் நீங்க தம்பியை விட்டுக் கொடுப்பீங்களா?”

சுருண்டு கிடக்கும் ஆதிசேஷனைப் போன்று கன்வேயர் நாக்கை நீட்டிக் கொண்டிருந்தது. சற்று நேரத்தில் நீண்ட நாக்கு அசையத் தொடங்கியது. நேர்க்கேட்டில் வந்து பின்னர் சுழலத் தொடங்கியது. தத்தம் உடமைகளுக்காக கன்வேயரைச் சுற்றிலும் உறவினர்களும் இதர பயணிகளும் நின்று

கொண்டிருந்தனர். எனக்கு தோள்பையைத் தவிர வேறொன்றுமில்லை. இருப்பினும் விசுவிற்கு உதவி செய்யும் பொருட்டு நின்று கொண்டிருந்தேன். விசு பொறுமையாக பெட்டிகளை தள்ளினான். டிராலியில் பெட்டிகளை வரிசையாக அடுக்கினேன்.

“மாமா ஆறு சூட்கேஸ், ரெண்டு ப்ரீப்” சாந்தா எண்ணினாள்.

“மம்மி, நான் டிராலியைத் தள்ளறேன்” பத்மா அம்மாவுக்கு உதவ முன் வந்தாள்.

லவுஞ்சிலிருந்து நகரத் தொடங்கினோம். பார்க்கிங் பகுதியில் ஒன்றும் பெரிய அளவில் வண்டிகள் இல்லை. இரண்டு மூன்று வண்டிகளின் விண்ட் ஷீல்டில் இந்தியில் கையால் எழுதப்பட்ட தாள் ஒட்டப்பட்டிருந்தது.

“அம்மா, வண்டி எல்லாம் வந்தாச்சுனு நெனக்கிறேன். எல்லாரையும் க்ரூப்பா அனுப்பி வைச்சுடறேன், கடைசி டிரிப்லே நாம்ப போய்க்கலாம்.”

அவன் தோள்பையை நான் வாங்கிக் கொண்டேன். ஒரு ஓரமாக நின்று கொண்டோம். விசு வேகமாக வண்டிகளை நோக்கி முன்னால் சென்றான்.

“நமக்கு இன்னும் ஒரு அரை மணியாவது ஆகும்.”

“ஆமாம், அதுக்குள்ளே லவுஞ்சுக்குக்குப் போய் ஒரு காப்பியாவது சாப்பிட்டு வரலாமே?” சாந்தா எனக்கு பதிலளித்தாள்.

“மம்மி நான் வரலை” டிராலியோட இங்கேயே நிக்கறேன்.

“உங்க ஃபேமிலியிலே வெளியிலே கல்யாணம் பண்ணறது இதானே முதல்?” சாந்தா சிரித்தாள்.

“ஏன் அப்படிச் சொல்றே? உங்க கல்யாணமே உத்தமர் கோயில்லேதானே நடந்தது. பத்து வருஷங்கூட ஆகலை. அதுக்குள்ள மறந்துட்டியா?”

“அக்கா அவ அதக் கேக்கலே. காஸ்டுக்கு வெளியிலே பண்ணறதைப் பத்தி கேக்கறானு நெனக்கிறேன்.”

சாந்தா வேகமாக தலையை ஆட்டினாள். காஃபி கோப்பைகளை வினியோகித்தாள்.

“எங்களுக்கெல்லாம் வெவரம் தெரியறதுக்கு முன்னாடி.... இப்படி சொல்றதே தப்புதான். நாங்கள்ளாம் கல்யாணத்துக்கு அப்பறம்தான் அப்பா மடிலே உக்காந்து நெல்லுலே பேர் எழுதி அக்ஷராப்பியாஸத்தை ஆரம்பிச்சிருக்கோம்” அக்கா மெதுவாக பருகினாள்.

காலி கோப்பையை நான் வாங்கி வைத்தேன்.

“அந்த நாள்ளேல நாங்கள்ளாம் இவண்டேதான் ரொம்ப எதிர்பார்த்தோம். கடைசியிலே இவனும் அப்பா பிள்ளையாவே இருந்துட்டான். அவளையும் சும்மா சொல்லக்கூடாது. இவனுக்காக ரொம்ப நாள் காத்திருந்தாள். கடைசியிலே ராணிப்பேட்டையிலே தோல் மண்டிக்காரரை கல்யாணம் பண்ணிண்டு குழந்தை குட்டிகளோட சௌக்யமா இருக்கா.”

சிரித்தேன்.

“அதுக்கப்பறம் உலகமே அஸ்தமிச்சா மாதிரி இவனும் கல்யாணம் பண்ணிக்காம இருந்துட்டான்.”

“அடோலஸண்ட் ஸ்டேஜ்லேந்து ஸ்விட்ச் ஓவர் ஆவறது இன்னிக்கும் ஆம்பிள்ளைங்களுக்கு பிரச்னையாகத்தான் இருக்கு. பலபேர் யதார்த்த வாழ்வை இழந்துடறாங்க” சாந்தா என்னைப் பார்த்தபடியே சொன்னாள்.

நுழைவாயிலுக்கு வந்தோம். வண்டிகள் இன்னும் வரவில்லை. விசு மகளுடன் நின்று கொண்டிருந்தான்.

“கடைசியிலே நா கேட்டதுக்கு நீங்க யாருமே பதில் சொல்லலியே?’ சாந்தா சிரித்தாள்.

“நீ வேதாளம், நாங்க விக்ரமாதித்தனா? அதான் முன் கதைச் சுருக்கமே கிடைச்சுடுத்தே. அதிலேதான் பதிலும் இருக்கே.”

“என்ன கோமு? பேத்திக்கு கல்யாணமா ஜமாய்!” என்றபடி நடுத்தர வயது பெண் ஒருத்தி எங்களைக் கடந்து சென்றாள்.

“யாரு புரியலையே?” என்றேன்.

“என் கடைசி நாத்தனார், பெங்களூர்லியே செட்டில் ஆயிட்டா.”

“பார்த்து ரொம்ப வருஷம் ஆயிடுத்தா? அதுனாலே தெரியலை. உங்க மாமியார் இதுலே வரலே போலிருக்கே?”

“ஆமாம், வயசாயிடுத்து. எங்களோடு ஃபிளைட்லே வாங்கோளேன்னுதான் கூப்பிட்டேன். விசு கூட நேரிலேயே போய் சொல்லிட்டுதான் வந்தான். ஆனா...” இழுத்தாள்.

“என்ன முழுசாத்தான் சொல்லேன்.”

“முன் கதைச் சுருக்கம்னு சொன்னேனே அதோட தொடர்ச்சிதான்” சாந்தா விசுவின் அருகில் சென்றாள்.

“இன்னும் அஞ்சு நிமிஷத்திலே வண்டிகள் வந்துடும். பெங்களூர்காரங்க ஒரு வண்டியிலேயும், நாம இன்னொரு வண்டியிலேயும் போயிடலாம்.”

பெட்டிகளை வண்டியின் மேலுள்ள கேரியரில் டிரைவரும், விசுவுமாய் சேர்ந்து ஏற்றினர்.

“மாமா நீங்க முன்னாடி உக்காருங்க” விசு சொன்னவுடன் அமர்ந்தேன். இடையில் அக்காவும் மருமகளும், பின் சீட்டில் விசு மகளுடனும் அமர்ந்தனர். சற்று ஏற்ற இறக்கத்துடன் அமைந்திருந்த பாதையில் பயணிப்பது ஊஞ்சலில் ஆடுவது போல் இருந்தது.

“இப்ப நம்ப ப்ரோக்ராம் என்ன?” சாந்தா கேட்டாள்.

“சச்சாவெல்லாம் நேத்திக்கே டைரக்டா வந்தாச்சு. அவங்க எல்லாம் ஜெஹான் நுமா பாலஸில்தான் தங்கியிருக்காங்க. பிரைட் க்ரூம் ஃபேமிலியும் அங்கேதான் இருக்காங்க. அம்மாவை அங்கே இறக்கி விடறோம். நாம்ப இன்னொரு இடத்தில் தங்கறோம். பர்ச்சேஸையெல்லாம் முடிச்சிண்டு நாளைக்கு மதியம் பாலஸுக்கு ஷிப்ட் பண்ணறோம்.”

“ஏன் டாட், இப்பவே நாம்ப அங்கே போவக்கூடாதா?”

“நாளைக்குத்தான் நம்ப எல்லாருக்கும் ரூம் அலாட் ஆவுது” விசு பத்மா காதில் ஏதோ கிசுகிசுத்தான்.

“கல்யாணம் அந்த ஹோட்டல்லேதானே நடக்கப் போறது?”

“ஆமாம் மாமா. பான்க்வெட் ஹாலை மூணு நாளைக்கு எடுத்துருக்கு. இன்னிக்கு சாயந்திரத்திலேந்தே அவங்க சம்பிரதாயப்படி ஆரம்பிக்கறாங்க. நாம்பளும் அப்ப போவலாம். நாளைக்கு மெஹந்தி, அப்பறம் மாப்பிள்ளையை குதிரை மேலே உக்கார வைச்சு ஊர்வலம், மறுநாள் கல்யாணம். சாயந்திரம் ரிஸப்ஷன்.”

“நம்ம வழக்கம் இதுலே எதுவுமே கிடையாது போலிருக்கே?” சாந்தா கேட்டாள்.

“என்னதான் பெண் வீட்டார் கரன்சியை சினிமா நோட்டீஸ் மாதிரி இறைச்சாலும், எல்லா கல்யாணமும் பிள்ளை வீட்டார் முறையிலேதான் காலங்காலமா நடந்துண்டு இருக்கு. இதுதான் வழக்கமாவும் ஆயிடுத்து” அக்கா சொன்னாள்.

“அப்படியா மாமா?” விசு கேள்வியை எழுப்பினான்.

“கல்யாணங்கறதே ஆம்பிள்ளைங்களை நிலை நிறுத்தற ஏற்பாடா இருக்கறச்சே, அந்த முறையும் அதுக்கு ஏத்தபடிதானே இருக்க முடியும். இதுலே ஜாதி மத பேதமிருக்காதோனுதான் நெனக்கிறேன்.”

“அம்பி” அக்கா என் முதுகில் தட்டினாள்.

சாலையின் இரு பக்கங்களிலும் தொடர்ச்சியாக வைக்கப்பட்டிருந்த விளம்பரப் பதாகைகளில் மாநில முதல்வர் கைகளை உயர்த்தி சிரித்துக் கொண்டிருந்தார்.

“நம்ம ஊர் ஃப்ளெக்ஸ் கல்சர் இங்கேயும் இருக்கே?” அக்காவிற்கு ஆச்சரியமாக இருந்தது.

“கனகவிஜயர் கல்லேந்தி வரும்போது செங்குட்டுவனை பாராட்டி தட்சசீலத்திலேந்து வஞ்சி வரை ஃப்ளெக்ஸ் வைச்சிருப்பாங்க அது அப்படியே தொடருது” விசு சொன்னான்.

“அவர் ஜெயிலுக்குப் போனார்னுதான் சொல்வா, கேட்டிருக்கேன். எப்போ கல்லைத் தூக்கிண்டு வந்தார்?” பத்மா கேட்டாள்.

"ஏய் நீ சொல்றது விஜயேந்திரர். நான் சொல்றது கனகவிஜயர். கன்ஃப்யூஸ் ஆவாதே" விசு சிரித்தான்.

★

அக்காவை இறக்கி விட்ட பின் நாங்கள் தங்க வேண்டிய இடத்திற்கு வருவதற்கு மூணு மணியாகிவிட்டது. கட்டுமானம் பார்வைக்கு பூக்கடை சங்கர் கேப் மாதிரி இருந்தாலும் ஹோட்டல் ஜோஹ்ரி அண்ட் லவுஞ்ச் என்ற நியான் பெயர்ப் பலகையும் முகப்பும் அட்டகாசமாய் இருந்தது. சாலையின் ஓரமாய் முகப்பை அணைத்தபடி வண்டி நின்றது. மழை லேசாக தூறிக் கொண்டிருந்தது. வண்டியிலிருந்து இறங்கிய நான் மேலே உள்ள பெட்டிகளை இழுத்தேன். அதற்குள் டிரைவரும் ஹோட்டல் பணியாளரும் ஆளுக்கு ஒன்றாக அவற்றை இறக்கி உள்ளே கொண்டு வைத்தனர். சாந்தா பொறுமையாக சீட்டுகளைப் பார்த்தாள். பின்னரே உள்ளே வந்தாள்.

"நாலு சூட்கேஸ், ரெண்டு ப்ரிஃப் கேஸையும் அங்கே எறக்கினப்பறம் ரெண்டு சூட்கேஸ்தான் பாக்கி" என்னைப் பார்த்தாள்.

வலது தோளில் மாட்டியிருந்த பையை விசுவிடம் அளித்தேன். ஏற்கனவே வந்திருந்த உறவினர்கள் முகப்பில் நின்று கொண்டு பேசிக் கொண்டிருந்தனர். ஒரு சிலர் மரியாதை நிமித்தம் விசுவிடமும் என்னிடமும் குசலம் விசாரித்தனர்.

"கம்ஃபர்ட்டா இருக்கா?" விசு அவர்களை விசாரித்தான். ரெண்டு வார்த்தை அவர்கள் ஏதோ பேசினர். லிப்டு மெதுவாக மேலேயேறியது. "அஞ்சு மணிக்கு ரெடியாயிடுங்கோ. நம்ப அம்மாவையும் சச்சாவையும் பார்த்துட்டு மற்றதை பிளான் பண்ணலாம்."

★

"மாமா, நல்லாத் தூங்கினேளா?" சாந்தா கேட்டாள்.

"அவர் எங்கே தூங்கியிருப்பார், பாட்டு கேட்டுண்டு இருந்திருப்பார்."

"ஆமாம். பாட்டு கேட்டுண்டுதான் இருந்தேன்."

லிப்டில் நுழைந்தோம். பத்மா பொத்தான்களை அழுத்தினாள். லிப்ட் இறங்கத் துவங்கியது. முகப்பில் அறைச் சாவிகளை கொடுத்தோம். வாயிலில் காரைக் காணோம். விசு மொபைலில் பேசத் துவங்கினான்.

“மாமா, அரதப் பழசான அந்த பிளேயரை இன்னும் வைச்சிண்டு இருக்கற ஒரே ஆள் நீங்களாகத்தான் இருக்கும்?” சாந்தா கேள்வியை எழுப்பினாள்.

சிரித்தேன்.

“தாத்தா ஆப்பிள்லே இல்லே சோனிலே ஸ்டாண்ட் அலோனா வாங்கிங்கோ, ரிதமும் பீட்டும் பெர்ஃபெக்டா இருக்கும்.”

“கல்யாணமாகி வந்த புதுசுலே அப்பாவும் பிள்ளையும் எல்லா சங்கீதத்தையும் ரசிச்சு கேட்கறது எனக்கு ஆச்சரியமா இருக்கும். நீங்க ஒரு முறை சொன்னப்பறம்தான் நான் வெஸ்டர்னை கேக்க ஆரம்பிச்சேன். அதுக்கு முன்னாடி கேட்டதில்லைனு சொல்றதைவிட ராக், ஜாஸ், ஃபங்க்,ரேக்கி இது மேலேல்லாம் ஒரு அவெர்ஷன் இருந்ததுனுதான் சொல்லணும். நம்ம சங்கீதம்தான் ஒசத்தி திவ்யமானதுங்கற இறுமாப்போடகூட இருந்திருக்கேன்.”

“நீன்னு இல்லை, எல்லாருமே அப்படித்தான் இருக்காங்க.”

“இன்னொன்னு நம்மோட டிரெடிஷனல் ம்யூசிக், டான்ஸ் எல்லாமே காஸ்டு பேஸ்டு கல்சராத்தான் இருக்கேயொழிய, அதை உடைக்கறதா இல்லைனு இவ தாத்தா அடிக்கடி சொல்வார். அன்னிக்கு அதோட அர்த்தம் எனக்கு புரியாமத்தான் இருந்தது.”

“இங்கே இருக்கறவங்க எல்லாருமே தங்களோட ம்யூசிக்தான் உலகம், அதோட எல்லாமே முடிஞ்சுடுத்துனுதான் நெனக்கிறாங்க. ஆனா அங்கெல்லாம் சமூகத்தின் ஒரு பகுதிங்கறதை அவங்க உணர்றாங்க. அவங்களுக்கு சமூகம் பற்றிய அக்கறை அதிகமாவே இருக்கு. அதனாலேதான் பாடறவங்களும் எழுதறவங்களும் ஆக்டிவிஸ்டா இருக்காங்க.”

விசு அருகில் வந்தான். “நீங்க சொன்னதை நான் கேட்டுண்டுதான் இருந்தேன். இந்த டிரெண்ட் அறுபதுகளில்

ஆரம்பிச்சுதுனு நான் படிச்சிருக்கேன். அதுக்கு அடிப்படையான காரணம் வியட்நாம் யுத்தமும், பொருளாதார நெருக்கடியும். அத்தோட வேலையில்லாத் திண்டாட்டமும் சேர்ந்தது. இந்த பாதிப்பு யுஎஸ்லே மட்டுமில்லே யுகே, பிரான்ஸ், ஐரோப்பிலே சில பகுதிகள் இப்படி பல தேசத்திலே இருந்தது."

"ம்யூசிக் மட்டுமில்லே, சினிமா இலக்கியம் சமூகம் இப்படி எல்லாத்தையும் இது பாதிச்சுது. ஆனா நம்மூர்லே யாரையுமே எதுவுமே எந்தக் காலத்திலுமே பாதிக்கறதில்லை. ஒரு சின்ன செக்ஷன்தான் இதுலேந்து மாறுபடுது. அன்னிக்கும் அப்படித்தான், இன்னிக்கும் அப்படித்தான்."

"மாமா அந்த சமயத்திலேதான் இங்கே சுந்தரம் நாடகத்துக்கு வியட்நாம் வீடுனு பேர் வைச்சிருப்பார்னு நெனக்கிறேன்."

"அப்படி பேர் வைக்கறதிலே தப்பு இருக்கறதா தெரியலியே?" சாந்தா சொன்னாள்.

"வியட்நாம்லே இருக்கறவங்க சண்டைக்கு போவலை. பதினைஞ்சாயிரம் கிலோ மீட்டர் தாண்டி இருக்கறவங்கதான் குழந்தை குட்டிங்கனு பாக்கமா, சிவிலியன் மேலேயே நாபாம் குண்டு போட்டாங்க. ஆனா நாடகத் தலைப்பு வியட்நாம் வீடுன்னா அவங்களுக்குள்ளேயே அடிச்சிக்கிறவங்க என்ற கருத்தை உருவாக்கியிருக்கு."

"உலக மகா சூப்பர் பவரை எதிர்த்து இருபது வருஷத்துக்கு மேலே தற்காப்பு யுத்தத்தை நடத்தின தேசத்தை கேவலப்படுத்தியிருக்கு" விசு சொன்னான்.

"இத நீங்க எல்லாருமே காஷுவலா பார்க்கலாமோனு நெனக்கிறேன்."

"சாந்தா அது சரினே வைச்சுக்கலாம். ஆனா சுந்தரம் தன் குழந்தைகளுக்கு ஹிரண்யகசிபுன்னோ, சூர்ப்பனகைனோ காஷுவலா பேர் வைச்சுடுவாரா?" விசு சிரித்தான்.

"இது மட்டும் இல்லே. அந்த சமயத்திலே அமெரிக்கா ஏன் கென்னடி, ராக்ஃபெல்லர் மேலே ஒரு நெகடிவ் இமேஜ் உலகம் பூரா இருந்தது. அந்த சமயத்திலே அவங்களை தூக்கிப் பிடிச்சு எழுத அமெரிக்காவில்கூட ஆள் கிடைக்கலே. ஆனா

தமிழ்நாட்டிலே நெறயபேர் பேனாவைத் திறந்து தெளிக்க ஆரம்பிச்சாங்க."

சாந்தா என் முகத்தையே பார்த்துக் கொண்டிருந்தாள்.

"என்ன முழிக்கறே? அப்பத்தான் இதயம் பேசுகிறது, வாஷிங்டனில் திருமணம், கென்னடியின் கதைனு வரிசையா தொடர்கள் ஆரம்பிச்சுது. சரிதானே மாமா?" விசு கேட்டான்.

"டாட், டாக்சி வந்தாச்சு."

ஓரமாய் நின்றது. காலையில் வந்த அதே வண்டி என்பதை விண்ட் ஷீல்டில் ஒட்டப்பட்டிருந்த தாளின் மூலம் அறிந்தேன். டிரைவரும் அவரேதான். சிரித்தார். விசு அவரிடம் இந்தியில் ஏதோ சொன்னவுடன் புறப்பட்டது.

"வியட்நாம்னு சொன்னாலே எனக்கு ஜிம்மி கிளிஃப்போட சாங்தான் ஞாபகத்துக்கு வரும். எங்க அப்பாவுக்கும் மாமாவுக்கும் அவரை ரொம்ப பிடிக்கும். நான் பள்ளிக்கூடம் படிக்கற நாள்லே அடிக்கடி அவரை மாதிரி கட்டைக் குரல்லே பாடிக் காட்டுவார். கிளிஃப்போட வியட்நாம் ஒரு மாஸ்டர் பீஸ். இன்னிக்கி கேட்டாகூட சங்கடமா இருக்கும்."

"ஆமாம். நீங்கள்ளாம் சொன்னப்பறம் இந்த பாட்டை நெறய தடவை கேட்டிருக்கேன். **எஸ்டர் டே ஐ காட் எ லெட்டர் ஃப்ரம் மை ஃப்ரண்ட் ஃபைட்டிங் இன் வியட்நாம்**னு முதல்லே ஆரம்பிக்கும். **டோண்ட் பி அலார்ம்ட், ஷி டோல்ட் மி தி டெலிகிராம் ஸெட் பட் மிஸ்ட்ரெஸ் ப்ரெளன் யுவர் சன் இஸ் டெட்** னு முடியும்போது அலற வைச்சிடும்.

"யுத்த எதிர்ப்பு பாடல்களிலேயே இதுதான் பெஸ்ட்னு பாப் டைலன் சொன்னதாக படிச்சிருக்கேன்."

"டாட், பாப் டைலன் நொபெல் லாரெட்தானே?"

"ஆமாண்டா, ரெண்டு மூணு வருஷத்துக்கு முன்னாடி லிட்ரேச்சருக்காக கொடுத்தாங்க."

"அவர் போயட் மட்டுமில்லே, ஒரு பாடகர் அதுவும் யுத்த எதிர்ப்பு, மனித உரிமைகள் பற்றி அதிகம் பாடக்கூடியவருக்கு இந்த பரிசு கொடுத்தற்காக அமெரிக்க ஐரோப்பிய

பத்திரிக்கைகளில் இவரை கிண்டல் செஞ்சாங்க" நான் சொன்னேன்.

கார் மேடான பாதையில் செல்லத் துவங்கியது. டேஷ் போர்டில் உள்ள ஜிபிஎஸ் டிராக்கரையே பார்த்துக் கொண்டிருந்தேன்.

"ஷாம்லா ஹில்ஸ் ரோடு வந்தாச்சு. இன்னும் நேரா போய் லெப்ட் எடுத்தா ஜெஹான் நுமா வந்துடும்."

விசு சிரித்தான்.

"ஒரு அரண்மனை மாதிரி இருக்கே?" சாந்தா ஆச்சரியப்பட்டாள்.

"மாதிரி இல்லே, அரண்மனையேதான்!" விசு சொன்னான்.

விசு அறை விவரங்களை அறியும் பொருட்டு சென்றான். நாங்கள் லாபியில் அமர்ந்து கொண்டோம். சுற்றிலும் படங்கள். பழைய காலத்து கட்டுமானங்கள். மக்கள் ஆயுதமேந்திய பெண்கள் ராணுவப் பிரிவு திருவிழாக்கள் யாவுமே கறுப்பு வெள்ளையில் உயரிய சட்டமிட்டு அந்த இடத்துக்கு மெருகூட்டுவதாக இருந்தது.

"தாத்தா, அதையெல்லாம் பார்க்கலாமா?" பத்மாவின் ஆவலை உணர்ந்தேன். இருவரும் படங்களை பார்க்க ஆரம்பித்தோம். சாந்தாவும் சேர்ந்து கொண்டாள். பத்மா யாவற்றையும் பொறுமையாக படித்துக் கொண்டிருந்தாள். விசு அழைத்ததும் இருவரும் லாபிக்கு வந்தோம். பணியாளர் ஒருவர் முன்னே வந்தார். நாங்கள் அவரைத் தொடர்ந்தோம். புல்வெளியையும் தடாகமொன்றினையும் வலம் வந்து படியில் ஏறினோம். விசு தன் கையில் வைத்திருந்த தாளோடு அறை எண்களை வரிசையாக பார்த்துக் கொண்டு வந்தான். பணியாளர் அறை வரிசையைக் காட்டிச் சென்றார்.

"271லே சச்சா, 272லே அம்மா மட்டுந்தான். ஆனா அது வேர் ஹவுஸா ஆப்பரேட் ஆவும்" சிரித்தான்.

அழைப்பு மணியை விசு அழுத்தினான். அக்கா கதவைத் திறந்தாள். "வாங்கோ. ரெஸ்ட் எடுக்கலியா? உடனே ஃப்ரெஷாயி வந்துட்டேளே?" பேத்தியை தழுவிக் கொண்டாள். "எல்லாரும் உக்காருங்கோ."

நாற்காலியில் அமர்ந்து கொண்டேன். விசுவும் சாந்தாவும் சோபாவில் அமர்ந்தனர்.

"முதல்லே எல்லாரும் காஃபி சாப்பிடலாம்." சாந்தா ஒவ்வொருவருக்கும் கோப்பையில் ஊற்றினாள்.

"எனக்கு சக்கரை போட வேண்டாம்" என்றபடி எடுத்துக் கொண்டேன்.

"அம்பி என்ன இயர்போன் இல்லாம வந்திருக்கே? கர்ணனுக்கு கவச குண்டலம் மாதிரி உனக்கு காதோட சேர்த்திருக்குமே!"

"பாட்டி இப்ப வரும்போதுகூட இவங்கள்ளாம் வியட்நாம் சாங்கைப்பத்திதான் பேசிண்டு வந்தாங்க."

"போபாலுக்கு வந்தப்பறம் யூனியன் கார்பைடைப் பத்தி பேசினா நியாயம். ஆனா இப்ப வந்து வியட்நாமைப் பத்தி.." அக்கா சிரித்தாள்.

"அது ஒண்ணுமில்லேம்மா, கிளிஃப்போட சாங்கைப் பத்தி சாந்தா சொன்னா, அதுலே ஆரம்பிச்சுது."

"கிளிஃபோடது யுத்தத்தைப் பத்தி பேசாத, ஆனா யுத்தத்தை எதிர்த்த பாட்டுனு உங்க அப்பா அடிக்கடி சொல்வார். ஆனா அப்பவே என்னை பாதிச்சது ஒரு தமிழ்க் கவிதைதான்."

"பாட்டி ரியல்லி."

"வீட்டின் இருட்டு மூலையில் குருட்டுப் பறவையாய் பதுங்கு. இருதயத்தைப் பிடித்துக் கொள் இருபதாம் நூற்றாண்டு இன்னிக்கும் என் மனசுலே ஆழமா பதிஞ்சிருக்கு. அம்பி உனக்கு ஞாபகம் இருக்கா?"

சற்று தடுமாறினேன் என்று சொல்வதுதான் சரியாக இருக்கும்.

"சச்சாவை கூப்பிடறேன்" அக்கா டெலிபோனை சுற்றினாள்.

"பக்கத்து ரூம்தானே, நம்பளையெல்லாம் அங்கேயே வந்துடச் சொல்றா."

கதவு திறந்தது. சச்சா நின்றிருந்தாள். "வாங்கோ, வாங்கோ" அனைவரையும் வரவேற்றாள்.

"அத்தை யூ ஆர் லவ்லி" பத்மா சொன்னாள்.

சுற்றி முற்றும் பார்த்தேன். ஒரு மினி அரண்மனைனுதான் சொல்ல வேண்டும். "நீ ரூம்னு சொன்னியே?"

"மாமா இது ராயல் சூட்" விசு சிரித்தான். நீண்ட சாய்வு நாற்காலிகள் இரண்டு முகப்பில் போடப்பட்டிருந்தன. அதில் அமர்ந்து கொண்டேன். விசுவும் சாந்தாவும் சோபாவில் அமர்ந்து கொண்டனர்.

"எங்க அவாள்ளாம்?" அக்கா கேட்டாள்.

"அப்பாவும் பிள்ளையும் கீழே காஃபி ஷாப் போயிட்டு வரேனு போயிருக்கா. இப்ப வந்துடுவா."

வாய் மூடவில்லை. மணப் பெண் வந்தாள். "பாட்டி" அக்காவை அணைத்துக் கொண்டாள். "குட்டி" என்றபடி பத்மாவை தூக்கி முத்தமிட்டாள். பத்மா வெட்கப்பட்டதை உடல் மொழி வெளிப்படுத்தியது.

"உள்ளே போய் எல்லாத்தையும் பாக்கலாம் வாங்கோ!" சச்சா அழைத்தாள். மற்றொரு ஹால், தரையில் கம்பளம் விரிக்கப்பட்டிருந்தது. கல்யாணப் பொருட்கள் அங்கங்கே குப்பலாக இருந்தது. அக்கா மட்டும் நாற்காலியில் அமர்ந்து கொண்டாள். திருமணத்திற்காக வாங்கியவற்றை சச்சவும் உம்மாவும் காட்டிக் கொண்டிருந்தனர். ஒவ்வொன்றையும் வாங்குவதற்காக மேற்கொண்ட முயற்சிகளை விரிவாக சச்சா சொல்லிக் கொண்டிருந்தாள். சாந்தாவும் பத்மாவும் இமையசங்காது அனைத்தையும் பார்த்துக் கொண்டிருந்தனர்.

"நீ, இவ்வளவு அலைஞ்சு திரிஞ்சிருக்க வேண்டாம்" அக்கா சொன்னாள்.

"நீங்க மெட்ராஸ்லியோ இல்லே தஞ்சாவூர்லேயே கல்யாணத்தை வைச்சிருந்தா, ரெண்டு மூணு நாள்லே எல்லாத்தையும் ஆர்களைஸ் பண்ணியிருக்கலாம். எல்லாத்துக்கும் மனுஷா பக்கத்துலே இருக்கா. ஒத்தாசையா இருந்திருக்கும்."

"தாத்தா அது சரிதான். எங்களோடது காதல் கல்யாணம். அதுவும் இண்டர் காஸ்ட். அப்படி இருக்கறச்சே அதை எப்படி தமிழ் மண்ணுலே நடத்த முடியும்?"

"அமெரிக்கா என்ன ஃபிரான்ஸ், சீனா இன்னும் எங்கேந்தேல்லாமோ வந்து தமிழ் நாட்டிலே இருக்கற பல கோயில்கள்லே கல்யாணம் பண்ணிக்கறதாக தினமலர்லே அடிக்கடி கலர்லே ஃபோட்டோ போட்டு நியூஸ் வரதே?" சாந்தா சொன்னாள்.

"அவ அமுதன்னு நெனப்புலே ஸ்பூஃப் பண்ணறா. நீங்கள்ளாம் அதப் போய் பெரிசா எடுத்துக்கறீங்களே?" விசு சொன்னான்.

"விசு யுஎஸ்லேயே அந்தப் படம் பார்த்தேன். சினிமாவிலே வர நாட்டாமை, பஞ்சாயத்து எல்லாத்தையும் கிண்டல் பண்ணியிருக்காங்க. அது ஒரு பாக்ஸ் ஆஃபீஸ் டெக்னிக்காக இருந்தாலும் சரினே வைச்சுக்கலாம். ஆனா நடைமுறையிலே தமிழ்நாட்டிலே ஆழமாய் இருக்கற ஜாதிப் பிரச்சனை, உம்மா சொன்னாளே காதல் கல்யாணம் இதைப் பத்தியெல்லாம் மூச்சுகூட விடலை. இன்னும் சொல்லணும்னா ஆண் சிசு மரணங்கற ஸ்பூஃபே வக்கிரத்தோட உச்சிதான்" சச்சா பொரிந்தாள்.

"தே ஆர் இம்பொடெண்ட்ஸ்" உம்மா சிரித்தாள்.

மணி அடித்தது. "அவாள்ளாம் வந்தாச்சு" சொன்னபடி சச்சா கதவைத் திறக்கச் சென்றாள்.

"எப்போ வந்தீங்க?" என்றபடி சச்சாவின் கணவர் கிஷ் என்கிற கிருஷ்ணமூர்த்தி உள்ளே வந்தார். கூடவே அவர்களின் மகன் நரேன் என்கிற நாராயணனும்.

"அம்மா அவங்கள்ளாம் பான்க்வெட் ஹாலுக்கு வந்திண்டு இருக்காங்க. நம்ப போக வேண்டாமா?" நரேன் படபடத்தான்.

"இப்ப என்ன நடக்கப் போறது?" அக்கா வினவினாள்.

"காயஸ்தா கல்யாணத்திலே பிள்ளை வீட்டிலே ஆரம்பிக்கற மொதல் நிகழ்ச்சி. பிள்ளை விட்டார் எல்லாரும் சேர்ந்து பாட்டுப் பாடி மஞ்சள் அரைச்சு, பொண்ணு வீட்டுக்கு அனுப்புவாங்களாம். இதுக்கு அப்பறம் நாளைக்கு திலக், மெஹெந்தி, குதிரை மேலே மாப்பிள்ளை அழைப்பு இன்னும் என்னென்னவோ இருக்கு. தலையைச் சுத்தறது" சச்சா சொன்னாள்.

“அதெல்லாம் ஒண்ணுமில்லே. உனக்கு புரிஞ்சுக்கறதிலே கொழப்பம்” அக்கா பதிலளித்தாள்.

“அதுக்கு இல்லை பாட்டி. முன்னாடியே என்னென்ன செய்யணும்னு கேட்டதுக்கு அப்ப ஒண்ணுமே சொல்லலை. இப்ப திடுதிடுப்புனு இதைச் செய் அதைச் செய்னு சொல்றா, அதான் அம்மாவுக்கு சங்கடம்.”

“நீ அவருட்டே கேக்கறதுதானே?” விசு கேள்வியை எழுப்பினான்.

“பக்கிட்டகூட நான் கேட்டேன். இங்க நடக்கறதினாலே இந்த ஊரு ஃபார்மாலிட்டீஸை அடாப்ட் பண்ணணும்னு அவா அத்தை பாட்டியெல்லாம் சொன்னாங்களாம்.”

“இதெல்லாம் பெரிய இஷ்யூவே கிடையாது. நீ என்ன செய்யனும்னு நெனக்கிறயோ அதைச் செய். முடியாததை நாங்கள்ளாம் இதச் செய்யறதில்லேனு நாசுக்காக சொல்லிடு” விசு சச்சாவிடம் சொன்னான்.

“இவர் வாயைத் திறக்கவே மாட்டேங்கறார். நான்தான் எல்லா அட்சதையும் தலையிலே போட்டுக்க வேண்டியிருக்கு. இப்பவாவது நீங்க சொல்லுங்கோ” சச்சா அலுத்துக் கொண்டாள்.

கிஷ் சிரித்தார். “விரும்பின கல்யாணங்கறச்சே அதுவும் இண்டர் காஸ்ட்ங்கறச்சே டிரெடிஷன் ஒடைபடணும். லிபரலா ஒரு ந்யூ டிரெடிஷன் வரணும். அதுக்குப் பதிலா பரண்லேந்து எடுத்த பழைய மரப்பாச்சிக்கு புதுப்பாவாடை கட்டறதா அது இருக்கக்கூடாது.”

சச்சா அவரையே பார்த்துக் கொண்டிருந்தாள்.

“சரி எல்லாரும் ரெடியாயிடுங்கோ, நாம் ஹல்தி குடாய்க்கு கௌம்பலாம்” அக்கா சிரித்தாள். “அம்பி நீயும் விசுவுமா சேர்ந்து இதையெல்லாம் சரி பண்ணிடுங்கோ. இல்லேன்னா அப்பறம் எல்லாத்தையும் தேடறதாயிடும்.”

★

பான்க்வெட் ஹாலில் நாற்பது ஐம்பது பேருக்கு மேல் இருந்தனர். பெண்கள்தான் அதிக அளவில் இருந்தனர். கோட்

அணிந்து மேலே ஷாலைப் போர்த்திய புரோகிதர் ஒருவர் கார்ட்லெஸ் மைக்கை வைத்துக் கொண்டு மந்திரங்களைச் சொல்லிக் கொண்டிருந்தார். வயதான பெண்கள் இருவர் ஏதோ பூஜை செய்து கொண்டிருந்தனர். "பக்கியோட அத்தைங்க" அக்கா கிசுகிசுத்தாள். நாற்காலிகளில் அமர்ந்து கொண்டோம்.

சிறிது நேரத்திற்குப் பின்னர் மைக்கை ஒரு வயதான பெண்மணி வாங்கிக் கொண்டு இந்தியில் ஏதோ அறிவித்தாள். நாலைந்து பெண்கள் குழுமி பாடத் தொடங்கினர். சுற்றி அமர்ந்திருந்த பெண்களும் பாடத் தொடங்கினர். சாந்தா நிகழ்வுகளை தனது மொபைலில் பதிவு செய்ய ஆரம்பித்தாள்.

சற்று தள்ளி அக்காவுடன் உட்கார்ந்திருந்த சச்சா ஜாடை காட்டியதும், விசுவும் நானும் அருகில் சென்று அமர்ந்தோம். "நாளைக்கு சாயந்திரம் மெஹந்தி நடக்கறபோதே சீர் வரிசையை வைச்சிடணுமாம். இப்ப அவங்க அப்பா சொல்றார்."

"நாளைக்கு சாயந்திரம்தானே? கார்த்தாலே எல்லாத்தையும் வாங்கி ஆர்கனைஸ் பண்ணிக்கலாம், கவலையை விடு" விசு சொன்னான்.

"மாமாவும் இருக்கா, இவா ரெண்டு பேரும் அதப் பார்த்துப்பா, மீதி செய்ய வேண்டியத நாம்ப பார்த்துக்கலாம்" அக்கா சொன்னவுடன் சச்சா இயல்பு நிலைக்கு வந்தாள் என்றுதான் சொல்ல வேண்டும்.

★

ந்யூ மார்க்கெட்டை நானும் விசுவும் வலைபோட்டு சலித்துதான் பொருட்களை வாங்கினோம் என்று சொல்ல வேண்டும். பழங்கள், டிரை ஃப்ரூட்ஸ் அவற்றை வைப்பதற்கு பொருத்தமான அலங்காரக் கூடைகள், கிஃப்ட் ராப் இன்னும் ஏதேதோ. உள்ளூர் டிரைவர் அருகில் இருந்தாலும், விசுவின் மொழியறிவுதான் அனைத்திற்கும் உதவிகரமாக இருந்தது என்று சொல்ல வேண்டும்.

கேட்பட்டி ஹனுமான் கோயில் வாயிலை அடைந்தோம். பெரிய கோயில். மணி ஒலித்துக் கொண்டே இருந்தது.

மார்க்கெட்டின் நடுவில் இருப்பதால் ஹனுமாருக்கு சற்றே கூடுதலான மவுசு என்பதை அறிந்து கொள்ள முடிந்தது. கோயிலுக்கு எதிரே பத்து இருபது பிளாஸ்டிக் ஸ்டூல்களில் பெண்களும் ஆண்களும் உட்கார்ந்து கொண்டிருந்தனர். அவர்களையொட்டியும் ஸ்டூல்களும் மோடாக்களும் இருந்தன.

“இவா யாரு?” என்றபடி நெருங்கினேன்.

“நல்லி எதிரே பனகல் பார்க்லே மருதாணி போடறதை நீங்க பார்த்ததில்லையா?” விசு கேட்டான்.

ஒரு சில பெண்களும் ஆண்களும் எதிரே ஸ்டூலில் அமர்ந்திருந்தவர்களுக்கு மருதாணி இட்டுக் கொண்டிருந்தனர். முழங்கைவரை கோலங்களாய் வரைந்து தள்ளிக் கொண்டிருந்த அவர்களைப் பார்த்தேன். எண்ணைப் பசையற்ற தலையும் அணிந்திருந்த உடையும் காலணியும் எல்லாவற்றையும் சொல்லாமல் சொல்வதாக இருந்தது. ஒரு சில இஸ்லாமியப் பெண்களும் புர்கா அணிந்தபடி மருதாணி இட்டுக் கொண்டிருந்தனர். கிண்டலும் சிரிப்புமாய் உற்சாகமான சூழல் நிலவியது. ஆண் பெண் பேதமின்றி பான் போடுவதையும் அறிய முடிந்தது.

விசு ஒரு பெண்ணிடம் ஏதோ கேட்டதற்கு அவள் எதிரே கையை காட்டினாள்.

“என்ன சொல்றாங்க?”

“காண்டிராக்டர் எதிரே இருக்காராம். அவரிட்டதான் பேசிக்கணுமாம்.”

“மாமா உங்க பேரிலேயே ஒரு ஜூஸ் பார் இருக்கே! வாங்கோ அங்கே ஏதாவது குடிக்கலாம்.”

திரும்பிப் பார்த்தேன். ஹனுமார் கோயிலுக்கு எதிரே மாமா ஜூஸ் பார் பெயர்ப் பலகை பகலிலும் பளபளத்தது. சிறுவர்கள்தான் கடையில் வேலை செய்து கொண்டிருப்பதாகத் தோன்றியது. ஒரு சிறுவன் ஜூஸரை கைக்குழந்தை மாதிரி அணைத்து பிழிந்து கொண்டிருந்தான்.

“இரண்டு ஆரஞ்சு” விசு சொன்னான்.

"எனக்கு ஐஸ் வேண்டாம்."

அவன் புரிந்து கொண்டான் போலும், தலையை ஆட்டியபடியே சிரித்தான்.

"போட்டுண்ட துணியோட வா போதும், நான் கல்யாணம் பண்ணிக்கறேனு எப்பவாவது சினிமா டிராமாவுலே அத்தி பூத்தாமாதிரி ஒரு வசனம் வரும். ஆனா இது எப்ப நெஜமாவே நடக்கும்?"

"டிமாண்ட் அண்ட் சப்ளை பத்தி எனக்கு இன்னும் சரியா புரியலை. ஆனா இந்த ஏற்பாடு ரொம்ப நாளைக்கு நீடிக்க முடியாது. எப்படியும் அடுத்த கட்டத்திற்கு போயிடும். அப்போ இந்த கல்யாணங்கறது வேற ரூபத்தைக் கொள்ளும். அப்போதைய நிலைமைக்கு பொருந்தறாமாதிரி லௌகீக விஷயங்களும் மாற வேண்டியிருக்கும்."

கண்ணாடி டம்ளரை வாங்கிக் கொண்டேன். சர்க்கரை குறைவாக இருந்ததினாலோ என்னவோ லேசான கசப்பும் புளிப்பும் சேர்ந்திருந்தது.

"மாமா நேத்திக்கி கிஷ் சொன்னதை கவனிச்சேளா?"

"எனக்கு என்னவோ பெண்ணைப் பெத்தவன் குரலா அதை எடுத்துக்க முடியலே."

விசு கையிலிருந்து காலி கண்ணாடி டம்ளரை வாங்கிக் கொண்டேன். சப் வேயை ஒட்டி நிறுத்தி வைக்கப்பட்டிருந்த காரின் டிக்கியில் பைகளை ஏற்றினோம். யு டர்ன் எடுத்து ஹோட்டல் வாயிலை ஐந்து நிமிடங்களில் அடைந்தோம்.

"இதுக்கு வண்டியை எடுத்துண்டு போயிருக்க வேண்டாமே!" சொன்னேன்.

"எதிர்ச்சாரிலேதான் மார்க்கெட் இருக்குங்கறது எனக்குத் தெரியும். ஆனா இத்தனையும் ரெண்டு பேராலே தூக்கிண்டு சப்வேயிலே இறங்கி ஏற முடியாதே!"

சாந்தா பழங்களை பிரித்து தனித்தனி கூடைகளில் அடுக்க ஆரம்பித்தாள். பத்மா டிரான்ஸ்பரண்ட் தாள்களை சுற்றி டேப்பால் மடித்து ஒட்டினாள். இருவருமே இயந்திய கதியில் இயங்கினர்.

“நான் வேணா ஏதாவது ஒத்தாசை பண்ணட்டுமா?” பத்மாவை கேட்டேன்.

“தாத்தா ஓரத்திலே கிளிட்டராலே ஒட்டுவேளா?” ஒரு கூடையை எடுத்து அதற்கு ஏற்ப வளைத்து நெளித்து சுருக்கமின்றி ஒட்டினாள். “இப்படித்தான்” சிரித்தாள். நானும் அவர்களுக்கு உதவி செய்ய முனைந்தேன். விசு பட்டியலை வைத்துக் கொண்டு பார்த்துக் கொண்டிருந்தான். மொபைல் ஒலித்தது. விசு பேசினான்.

“பட்டியல்லே விட்டுப் போயிடுத்தாம். திரட்டிப் பால் ஒரு கிலோ, வெத்தலை இரண்டு கவுளி, அதுக்கு ஏத்தபடி பாக்கும் சுண்ணாம்பு நடப்பாவும் வாங்கணுமாம். சச்சா சலிச்சுக்கறா.”

“நீங்க இதை முடிச்சுட்டு ரெடியாயிடுங்கோ. எதிர்க்க போய் நான் வாங்கிண்டு வந்துடறேன்.”

“மாமா ம்யூசிக் பிளேயர் வேண்டாம். மொபைலை மறக்காம எடுத்துக்கோங்கோ. இன்னும் ஏதாவது வேணும்னா நான் போன் பண்ணறேன். ஜூஸ் சாப்பிட்டோமே அதுக்கு பின்னாலே மனோகர் டெய்ரின போர்டு பார்த்த ஞாபகம். அங்கே போய் திரட்டுப் பால்னு கேக்காதீங்கோ. மில்க் கோவனு கேட்டு வாங்கிக்கோங்கோ. பக்கத்திலேயே ஏதாவது கடையிருந்தா பாத்து வெத்திலை பாக்கையும் வாங்கிடுங்கோ.”

சப்வேயில் இறங்கி ஏறியவுடனே ஹனுமான் கோயில் வாயிலை அடைந்தேன். நிறைய ஸ்டூல்களும் மோடக்களும் காலியாக இருந்தது. மருதாணிப் பெண்களும் ஆண்களும் உட்கார்ந்து பேசிக் கொண்டிருந்தனர். விசு சொன்ன மனோகர் டெய்ரி தெரிந்தது. பால் கோவா இல்லையென்று சொன்னவுடன் நாலைந்து கடை ஏறி இறங்கிய பின்னரே பகீரதனாக வேண்டியதில்லை என்பதை உணர்ந்தேன். மில்க் ஸ்வீட்டையே வாங்கிக் கொண்டேன். திரும்பவும் ஹனுமான் கோயில் அருகில் இருந்த பான் ஷாப்பை அடைந்தேன். வெற்றிலையை மட்டும் காட்டினேன். அவனுக்கு புரிந்த விட்டது. “சுபாரி அவுர் அரிக்கா” என்றவுடன் தலையை ஆட்டினேன்.

“ரங்க மஹால் தியேட்டர் கே பீச்சே பூஜா சாமகிரி துகான்” சிரித்தான்.

கொஞ்ச தூரம் நடக்க வேண்டியதாயிருந்தது. கடை பெரிதாக இருப்பதைப் போன்று வெற்றிலையும் சற்று பெரியதாகவே இருந்தது. திரும்பி வரும்போது ஹனுமான் கோயில் வாசலில் நின்று கொண்டு கைகளில் கோலங்களிடும் பெண்களையும் ஆண்களையுமே பார்த்துக் கொண்டிருந்தேன். அவர்களின் குறிப்பாக பெண்களின் உள்ளங்கைகளில் ஒரு மருதாணிப் பொட்டுகூட இல்லை என்பதை புரிந்த கொள்வதற்கு எனக்கு வெகு நேரமாயிற்று.

★

அலங்காரம் செய்து வைத்திருந்த சீர் வரிசைப் பொருட்களை பணியாளர்கள் நசுங்காமல் கசங்காமல் டிராலியில் வைத்து எடுத்துச் சென்றனர்.

"நேரா பான்க்வெட் ஹாலுக்கு எடுத்துண்டு போயிடலாம்" சாந்தா சொன்னாள்.

மேடையில் சாந்தாவும் பத்மாவும் ஏறியதும், அக்காவும் மற்ற உறவினர்களும் ஏறி ஒழுங்கு படுத்தத் துவங்கினர்.

"அம்பி டைமன் கல்கண்டு வைக்க வேண்டாமா? அது விட்டுப் போச்சே உனக்கு கூட ஞாபகம் இல்லியா?" அக்கா கேட்டாள்.

சச்சா வந்தாள். "பந்தக்கால் மாதிரி ஏதோ பண்ணப் போறாளாம். மெஹந்தி லஞ்ச் அப்பறம் ஊர்வலம்." தோள் பையுடன் நாற்காலியில் அமர்ந்து கொண்டேன்.

விசு அருகில் வந்தான். "எல்லாரும் ரூம் போட்டிருக்கு. அம்மாக்கு பக்கத்திலே 280 எங்களுக்கு, 282 உங்களுக்கு."

"ஒருத்தருக்கு இவ்வளவு பெரிசு எதுக்கு? நான் ஜோஹ்ரியிலேயே தங்கிக்கறேனே."

"மாமா எல்லாரும் ஒரே இடத்திலே தங்கினாத்தான் கோ ஆர்டினேட் பண்ண முடியும். இன்னொன்று நீங்க ஒருத்தர் இல்லை. உங்களோட சேங்காலிபுரம் நடேச சாஸ்திரிகள் தங்கறார்."

"உங்க பெரியப்பாவா? எப்போ அவர் வரார்?"

“சேங்காலிபுரத்திலேந்து கிளம்பி நேத்திக்கி மெட்ராஸ்லே ஜிடியை புடிச்சு ராத்திரி வந்துடுவார்.”

அக்கா வந்தாள். “பையை கொண்டு ரூம்லே வைச்சிட்டு இங்கேயே இரேன். சீர் வரிசையை இப்பவே அடுக்கியாச்சு. சாயந்திரம் வரையிலும் அது கலையாம இருக்கணும்.”

“அதுக்கென்ன நான் இங்கேயே இருக்கேன். விசு இந்த பையை கொண்டு அந்த ரூம்லே வைச்சிடு” பையிலிருந்து ம்யூசிக் ப்ளேயரையும் இயர் ஃபோனையும் எடுத்துக் கொண்டேன். இயர் ஃபோனை காதில் சொறுகிக் கொண்டு ப்ளேயரை ட்யூன் செய்யத் தொடங்கினேன்.

“நாங்கள்ளாம் ரூமுக்கு போயிட்டு வந்துடறோம்” சாந்தா சொன்னபடியே விசுவைப் பின் தொடர்ந்தாள்.‘

அக்கா எனக்கு அடுத்த நாற்காலியில் அமர்ந்து கொண்டு வேடிக்கை பார்க்கத் துவங்கினாள். பந்தக்கால் மாதிரி மூங்கிலில் மாவிலையையும் வாழைக்கன்றையும் கட்டி பாண்ட் வாத்யம் முழங்க சற்றே வயதான ஆண்கள் தூக்கி வந்தனர். மணமேடையின் நாற்புறமும் அதை ஊன்றி மேலே மஞ்சன் துணியை கட்டிக் கொண்டிருந்தனர்.

கண்ணை மூடிக்கொண்டே பாட்டில் மூழ்கிக் போனேன். தோளில் யாரோ கை வைப்பது போல் இருந்தது. கண்ணைத் திறந்தேன். கிஷ்தான், கூட நரேனும்.

“மாமா பாட்டுலே மெய்மறந்துட்டாப்லே?”

“ஆமாம்.”

“சந்தானமா?” கிஷ் கேட்டவுடன் இயர்ஃபோனை அகற்றினேன்.

“இல்லே, லென்னான்.”

“இஸ் இட் ஜான் லென்னான்?” நரேன் கேட்டான்.

“ஆமாம். பவர் டு தி பீப்பிள், அது என்னோட ஆன்தம். நாப்பது அம்பது வருஷமாச்சு இன்னிக்கும் எனக்கு சலிக்கலை.”

“தாத்தா இது எனக்கு சர்ப்பரைஸ்.”

பவர் டு தி பீப்பிள்னு கோரசா பாடிண்டே இருப்பாங்க. **எ மில்லியன் ஒர்க்கர்ஸ் ஒர்க்கிங் ஃபார் நட்திங், யு பெட்டர் கிவ் தெம் வாட் தே ரியல்லி ஓன்** அப்படீனு இடையிலே ஒரு எஃபெக்டிவ் லைன்ஸ், அப்பறம் **ஐ காட்ட ஆஸ்க் யு காம்ரேட்ஸ் அண்ட் ப்ரதர்ஸ் ஹெள டு யூ ட்ரீட் யுவர் ஓன் வுமன் பேக் ஹோம்** கத்தியை கூர்பாய்ச்சி நெஞ்சிலேயே லென்னான் குத்தறா மாதிரி இருக்கும்" சொல்லியபடி கிஷ் அருகில் உட்கார்ந்தார்.

"இதுனாலேதான் அப்பா லென்னானை அடிக்கடி கேக்கறதில்லையா? எனக்கு புரிஞ்சுடுத்து" சிரித்தபடி நரேனும் என்னருகில் நாற்காலியை இழுத்துக் கொண்டான்.

★

அறைக்கு வெளியே நடந்து கொண்டிருந்தேன். மொபைல் ஒலித்தது. அக்காவேதான்.

"அம்பி அதுக்குள்ளே ரூமுக்கு போயிட்டியா. இங்கே மனுஷால்லாம் டிரெய்ன்லே வந்தபடி இருக்கா. டைனிங் ஹாலுக்கு போயிண்டு இருக்கா."

"வந்தவாளக்கு சாப்பிடத் தெரியாதா? நீ என்னமோ சொல்றியே?"

"புஃபேலே வெஜ் நான் வெஜ் கொழப்பம் வந்துடுமோனு பயமாயிருக்கு. நீ சித்த வாயேன்."

பான்க்வெட் ஹாலில் பதினெட்டு கிராமமும் திரண்டிருந்ததைப் போல் இருந்தது.

"மொதல்லே சாப்பிட்டு வந்துடுங்கோ. அதுக்கப்பறம் ரூம் விஷயத்தைப் பார்த்துக்கலாம்" விசு சொல்லிக் கொண்டிருந்தான். பல உறவினர்களை நீண்ட கால இடைவெளிக்குப் பின்னர் சந்திப்பது நினைவுகளை பின்னுக்கு தள்ளியது. வழக்கமான விசாரிப்புகள் ஊர் பற்றிய விசாரணை சம்பந்தமே இல்லாத இடத்தில் "எல்லாரும் சந்திக்கறா மாதிரி கல்யாணத்தை நடத்தற சச்சாவுக்கு தேங்க்ஸ் சொல்லணும்" முகம் தெரியவில்லை குரல் மட்டும் கேட்டது. மூன்றாவது நான்காவது தலைமுறையினர் எவ்வித விருப்பு வெறுப்புமின்றி தங்களின் இருப்பை

வெளிப்படுத்தாது அனைவருடனும் இயல்பாக நடமாடிக் கொண்டிருந்தது மகிழ்வளித்தது. கையில் வெள்ளி வெற்றிலைப் பெட்டியுடன் சேங்காலிபுரம் நடேச சாஸ்திரிகள்.

"பேத்தி கல்யாணமா?" குசலம் விசாரித்தேன்.

நாற்காலியில் அமர்ந்து கொண்டார். "நானும் நீங்களும் ஒரே ரூம்லேதான் தங்கறோம்."

"நல்லதாப் போச்சு, நான் போய் ரெஸ்ட் எடுத்துக்கறேன்" சாவியை வாங்கிக் கொண்டார்.

கதவைத் தட்டுதா அல்லது மணியடிப்பதா என்ற குழப்பம். கதவிடுக்கில் கீற்றாய் ஒளிச் சிதறல். லேசாக கதவைத் தள்ளினேன்.

"தூங்கலியா?" செருப்பை ஓரமாக தள்ளி கதவைச் சாத்தினேன்.

"டிரெய்ன்லே வந்த அசதிதான். படுத்தேன். இப்ப சரியாயிடுத்து."

சட்டையைக் கழற்றி வாட் ரோபில் இருந்த ஹாங்கரில் மாட்டினேன்.

"உன் அண்ணா தங்கைகளையெல்லாம் காணுமே?"

"அவங்கள்ளாம் கார்த்தாலேயே வந்தாச்சு. உஜ்ஜயினி போயிருக்கா. இப்ப வந்துண்டு இருப்பா."

சேங்காலிபுரம் நடேச சாஸ்திரிகள் என்னையே உற்றுப் பார்த்துக் கொண்டிருப்பதை உணர்ந்தேன்

"ஊர்ப்பக்கமே வரதில்லையா?" கேள்வியின் தொனியை புரிந்து கொண்டேன்.

"நெலம் நீச்சு உறவு எதுவுமே அங்கே இல்லே. அப்படி இருக்கறச்சே போறதுக்கான அவசியமும் இல்லாமப் போயிடுத்து."

"நீயும் உங்கண்ணாவும் யாரிட்டேயும் எதுவும் சொல்லாம குடுகுடுனு நெலத்தை குத்தகைக்காரனுக்கே கொடுத்துட்டு வந்திட்டேளே. இதுனாலே ஒரு மா இரு மானு சுத்தி நெலம்

வைச்சிருந்தாவாளும் ஏதோ வந்த விலைக்கு கொடுக்கறாமாதிரியாயிடுத்து."

சிரித்தேன்.

"என்ன நான் மாட்டுக்க கேக்கறேன். நீ பதில் சொல்லாம சிரிக்கறியே? இதனால்தான் நாம இளப்பமா போயிட்டோம்" சாக்குப் பையிலிருந்து பூனை மெதுவாய் தலையைத் தூக்கியது.

"நாமெல்லாம் வேலை எதுவும் செய்யக்கூடாது. யாசகம் வாங்கித்தான் சாப்பிடணும் அதுனாலேன வைச்சுக்கோங்களேன்."

படுக்கையில் சாய்ந்து உட்கார்ந்திருந்தவர் எழுந்தார். நாற்காலியில் அமர்ந்து கொண்டார்.

"தலைமுறை தலைமுறையா கட்டிக் காத்த ஆசாரமெல்லாம் அனாசாரமாயிண்டு போறது. அதுவும் நம்ப குடுத்திலேயே இப்படிங்கறச்சே இன்னும் துக்கமாயிருக்கு."

"உடுப்பியிலே மாத்வ பையன்களுக்கு பொருத்தமான பெண் கிடைக்கலேங்கறது பெரிய பிரச்னையா இருந்தது. அதுனாலே லிங்காயத்துலே பொருத்தமான பெண் இருந்தா அவளை பையனோடுதாய் மாமா தன் பொண்ணா தத்து எடுத்து கல்யாணம் செய்து வைக்க ஆரம்பிச்சா. அப்ப மதாச்சார்யாள்ளாம் ஒண்ணும் அனாசாரம்னு சொல்லல."

"நான் இதப்பத்தில் எதுவுமே கேக்கலை. நீயா ஏதோ சொல்றியே?" நடேச சாஸ்திரிகள் கண்ணை மூடியபடி வெளியே வர முயற்சித்தார். "அங்கேகூட பெண்ணை தத்து எடுத்துக்கறதைத்தான் ஏத்துண்டா."

"எல்லா காலத்துக்கும் ஏற்றதா எதுவுமே இருக்க முடியாது. அந்தந்த காலத்துக்கும் தேசத்துக்கும் தேவை எப்படி இருக்கோ அதுக்கு தகுந்தா மாதிரிதான் ஆசாரமும் இருக்கும். அப்போ பழைய ஆசாரங்கள் கண்டிப்பா நீங்க சொல்ற அனாசாரங்களாகத்தான் மாறும்."

"அப்படீன்னா நீ என்னதான் சொல்ல வரே?"

"உலகம் சுருங்கி ஒரு கிராமமா மாறிண்டு வரச்சே சேங்காலிபுரத்துக்கும் போபாலுக்கும் உள்ள இடைவெளியும்

சுருங்கிண்டு இருக்கு. இந்த தலைமுறைக்கு இது நல்லாவே தெரியும். புரிஞ்சுக்க வேண்டியது நாம்பதான்."

★

அவ்வளவு தாமதமாக படுத்த போதும் எழுந்தது சீக்கிரம் என்றுதான் சொல்ல வேண்டும். சாஸ்திரிகள் அயர்ந்து தூங்கிக் கொண்டிருந்தார். மெதுவாக கதவைச் சாத்திவிட்டு வெளியில் வந்தேன். குறுக்கும் நெடுக்குமாய் போய்க் கொண்டிருந்த பணியாளர்கள் இயந்திர கதியாய் 'குட் மார்னிங்' என்று சொல்லியபடி தங்களது செயல்பாடுகளில் மும்முரமாக இருந்தனர். ஹோட்டலுக்கு வெளியே வந்தேன், லேசான இருட்டும் குளிரும் இருந்தது. மெதுவாக நடக்கத் துவங்கினேன். பிரதான சாலையிலிருந்து பிரியும் குறுக்குச் சாலை தோப்பும் துரவுமாக இருந்தது. தூர்தர்ஷன் கேந்திரா அலுவலகம் அருகில் சென்ற போதுதான் நேற்றைய தினம் மாப்பிள்ளை அழைப்பு பறை இசையுடன் இங்கிருந்து துவங்கியது நினைவிற்கு வந்தது. அதே பாதையில் சென்று பான்க்வெட் ஹாலின் புல்வெளியை அடைந்தேன். மொபைல் ஒலித்தது. அக்காவேதான்.

அழைப்பு மணியை அடித்தேன். விசுதான் கதவைத் திறந்தான்.

"என்ன நீயும் சீக்கிரமா எழுந்து வந்துட்டே?"

"எங்க இவங்கள்ளாம் தூங்க விடறாங்களா?"

அக்கா வந்தாள். "காப்பி சாப்பிட்டாச்சா?"

இல்லையென்கிறமாதிரி தலையை ஆட்டினேன். கோப்பையை எடுத்து என்னிடம் தந்தாள். படபடப்பாக இருப்பது தெரிந்தது.

"மொதல்லே உக்காருங்க, அப்பறம் பொறுமையாக சொல்லுங்க" விசு சொன்னான்.

"ஆனதாண்டாவரம், திப்பிராஜபுரம், செம்மங்குடிலேந்து வந்தவா எல்லாருமே ராத்திரி சாப்பாடு முடியறச்சேதான் வந்தா. அதே மாதிரி உஜ்ஜயினி தரிசனத்துக்கு போனவாளும் லேட்டாத்தான் வந்தா."

"இதெல்லாம் முன்னாடியே தெரிஞ்சது, சொன்னதுதானே?"

"அதுக்கில்லை அம்பி, அவாள்ளாம் மெஹந்திக்கும் இல்லை பாராத்துக்கும் இல்லை."

"அக்கா, அதுக்கு இப்ப என்ன பண்ணறது?"

"அவங்க எல்லாரையும் டைம் மெஷின்லே ஏத்தி அனுப்பி வைக்க முடியாதே?" விசு சிரித்தான்.

"விசு, நீ ஏடாகூடமா பேசாதே. அவாள்ளாம் ஆசைப்பட்டுத்தானே பணம் காசு செலவு பண்ணிண்டு இவ்வளவு தூரம் வந்திருக்கா."

"அம்மா, அதை ஒண்ணும் குறையா நான் சொல்லலியே?"

"மத்தவாள்ளாம் மெஹந்தி இட்டுண்டாமாதிரி இவாளும் இட்டுக்கணும்னு ஆசைப்படறா. செம்மங்குடிலேயும், திப்பிராஜபுரத்திலேயும் போய் காமிச்சு கோமு பேத்தி கல்யாணத்திலே முழங்கை வர மருதாணி இட்டானு சொன்னா எவ்வளவு சந்தோஷம். அதே மாதிரி ஆம்பிள்ளைங்கள்ளாம் முண்டாசு கட்டி ஊர்வலம் போனதை ஃபோட்டோவிலே பார்த்திருக்கா. அதே மாதிரி புடவையிலே முண்டாசு கண்டிண்டு செல்ஃபி எடுத்துக்கணும்னு ஆசைப்படறா. இதப் போய் அவாள்டே கேட்டு ஏற்பாடு செய்யணுமானு சச்சாவுக்கும் சங்கோஜமா இருக்கு."

விசுவைப் பார்த்தேன்.

"குளிச்சிட்டு ப்ரேக்ஃபாஸ்ட்டை முடிச்சிண்டு போ, மாமாவையும் அழைச்சிக்கோ."

"அம்மா சொன்னாளா?" கேட்டபடி சச்சாவும் வந்தாள். "ஐயாயிரம் ஆறாயிரம்னு ரூம் போட்டு வந்தவா போனவாளை உபசாரம் செஞ்சதெல்லாம் மறந்து போயிடும். கடைசியிலே மருதாணி இட்டுவிடக்கூட துப்பில்லைனு பதினெட்டு கிராமத்திலும் டமாரம் அடிப்பா. இன்னொன்னு எதுவும் அந்தந்த நேரத்திலே செஞ்சாத்தான் பொருத்தமா இருக்கும். அதைவிட்டுட்டு இதுக்காக இப்பப் போய் சம்பந்திங்களை கேக்கறது எனக்கு சரியாப் படலை."

"வளையல் கேக்கலியா?" நான்தான் கேட்டேன்.

“வளையல் அடுக்கறதுதான் சாப்பாட்டுக்கு அப்பறமும் பதினோரு மணி வரை நடந்திண்டு இருந்ததே. எல்லாருமே போட்டுண்டதோடில்லாம ஊர்லே இருக்கற மாட்டுப் பொண்ணு, பேத்தி, ஆத்திலே வேலை செய்ய சமையற்கார மாமி எல்லாருக்கும் பேக் பண்ணி வாங்கிண்டா.”

“அப்படீன்னா வளையல் வேண்டாம். மருதாணி இட்டுவிட்டு முண்டாசு மட்டும் கட்டினா போதுமா?”

“அம்பி கிண்டல் பண்ணாதே. நீ அவனோட கௌம்பு” அக்கா சொன்னாள்.

“சச்சா, நீ போய் மத்த காரியத்தைப்பாரு. நானும் மாமாவும் போய் ஏற்பாடு பண்ணறோம்.”

டிரைவர் பக்கத்தில் உட்கார்ந்து விசு ஏதோ பேசிக் கொண்டு வந்தான். ந்யூ மார்க்கெட்டை தாண்டி மார்க்கெட் ஸ்கொயர் அருகே யூ டர்ன் எடுத்து சப்வே அருகில் வண்டி நின்றது. இருவரும் இறங்கிக் கொண்டோம்.

“மருதாணி இடறவங்க ஒரே க்ரூப்பாம். இங்கே இருப்பாங்களாம், இல்லேன்னா ஜோஹ்ரி ஹோட்டல் பின்னாலே பிர்லா மந்திர் ரோட் ஜங்ஷன்லேயும் இருப்பாங்களாம். அவங்களுக்குனு ஒரு காண்டிராக்டர் இருப்பாராம். அவருட்டே சொன்னா ஏற்பாடு செய்வாருனு டிரைவர் சொல்றார்.”

மாமா கூல் பார் தாண்டி கேட்பட்டி ஹனுமார் கோயிலைச் சுற்றி நோட்டம் விட்டோம். நாலைந்து ஸ்டூல்கள் மட்டுமே இருந்தது. இரு ஆண்கள் மட்டும் உட்கார்ந்திருந்தனர். அருகாமையில் உள்ள மோடாவில் வைக்கப்பட்டிருந்த கூடையில் மருதாணி பொட்டலங்களும் நாலைந்து டிசைன் ஷீட்டுகளும் இருந்தது. ஆயின் மருதாணி இட்டுக் கொள்வோர் எவரையும் காணோம். ஆச்சரியமாக இருந்தது. ஹனுமார் கோயில் வாயிலில் போடப்பட்டிருந்த பெஞ்சின் மீது அமர்ந்து கொண்டேன். விசு அருகில் சென்றான். நாலைந்து நிமிஷங்கள் பேசினான். அந்தப் பையனம் விசுவும் அருகில் வந்தனர்.

“மாமா, இப்ப பத்து மணிக்கு இவங்க ஆள் நாம்தேவோட பொண்ணு கல்யாணம் நடக்கறதாம். அதுக்குத்தான் எல்லாரும்

போயிருக்காங்களாம். வரதுக்கு ஒரு மணிக்கு மேலே ஆகுங்கறார்."

"நம்ம கல்யாணம் ஒரு மணிக்கு. அதுக்குள்ளே மருதாணி இட்டு முண்டாசு கட்டணுமே"

"இவங்க காண்டிராக்டர் சாக்சேனா பாயும் அங்கேதான் போயிருக்காராம். அவரிட்டே சொன்னா எல்லா ஏற்பாடும் செஞ்சிடுவார்னு சொல்றாரு."

"அங்கேயே போய் பார்க்கலாமா?"

"அதைத்தான் இவனும் சொல்றான். போனா நாலைஞ்சு பேரை மருதாணி இடறதுக்கும் முண்டாசு கட்டறதுக்கும் சாக்சேனா பாய் உடனே அனுப்பி வைச்சிடுவார்னு அடிச்சு சொல்றான்."

"அப்படீன்னா அட்ரஸ் கேட்டுக்கோ. அவரோட மொபைல் நம்பரையும் வாங்கிக்கோ."

காரில் ஏறிக்கொண்டோம். வந்த வழியேதான் கார் போவதைப் போன்று இருந்தது. நேராக போகாமல் இடது பக்கம் திரும்பியது.

"எங்கே போறோம்?"

"இங்கே ஷாம்லா ஹில்ஸ் ஸ்லம் இருக்காம். அதைத்தாண்டி அஃப்ஸல் காலனிக்குத்தான் நாம்ப போவணும்."

சற்று நேரத்தில் குறுகலான தெருவொன்றின் முனையில் வண்டி நின்றது. விசுவும் நானும் இறங்கிக் கொண்டோம்.

"மஸ்ஜித் ரெஹ்மானியாவிற்கு எப்படி போவணும்?" விசு சிறுவன் ஒருவனிடம் விசாரித்தான்.

சிறுவன் முன் சென்றான். அவனைப் பின் தொடர்ந்தோம். நாலடிக்கும் குறைவான பாதை. இருபுறமும் அஸ்பெஸ்டாஸ் கூரை வீடுகள். பூசாத கற்சுவர். பெண்கள் தண்ணீரை எடுத்து வந்து வீட்டு வாசலில் வைக்கப்பட்டிருந்த பல்வேறு வடிவங்களில் உள்ள டிரம்களில் கொட்டிக் கொண்டிருந்தனர். இரண்டு மூன்று வீடுகள் முன்னே குதிரைகள் கட்டப்பட்டிருந்தன.

பையன்களும் பெண்களும் சேர்ந்து தெருவில் கிரிக்கெட் விளையாடிக் கொண்டிருந்தனர். பறையோசை கேட்டது.

“நேத்திக்கி பாராத்திலே இதே வாத்யம்தான் வாசிச்சாங்கனு நெனக்கிறேன்” விசு சொன்னான்.

“ஆமாம்.”

இரண்டாவது குறுக்கு சந்தை கடந்தபின் வழிகாட்டி நின்றான். மணமகனைச் சுற்றி தலைக்கு மேலே நாற்புறம் மஞ்சள் துணியை நால்வர் பிடித்துச் செல்ல உள்ளே மணமகன் தலையைச் சுற்றி தோரணமாய் பூக்கள் தொங்க பறையோசை அதிர ஊர்வலம் சென்று கொண்டிருந்தது. வாத்யம் வாசித்தவர்கள் நேற்றைய ஊர்வலத்தில் வாசித்தவர்கள்தான் என்பதை புரிந்து கொண்டேன். நேற்று ராஜ தோரணையில் சீருடையில் இருந்தவர்கள் இன்று பனியன் லுங்கியில் இருந்தனர். முன்னும் பின்னும் பத்திருபது பேர் ஆண்களும் பெண்களுமாய் சென்று கொண்டிருந்தனர். வண்ணத் துணியால் அலங்கரிக்கப்பட்டிருந்த வீட்டு வாயிலில் ஊர்வலம் முடிவடைந்தது.

எங்களைப் பார்த்ததும் ஒருவர் ஓடி வந்தார். விசு அவரிடம் விவரணம் செய்தான். வாயிலில் போடப்பட்டிருந்த நாற்காலிகளில் அமரச் சொன்னார்கள். சிறிது நேரத்தில் வயதான பெண்மணியொருத்தி குளிர் பானங்களை அளித்தாள். எங்களை உள்ளே அழைத்துச் சென்றனர். பறை அதிரடியாய் முழங்கியது. மலர்களை அளித்து மணமக்கள் மீது தூவும்படி கேட்டுக் கொண்டனர். மீண்டும் வாயிலுக்கு வந்தோம். இரண்டு வீடுகள் தள்ளி போடப்பட்டிருந்த நாற்காலிகளில் அமர்ந்தோம். கடிகாரத்தை பார்த்துக் கொண்டேன்.

“மாமா ஒண்ணும் குடி மூழ்கிப் போகாது. கவலைப் படாதீங்க சேட்ஜியை அழைச்சிண்டு வரேனுதான் போயிருக்காங்க.”

ஒரு வழியாக சாக்சேனா பாய் வந்தார். விசு விவரித்தான்.

“இப்ப இவரிட்ட வேலை செய்யற நாம்தேவோட பொண்ணு ஜோதிபாய்க்குத்தான் கல்யாணம் ஆச்சாம். நாம்தேவும் அவர்

பிள்ளை பாபுராவும்தான் நேத்திக்கு ஜெஹான் நுமா பாலஸுக்கு வந்து எல்லாருக்கும் முண்டாசு கட்டினாங்களாம். நேத்திக்கு அங்கே வந்து மருதாணி இட்டதிலே கல்யாணப் பொண்ணும் இருந்தாளாம். தெருவிலே கட்டியிருக்கிற குதிரைங்கள்ளாம் இவரோடதுதானாம். ஊர்வலத்திலே வாடகைக்கு விடறதாம்.''

சாக்சேனா பாய் யாரையோ கூப்பிட்டு ஏதோ சொன்னார்.

"சரி, இப்ப யாரை அனுப்புவார்?''

"கூப்பிடத்தான் போயிருக்கார்னு நெனக்கிறேன்'' வாயை மூடவில்லை. கையில் சிறிய கேரிபேகுடன் நாலு பெண்களும் இரண்டு பையன்களும் வந்தார்கள். ஒருவன் கையில் மூட்டையொன்று இருந்தது. முண்டாசு கட்டுவதற்கானது என்பதை ஊகித்துக் கொண்டோம். எழுந்தேன்.

"மாமா உக்காருங்க ஸ்வீட் சாப்பிட்டு போவணுமாம், எடுக்க போயிருக்கார்.''

"ஏன் விசு, மருதாணி இடற பொண்ணுங்க கையிலே மட்டுமில்லே கல்யாணப் பொண்ணு கையிலேயும் மருதாணி கிடையாது. அதே மாதிரி இவங்க யாருமே முண்டாசு கட்டிக்காம மாப்பிள்ளையையும் குதிரையில் ஏத்தாம ஊர்வலம் போறாங்க புரியமாட்டேங்குதே?''

"அதுக்கென்னா காசா பணமா, கேட்டா போறது.''

நாம்தேவ் பேப்பர் தட்டில் கச்சோரியும் ஜிலேபியும் எடுத்து வந்தார் வாங்கிக் கொண்டோம்.

விசு கேட்டதும் சாக்சேனா சிரித்தார். "அவங்க மருதாணி இட்டுண்டா வரவங்க அதைப் பாத்துட்டு இந்த டிசைன் போடு அந்த டிசைன் போடுனு ரொம்ப நேரம் எடுத்துப்பாங்களாம். நெறய பேருக்கு சர்வீஸ் செய்ய முடியாதாம். அதுனாலே மெஹந்திக்கு அழைக்கற போதே மெஹந்தி வச்சுக்காத பொண்ணாத்தான் இல்லை பையனுங்கள அனுப்பச் சொல்வாங்களாம்.''

"விசு இவர் சொல்றது கன்வின்ஸிங்கா இல்லியே?''

நாம்தேவ் என்னையே பார்த்துக் கொண்டிருந்தார்.

“தெருவிலே மூணு நாலு குதிரைங்களை கட்டியிருக்காங்க. ஆனா மணமகன் குதிரையிலே ஏன் ஊர்வலம் வரலே?” விசு கேட்டான்.

சாக்சேனா என்னவோ சொன்னார். “சின்னத் தெரு நடக்கவே கஷ்டப்படறச்சே, குதிரை மேலே இவங்க ஊர்வலம் போனா எப்படி சரியா இருக்கும்னு சொல்றார்.”

நான் விடுவதாக இல்லை. “ஏன் ஊர்வலத்திலே யாரும் முண்டாசு கட்டலே?” மறுபடியும் விசு கேட்டவுடன் அவர் முகம் மாறியதை உணர்ந்தேன்.

இப்போது நாம்தேவ் ஏதோ பதிலளித்தார். “அவங்கள்ளாம் மஹர் ஜாதியாம்” விசு சொன்னான்.

நான் மட்டுமல்ல சாக்சேனா பாயும் நாம்தேவையே பார்த்துக் கொண்டிருந்தார்.

“அம்பேட்கர் மஹர். படா ஆத்மி” எனக்கு துபாஷி தேவைப்படவில்லை.

நாம்தேவ் இப்பொழுது சிரித்தார். “க்யா அம்பேட்கர் நே சிர் பர் பகடி பாந்த்?”

“மாமா அம்பேத்கார் தலையில் முண்டாசு கட்டியிருந்தாரானு கேக்கறார். நீங்கதான் இதுக்கு பதில் சொல்லணும்.”

@

மே, 2020

5
காலம் கடந்து போகும்

படையாச்சியின் கிட்டங்கியிலிருந்து வெளியே வந்தேன். லேப்டாப் பையை முதுகில் மாட்டிக்கொண்டு தலையில் கர்சீப்பை கட்டிக்கொண்டேன்.

"பங்குனி பொறந்து பத்து நாளாவல, அதுக்குள்ள சித்திரை வெயில் தகிக்கறது" சுந்தரம் சொன்னான்.

கிட்டங்கியின் ஓரமாய் சன்ஷேடின் கீழே நின்று கொண்டு மொபைலை எடுத்தேன். சார்ஜ் வெகுவாய் குறைந்துவிட்டதை அறிய முடிந்தது. உடனடியாக பாக்கெட்டில் வைத்துக் கொண்டேன்.

"சார் போறவழிதானே, மஞ்சபுதூர் போய் ரெட்டியாரை பார்த்திட்டு போயிடலாமா?"

"அவர் டார்கெட்டை முடிச்சுட்டாரு, அவுட் ஸ்டாண்டிங்கும் பெரிசா எதுவும் இல்லை. இப்ப உள்ளே போய் அலைய வேண்டாமேனு பாக்கறேன்."

"சரி சார், அப்படீன்னா நேரா கள்ளக்குறிச்சிக்கே போயிடலாம்" மோட்டார் சைக்கிளை உதைத்தான்.

பின்னால் உட்கார்ந்து கொண்டேன். "சுந்தரம், அகரக்கோட்டாலம் தாண்டி ஹைவேஸ்லேயே கும்பகோணம் ராயர் மெஸ் இருக்கே, அங்கேயே சாப்பாட்டை முடிச்சிகிட்டு கள்ளக்குறிச்சி போயிடலாம்."

"ஆமாம் சார், ஆற்காட் லூத்தரன் சர்ச் பக்கத்திலே நாப்பது ஐம்பது வருஷமா இருக்கார்."

டப் டப் என்ற ஓசை அதிகரித்தது. அவன் சொல்வதை என்னால் முழுமையாக கேட்க முடியவில்லை. மௌனமாகவே இருபக்கங்களையும் நோட்டம் விட்டவாறே வந்தேன். அனல் காற்று முகத்தை எரித்தது. படையாச்சி கிட்டங்கியிலேயே நேரத்தை கழித்துவிட்டு நாலு மணிக்கு மேலே கிளம்பி வந்திருக்கலாமோ என்றுகூட தோன்றியது.

“சார், சாப்பாட்டை முடிச்சுட்டு சிறுவாங்கூர் போவறதுன்னாகூட போயிட்டு வந்துடலாம்.”

“நீ சொல்றது சரியா காதிலே விழலே, எல்லாம் ராயர் மெஸ்ஸுக்கு போய் பேசிக்கலாம்.”

அவன் பேச ஏதோ முனைந்தான். அவன் முதுகுப் பையைத் தள்ளி தோளில் தட்டினேன். புரிந்து கொண்டதை வண்டியின் வேகம் உணர்த்தியது. சாலையில் வலப்பக்கம் திரும்பி மெஸ் வாசலில் வண்டியை நிறுத்தியவுடன் இறங்கிக் கொண்டேன்.

“பத்துப் பதினைந்து நிமிஷத்திலே வந்துட்டோம் போலிருக்கே?”

“ஆமாம் சார், சங்கராபுரத்திலேந்து பதினைஞ்சு பதினாறு கிலோ மீட்டர்தான் இருக்கும்.”

“வாங்க, வாங்க” கல்லாவில் அமர்ந்திருந்தவர் வரவேற்றார். முதுகுப் பைகளை கழற்றி பெஞ்சின் மீது வைத்தோம். சுற்றி முற்றி நோட்டம் விட்டவுடன் கல்லாவில் இருந்தவர் “டாய்லெட் வெளியே இருக்கு” என்றார்.

“இல்லே சார்ஜ் போடணும், அதான் பாக்கறேன்.”

அவர் நாற்காலிக்கு பின்னால் இருந்த ப்ளக் பாயிண்டைக் காட்டினார். நீளவாட்டத்தில் போடப்பட்டிருந்த பெஞ்சில் அமர்ந்தோம்.

“நாளை கழிச்சு மறுநாள், யாரும் வெளியே வரக்கூடாதுனு தடை உத்ததரவு போட்டிருக்காங்களாமே?”

எதிரே போடப்பட்ட இலையில் தண்ணீரை தெளித்துக் கொண்டோம். “நேத்து ராத்திரி மோடி டிவியிலே கொடுத்த அறிவிப்புதான் அது.”

"ஒருநாள் உள்ளேயே இருந்துட்டா எல்லாம் சரியாயிடுமா?" சுந்தரம் என்னை பார்த்தான்.

"நோய் பரவாம இருக்கணும். பயம் வேண்டாம், ஆனா எச்சரிக்கையா இருக்க வேண்டியிருக்கே!"

"சார், ஸ்கூல் காலேஜெல்லாம் செவ்வாய்கிழமைலேந்தே லீவ் விட்டுட்டாங்க. சினிமா தியேட்டரும் கிடையாது. கெடுபிடி கொஞ்சம் கொஞ்சமா ஜாஸ்தியாகும் போலிருக்கே!"

"நான் திங்கட்கிழமைதான் மெட்ராஸ் வந்தேன். அன்னிக்கித்தான் வெளி மாநிலங்களுக்கு செல்ல வேண்டாம்னு தமிழ்நாடு சிஎம்மோட அறிவிப்பு வந்தது. ஆனா ஒண்ணு வீட்டுக்குள்ளே இருக்கறது மட்டுமே எந்த நிலையிலேயும் தீர்வாக இருக்க முடியாது. அது நோயையும் குணப்படுத்தாது. உடனடியாக நோய்க்கு எதிரான நடவடிக்கைகளைப் பற்றி ஜனங்களுக்கு விவரமாக சொல்லணும், எல்லாரையும் நம்பணும்."

"இதுக்கு வெண்டிலேட்டர்தான் முக்கியம். ஆனா அதையெல்லாம் எக்ஸ்போர்ட் பண்ணிண்டு இருக்கோம்னு வாட்ஸ்அப்லே படிச்சேன்."

"ஆமாம். வாஸ்தவந்தான். இப்போ ஜெர்மனிக்கோ இல்லே ஸ்வீடனுக்கோ ஏன் சைனாவுக்கோகூட ஆர்டர் கொடுப்பாங்க. ஷிப்மெண்ட்டுக்கு முன்னாடி ஷர்ஷவர்தன் அங்கே போய், மஞ்சளாலே ஓம் எழுதி சந்தனம் தடவி குங்குமம் வைச்சு சூடம் கொளுத்திட்டு வருவாரு."

கல்லாவில் அமர்ந்திருந்தவர் என்னை உற்று நோக்குவதை உணர்ந்தேன்.

சின்னப் பையன் மரக்கரண்டியால் ஊறுகாயை பரிமாறினான். "சார் இது சீனாவிலேந்து வந்திருக்காமே நெசமாவா?" அவன் பாவனையும் கேள்வியும் அவனது வெகுளித்தனத்தை வெளிப்படுத்தியது.

"நீ வைச்சிருக்கிற கரண்டிகூட சைனாவிலேந்துதான் வந்தது" சிரித்தேன்.

“நான் வெஜ் சாப்பிடறதினாலே பரவுங்கறது பெரிய வதந்தியாயிடுத்து. வாட்ஸ் அப்லே நெறய இதப்பத்தி போடறாங்க” சுந்தரம் சொன்னான்.

“இது சுவாசம் சம்பந்தப்பட்ட நோய். சாப்பாட்டுக்கும் இதுக்கும் கொஞ்சம்கூட சம்பந்தம் இல்லைங்கறது தெரிஞ்சாத்தான், நான்வெஜ் மேலே இருக்கற பயம் போகும். அதோட இதை சரியா புரிஞ்சுண்டாதான் அதுக்கு ஏத்தபடி நாம எச்சரிக்கையாவும் இருக்க முடியும்.”

“வெஜிடேரியன் என்னிக்குமே பயமில்லாம சாப்பிடலாம்” கல்லாப்பெட்டிக்காரர் சொன்னார்.

“அத நீங்க சொல்லக்கூடாது, ஆனா ஒண்ணு தெரிஞ்சக்கோங்க உலகத்திலேயே தண்ணியாலே பரவற நோய்ங்கறதான் அதிகம்” சாப்பிடத் துவங்கினேன்.

சுந்தரம் சிரித்தான்.

★

காசைக் கொடுத்துவிட்டு மீண்டும் பெஞ்சில் அமர்ந்தேன். லேப்டாப்பை பிரித்துக் கொண்டேன்.

“சார், இங்கேயிருந்தே ரிப்போர்ட்டை அனுப்பிடப் போறீங்களா?” சுந்தரம் அருகில் வந்தான்.

“ரிப்போர்ட்டை ராத்திரி அனுப்பிக்கலாம். ஆனா இப்ப சோமண்டார்குடி, சிறுவாங்கூர் போவணுமானு பார்த்துக்கறேன்.” ஆள்காட்டி விரல் கீ பேடில் அமர்ந்ததுமே எக்சல் ஃபைல்கள் அடுக்கடுக்காய் திறந்தன. மெதுவாக நகர்த்தியபடி பார்த்து வந்தேன்.

“போனமாசம்தான் பொவினோ லாக்டோஸ் ரெண்டு டன்னுக்கும், பஃபலோ ஃபீட், காஃப் ஸ்டார்டர், க்ரோயர் ஒவ்வொரு டன்னுக்கும் ஆர்டர் வந்திருக்கு. நாம்ப எக்ஸிக்யூட் பண்ணாம இப்பப்போய் பாக்கியை கேக்க முடியாதே? என்ன சொல்றே?”

சுந்தரம் லாப்டாப் ஸ்கிரீனையும் என் முகத்தையும் மாறி மாறி பார்த்தான். “நீங்க சொல்றது சரிதான், வேணும்னா அடுத்த தடவை பார்த்துக்கலாம்.”

எழுந்துபோய் மொபைலை பார்த்தேன். "ஒரு பத்து நிமிஷம் இருக்கலாமா?"

கல்லாப்பெட்டிக்காரர் சிரித்தார். "அதுக்கென்ன வெய்யத்தாழ கௌம்புங்களேன், திருவண்ணாமலைதானே?"

"இல்லே, நாங்க கள்ளக்குறிச்சிதான் போவணும்" சுந்தரம் சொன்னான்.

லாப்டாப்பை மூடினேன். "மெயில் செக் பண்ணலியா?" சுந்தரம் கேள்விக்கு தலையை மட்டும் ஆட்டினேன்.

"சார்லாம் பிரிட்டானியாவா?" கல்லாப்பெட்டிக்காரர் கேள்வியை எழுப்பினார்.

"இல்லே, ஆக்ரோ ஃபுட்ஸ்."

"சுந்தரம், புண்ணாக்கு கம்பெனினு சொல்லு. அப்பத்தான் எல்லாருக்குமே பளிச்சுனு புரியும்."

சாப்பிட்டுக்கொண்டிருந்த நாலைந்துபேர் உட்பட எல்லாருமே சிரித்தனர்.

"அப்படீன்னா காட்ரெஜ் கம்பெனிங்களா?" அவர் பேச்சை நிறுத்துவதாக தெரியவில்லை.

"இல்லீங்க, ராஜஸ்தான் கம்பெனி அகர்வால் ஆக்ரோ ஃபுட்ஸ்னு பேரு" நானே பதிலளித்தேன்.

"சார், நீங்க லாஸ்டா எப்ப ஹெட் ஆஃபீஸ் போனீங்க?"

"போன அக்டோபர்லே ரீஜனல் லெவல்லே மீட்டிங் நடந்தது. அப்ப போயிட்டு வந்தேன்."

"ஜெய்பூர்லேந்து ஜெய்சால்மர் ரொம்ப தூரமா?"

"ஆமாம் மெட்ராஸ்லேந்து மதுரை போற தூரம் இருக்கும். அங்கேந்து நூறு நூத்தம்பது கிலோ மீட்டர்லே லோங்கேவாலாவுலேதான் ஃபாக்டரி இருக்கு. அங்கேதான் புண்ணாக்கை அரைச்சு சோயாவை சேத்து பாக்கெட் செய்யறாங்க. ஆறேழு கிலோ மீட்டர்லே பாகிஸ்தான் பார்டர். வேலியிருக்கு. இதைப் பாக்கறதுக்குத்தான் ஜனங்கள் வந்துண்டு போயிண்டு இருப்பாங்க. அங்கே ரெண்டு தேசத்து ஜனங்களும் எதோ பண்ட மாற்றம் செஞ்சுப்பாங்க."

“சார், ஜெய்சால்மர்லே கோட்டையெல்லாம் இருக்குனு படிச்சிருக்கேன். நீங்க போயிருக்கீங்களா? அதையெல்லாம் பார்த்திருக்கீங்களா?”

“சுந்தரம், எப்படியும் மே ஜூன்லே டெவலெப்மெண்ட் எக்சிக்யூடிவ்ஸ் மீட்டிங் ஜெய்சால்மர்லேதான் நடக்கும். ஸோனல் லெவல்லே உன்னை அனுப்பலேன்னாலும், நான் ஹைதராபாத்திலேந்து ரீஜனல் லெவல்லே அனுப்பி வைக்கிறேன். கூடவே ஒய்ஃபையும் குழந்தைகளையும் அழைச்சிண்டு போயிட்டு வாயேன்.”

சுந்தரம் சிரித்தான்.

“ஆனா அதுக்கள்ளே இந்த ஏரியாவைப் பத்திய பொவைன் பாப்புலேஷன் விவரங்களை விரல் நுனியிலே வைச்சுக்கணும். அப்பறம் எங்கெங்கே எது போவுது, நம்ப மார்க்கெட் எப்படி, காம்படிடர் மார்க்கெட் எப்படிங்கறதெல்லாம் அத்துபடியா இருக்கணும்.”

சார்ஜரை ப்ளக்கிலிருந்து உருவினேன். பையை முதுகில் மாட்டிக் கொண்டேன்.

“இப்ப எப்படி?”

“கள்ளக்குறிச்சி, தியாகதுர்கம், ரிஷிவந்தியம் பார்த்துட்டு திருக்கோயிலூர் போயிடலாம்.”

“நீங்க சொல்றதைப் பார்த்தா எட்டு மணியாயிடுமே!”

“ஆமாம், இப்பத்தான் ஞாபகத்துக்கு வந்தது, ஏதோ ஃபங்ஷனுக்கு ஆறு மணிக்கு போவணும்னு சொன்னியே?”

“ஆமாம் சார்.”

“சரி கள்ளக்குறிச்சி டெப்போவுக்கு போயிட்டு, மத்த இடத்திலே சாஸ்திரத்துக்கு ஒரு பாயிண்டைப் பார்த்துட்டு கௌம்பிடலாம்.”

சுந்தரம் ஹெல்மெட்டை அணிந்து கொண்டு வண்டியில் அமர்ந்தான்.

★

பழைய காலத்து கட்டுமானம். சாதாரண ஊரில் இவ்வளவு பெரிய கட்டிடம். ஒவ்வொரு முறையும் ஆச்சரியத்தை ஏற்படுத்துகிறது. முறையான பராமரிப்பு கட்டுமானத்தை பாதுகாத்து வருவதை உணர்ந்தேன். இந்து மத சம்பந்தப்பட்ட அமைப்புகளுடன் நெருக்கமானவர் என்று அறிந்தபோது தயக்கத்தில்தான் இருந்தேன். பின்னர் பழைய தென்னாற்காடு ஜில்லாவில் பல நிறுவனங்களின் முகவர்களாக இருப்பவர்கள் என்று சுந்தரம் சொன்னதன் பேரில்தான் முதலில் உள்ளே நுழைந்தது நினைவிற்கு வந்தது. என்னதான் நாற்பது ஐம்பது வருஷங்களாக பல வர்த்தக நிறுவனங்களின் முகவர்களாக செயல்பட்டு வந்த போதிலும் ஒரு பிரபுத்துவ பண்பாட்டியல் நிலவிவருவதை பட்டவர்த்தனமாகவே அறியலாம். ஒருமுறை அவரிடம் அதைச்சுட்டிக் காட்டியதற்கு அந்த நடைமுறைதான் வர்த்தகத்தில் வெற்றியை அளித்துவருவதாக கூறியதும் கூடவே நினைவிற்கு வந்தது.

அகர்வால் ஆக்ரோ ஃபுட்டின் நாலுக்கு ரெண்டரை சிங்கிள் ஷீட் கோமாதா காலண்டர் நுழைவாயிலிலேயே மாட்டியிருந்தது உற்சாகத்தை அளித்தது. இன்னும் பல்வேறு உர நிறுவனங்களின் ஆளுயர வெங்கடாசலபதி கீதோ உபதேசக் காலண்டர்களும் வரிசையாக இருந்தன. வாசலில் அம்பாரமாய் செருப்புகளும், ஷூக்களும் குவிந்து கிடந்தது. நாலைந்து பேர் தரையில் அமர்ந்து, முன்னால் இருந்த டெஸ்கில் பைண்ட் செய்யப்பட்ட பெரிய கணக்குப் புத்தகங்களை வைத்துக் கொண்டு வேலை செய்து கொண்டிருந்தனர். இரண்டு பெண்கள் கூட கீழே உட்கார்ந்து கொண்டு முன்னால் உள்ள உயரக்குறைவான மர மேடையில் வைக்கப்பட்டிருந்த டைப்ரைட்டரில் டைப் செய்து கொண்டிருந்தார்கள், பின்னால் வந்த சுந்தரம் காதில் மெதுவாக சொன்னதை புரிந்து கொண்டேன். ஹாலின் மையமான இடத்தில் அமர்ந்திருந்த அவருக்கு எதிரே நாலு பேர் உட்கார்ந்து பேசிக் கொண்டிருந்தனர். வேற மேசை எதுவும் அந்த ஹாலில் தென்படவில்லை.

“வணக்கங்க” என்றேன்.

“வணக்கம், உக்காருங்க ஒரு பத்து நிமிஷம் வெயிட் பண்ணுங்களேன்.”

விற்பனை பிரதிநிதிகளுக்கும், மற்றவர்களுக்காகவும் உயரக் குறைவான மர பெஞ்சுகள் வரிசையாக போடப்பட்டிருந்தன.

"ஆஸ்பத்திரி ஞாபகம்தான் வரது" இருவரும் உட்கார்ந்து கொண்டோம்.

"சார், இப்ப அங்கெல்லாம்கூட பவுடர் கோட்டிங் காம்போ சேர்தான் கலர் கலரா போட ஆரம்பிச்சுட்டாங்களே!"

"இந்த கலியுகத்திலே பட்டுப் புடவை விக்கறவங்கதான், தரையிலே பரப்பி வியாபாரம் செஞ்சுண்டு இருக்காங்க. அங்கேயும் சிப்பந்திங்க டேபிள் போட்டு சேர்லே உட்கார்ந்துதான் வேலை செய்யறாங்க."

"சார், இங்கேயும் அப்படித்தான்."

ஹாலில் சுற்றிலும் படங்கள். ஒரு புறத்தில் காஞ்சி ஜகத்குரு, விசிறி சாமியார், மருவத்தூர் அம்மா, மயிலம் ஆதினம் பேதமற்று இருந்தனர். இன்னொரு பக்கத்தில் நேரு, காந்தி, இந்திரா, காமராஜர், அண்ணா ஆகியோருடன் சர்க்கஸ் தொப்பியில் மோடியும் இருந்தார்.

"சார், படத்தைப் பார்த்தவுடன் ஞாபகம் வந்தது. நம்ப ஞாயிற்றுக்கிழமை எங்கேயும் போவ முடியாதே? என்ன செய்யறது?" முணுமுணுத்தான்.

"ஞாயிறுக்கு அப்பறம் திங்கள் இருக்கு இல்லியா? அப்பறம் பேசிக்கலாம்" லேப்டாப்பை பிரித்துக் கொண்டேன். சுந்தரம் சிரித்தான்.

★

"வாங்க உட்காருங்க, ரொம்ப நேரம் காக்க வைச்சுட்டேன்."

"அதுனாலே என்ன? அவங்களும் எங்களை மாதிரிதானே" என்றேன்.

"அவங்க எந்த ஏஜென்சியும் இல்லே. நமக்கு வேண்டியவங்கதான். ஆலயப் பாதுகாப்பு கழகம்னு கேள்விப்பட்டிருப்பீங்களே!" அவர் ஆரம்பித்தார்.

"எனக்குத் தெரியும், நெறய கோயில்லே உழவாரப் பணி செய்வாங்கனு படிச்சிருக்கேன்" சுந்தரம் சொன்னவுடன் சிரித்துக் கொண்டார்.

"இப்ப ஞாபகத்துக்கு வருது. சூலம் மாதிரி நீளமா ஒரு ஆயுதத்தை வைச்சிண்டு எந்த கோபுரத்தைப் பார்த்தாலும் ஏறிண்டு இருப்பாங்க. ஒரு சில இடத்திலே அப்பப்ப பார்த்திருக்கேன்."

அவர் சிரித்தார். "பூடகமாக ஏதோ சொல்றீங்களோனு தோணுது. அது சூலம் இல்லீங்க. அதுதான் உழவாரம். அப்பர் கையிலே நீளமாக தோசை திருப்பி மாதிரி ஒண்ணு இருக்கறதை படத்திலே பார்க்கலாம். உழவாரம் வைச்சிண்டு செய்யற பணி உழவாரப் பணியாயிடுத்து."

"உழவாரங்கறது ஒரு டூல் என்பதை இப்பத்தான் தெரிஞ்சுண்டேன்."

"இப்ப வேற ஒரு உழவாரப் பணி தேசத்துக்கு தேவைப்படுது. சிஏஏவைப் பத்தி எல்லாரும் ஏடா கூடமா பேசிக்கிட்டிருக்காங்க இல்லியா? அதான் இந்தப் பிராந்தியத்திலே ஏதாவது செய்யனும்னு ஒரு யோஜனை."

கீ பேடை சுண்டினேன். சத்குரு ஏஜென்சீஸ் எக்சல் ஷீட்டை திறந்தேன்.

"நீங்க ஷீட்டை பார்க்க வேண்டாம். எங்க ஆஃப்டேக் இந்த ஆறேழு மாஸத்திலே கொறஞ்சி போச்சு, எங்களுக்கே தெரியும்" அவர் சிரித்தார்.

"ஏன் சார் எல்லா ப்ராடக்டுமே இப்படித்தான் இருக்கா?" சுந்தரம் குரலில் பவ்யம் தெரிந்தது.

"நீங்கதான் சொல்லணும்" அவர் என்னைப் பார்த்தார்.

"நான் ஸவுத்தும் சென்டிரலும் பார்க்கறேன். டிமானிடைஸேஷனுக்கு முன்னாடி பின்னாடினு பிரிச்சுப் பார்க்கறா மாதிரிதான் மார்க்கெட் இருக்கு. அதுக்கப்பறம் அடுத்த ஜூலையிலேந்து ஜிஎஸ்டியும் வந்தது. இத்தனைக்கும் கேட்டில் ஃபீடுக்கும், ஆக்வா ஃபீடுக்கும் ஜிஎஸ்டி கிடையாது."

“புண்ணாக்குக்கு இருக்கே?”

“ஆமாம்” எக்சல் ஷீட்டை பிரித்தேன்.

“இதையெல்லாம் எப்பவோ செஞ்சிருக்கணும், அதுனாலேதான் இவங்களுக்கு தொல்லையாப் போச்சு. கெட்ட பேரும் வந்துடுச்சு.”

“இவங்களுக்கு இது ஒண்ணும் புதுசு இல்லியே? கூடவே பொறந்ததுதானே?”

“சார், நீங்க இந்த ஏரியாவுலே கொஞ்சமாவது இன்க்ரீஸ் செய்யணுமே!” சுந்தரம் பேச்சை திருப்புவதை உணர்ந்து கொண்டேன்.

“பசுங்கறதே தனலக்ஷ்மினு கோமாதானு நம்ம பெரியவங்க சும்மாவா சொல்லியிருக்காங்க. அதை பராமரிக்காம அடிமாடா கேரளாவுக்கு அனுப்பிடறாங்க. அப்படி இருக்கறச்சே புண்ணாக்கை எப்படி விக்கறது?” சிரித்தார்.

“கோ சம்ரட்சண சாலை, பிஞ்சார போல் இதெல்லாம் நெறயவே வந்தாச்சு. இருந்தாலும் கேட்டில் ஃபீட் விக்கலைங்கறது வினோதமாத்தான் இருக்கு. இதைவிட ஆச்சரியம் என்னன்னா கோ சம்ரட்சண சாலைங்க ஜாஸ்தி இருக்கறது உபியிலேதான். ஆனா அங்கே பத்து வருஷமா புண்ணாக்கு வியாபாரம் இறக்கத்திலேதான் இருக்கு.”

“அங்கெல்லாம் புல்லுகூட போடறதில்லைனு பேப்பர்லே படிச்சேன்” சுந்தரம் சொன்னவுடன் நான் அவரையே பார்த்தேன்.

“நல்லாத்தான் பேசறீங்க. இல்லேன்னா சேட்டு அதுவும் ராஜஸ்தான் சேட்டுகிட்டே இத்தனை வருஷம் குப்பை கொட்ட முடியுமா?”

“குப்பைனு சொல்லாதீங்க, புண்ணாக்குனு சொல்லுங்க.”

“சுந்தரம், கோடவுன்லே ஸ்டாக் ரிப்போர்ட் வாங்கிண்டு வாயேன்” அவர் சொல்லி முடிப்பதற்குள் சுந்தரம் பக்கவாட்டத்தில் இருந்த கோடவுனை நோக்கிச் சென்றான்.

“நீங்க நிரந்தரமாவே ஹைதராபாத்லேயே தங்கிட்டீங்க போலிருக்கே? இந்தப் பக்கம் வரதுக்கு ஆசையில்லியா?”

"அங்கே போய் முப்பது வருஷம் ஆவப்போவுது, ஊரும் நல்லாவே பழகிப் போச்சு. சர்வீஸூம் இன்னும் ஒரு வருஷந்தான் பாக்கி. இப்பப் போய் இங்கே வரணுமானு தோணுது."

"அங்கே சிஏஏவை துலுக்கமாருங்க எதிர்க்கறாங்கனு படிச்சேன்."

"அவங்க மட்டும் இல்லே, எல்லா ஆளுங்களுமே எதிர்க்கறாங்க."

"என்னங்க ஊர் கூடி தேர் இழுக்கறதை விட்டுட்டு, இப்படி நடக்குதே!"

"ஊர்கூடி செஞ்ச தேரு, இவங்க இழுத்த இழுப்புக்கு போவணுமாங்கற கேள்வி எல்லா இடத்திலேயும் கிளம்பியிருக்கு."

சுந்தரம் பட்டியலை நீட்டினான் "சார், சித்தேரிப்பட்டு, முட்டியம், சாவடி இன்னும் ரெண்டு மூணு இடத்திலே கோழிப் பண்ணைங்களை பார்த்திருக்கேன். பவுல்ட்ரீகூட போவுமே!"

"சுந்தரம், அவங்க நாமக்கல் பார்ட்டிகிட்டே நேரடியா வாங்கிக்கறாங்க. சிக்கன் மெஷ் வேணும்னாகூட அங்கேதான் போறாங்க."

"ஜெர்சி, ப்ரௌனி, அயர்ஷைர் மாதிரி க்ராஸ் ப்ரீடுக்கு ஹைபர் ஃபிட் நல்லாயிருக்குமே."

"அதெல்லாம் நம்ப இடத்திலே தாக்குப் பிடிக்க முடியலீங்க. வைச்சிருந்த கவுண்டன்மாருங்களே அதக்குடுத்துட்டு சிந்தி, உம்பளாச்சேரி, ஆலம்பாடினு வாங்கிட்டாங்க."

"அமிர்தமஹால்கூட நல்ல ரகங்க."

"அமிர்தமஹால், காங்கேயம், ஹலிகார் மாதிரி மாடுங்களை வெச்சிருக்கறதுக்கு ஒரு அந்தஸ்து வேணுங்க. இப்ப கண்டகண்ட சாதிப்பயலுவளும் மாடு புடிச்சுண்டு வந்துடறாங்க. சர்க்காரும் அவனுக்காக வாரி கொடுத்துண்டுருக்காங்க, சரி எழுதிக்கோங்க."

சுந்தரம் தனது லாப்டாப்பில் தட்டத் துவங்கினான். "பஃபலோ ஃபீட் போடலீங்களே?"

"ஒரு அஞ்சு டன் போட்டுக்கோங்க. எதுவுமே மார்ச் பில்லிங் வேண்டாம். ஏப்ரலிலேயே இருக்கட்டும்."

சின்னப் பையன் கம்பி வளையத்திலிருந்த டீ கிளாஸை எடுத்து மேஜையின் மீது வைத்தான்

"சாப்பிடுங்க."

சுந்தரம் கடிகாரத்தை பார்த்தபடியே டீயை பருகினான்,

"என்ன மணியாயிடுச்சா? வேற யாரையாவது பார்க்கணுமா?"

"ஒரு ஃபங்ஷன் ஆறு மணிக்கு போவணும்."

"இப்பத்தானே நாலு ஆவுது, அரை மணிலே போயிடலாமே! ஏன் பதட்டப்படறீங்க?"

"அதெல்லாம் ஒண்ணுமில்லே" சுந்தரம் சிரித்தான்.

லேப்டாப்பை முதுகுப் பையில் வைத்துக் கொண்டேன். "ஜனவரி பில் ஒண்ணு நிக்கறது. மார்ச் கடைசிக்குள்ளே அனுப்பி வைச்சா நல்லாயிருக்கும்."

"ஊர் கூடினு ஆரம்பிச்சீங்க, அப்பறம் விட்டுட்டீங்களே.."

"நான் சாதாரணமா சாமி கும்பிடற விஷயத்தை பொது வெளிக்கு கொண்டு வந்து, அரசியலோட சேர்த்துப் பார்க்கறதில்லை. அதே மாதிரி அகர்வால் ஆளா போவறச்சே அரசியலும் பேசறதில்லை. இருந்தாலும் நீங்க சிஏஏவைப் பத்தி கேட்டதினாலே ரெண்டு வார்த்தை சொல்லிட்டேன். இதுலே வேற விவாதம் ஏதுவும் இல்லீங்க."

"அதுக்கில்லீங்க ஊர்கூடி செஞ்ச தேருனு சுவாரசியமா சொல்ல வந்தீங்க. பட்டுனு விட்டுட்டீங்க."

சிரித்தேன்,

"பரவாயில்லை சொல்லுங்க."

"சுதந்திரப் போராட்டத்தை காந்திக்கு முன்னே, காந்திக்குப் பின்னேனு பிரிச்சுப் பார்த்தா நெறய விஷத்தை நம்மாலே புரிஞ்சுக்க முடியும்."

"நீங்க என்ன சொல்ல வரீங்கனு தெரியறது. சாதி மதம் பாக்காம எல்லாரும் போராடினாங்க. இப்ப இந்து மகா

சபாக்காரங்க சுதந்திரத்தை எதிர்த்தாங்க. அதத்தானே சொல்லப் போறீங்க. ஹைதராபாத் துலுக்க சகவாசம் உங்களை ரொம்பவே கெடுத்துடுச்சு."

"எங்களுக்கும் மணியாவுது. சுந்தரத்துக்கும் வேற இருப்புக் கொள்ளலை. ஒரு சின்ன விஷயத்தை மட்டும் உங்ககிட்ட சொல்லிட்டு கௌம்பலாம்னு நெனக்கிறேன். மெட்ராஸ் சென்டிரல் ரயில்வே ஸ்டேஷன் பக்கத்திலே மூர் மார்க்கெட்னு ஒண்ணு இருந்தது."

"என்ன சார் அப்படி சொல்லிட்டீங்க? எத்தனையோ தடவை அங்கே போய் நெறய புஸ்தகம் வாங்கியிருக்கேன். பழைய கிராமபோன் ரிகார்டெல்லாம்கூட வாங்கியிருக்கேன்."

"1925லே மூர் மார்க்கெட் பெயரை சௌகத் பஜார்னு மாத்தணும்னு ஒரு சத்யாக்ரகத்தை வவேசு ஐயர் தலைமையிலே நடத்தியிருக்காங்க."

"அடடா நான் இத கேள்விப்பட்டதே இல்லியே? சொல்லுங்க."

நின்று கொண்டிருந்த சுந்தரமும் முதுகுப் பையை கழற்றி மடியில் வைத்துக் கொண்டு நாற்காலியில் அமர்ந்து கொண்டான்.

"உக்காருங்க."

"பரவாயில்லை."

"அது யாருங்க சௌகத்து?"

"அவங்க சௌகத் அலி, முகமது அலினு ரெண்டு பிரதர்ஸ். இந்து முஸ்லீம் ஒற்றுமைக்காக காந்தியுடன் சேர்ந்திருந்தவங்க. ஒத்துழையாமை இயக்கம் நடத்தறதுக்கு முன்னாடி மெட்ராஸ்லே தெருத் தெருவா பிரச்சாரம் செஞ்சவங்க. அவங்க பேரைத்தான் வைக்கணும்னு ஐயர் போராட்டம் நடத்தினார். மதுரை, திருநெல்வேலி, கானாடுகாத்தான் இன்னும் எங்கெங்கேந்தெல்லாம் தொண்டர்கள் வந்து போராட்டத்தை நடத்தியிருக்காங்க. அந்த ஐயரை வெள்ளைக்காரன் வேற ஒரு வழக்கு வியாஜ்யத்திலே அரெஸ்ட் செஞ்சப்போ திருவல்லிக்கேணியிலேயும், மயிலாப்பூரிலேயும் யாரும் எதுவும் சொல்லாம ஜனங்களே ஹர்த்தாலை நடத்தியிருக்காங்க. அவரை ஜெயில்லே

அடைக்கறதுக்கு வண்டியிலே அழைச்சிண்டு போவறச்சே பின்னாடி இந்துக்களும் முஸ்லீம்களும் ஊர்வலமா போயிருக்காங்க."

"ஆச்சரியமாக இருக்கே?"

"அவங்க சும்மா போவலை பாரத் மாதா கீ ஜெய்! இன்குலாப் ஜிந்தாபாத்! இந்து முஸல்மான் ஒற்றுமை ஓங்குக! அப்படீனு கோஷம் போட்டபடி போயிருக்காங்க."

சுந்தரம் திரும்பி கடிகாரத்தை பார்ப்பதை உணர்ந்தேன்.

"இதே ஐயர் பிற்காலத்திலே சேரன்மாதேவியிலே பாரதாஸ்ரமம்னு ஒரு ஆசிரமத்தை நடத்தினாரு. வெளிநாட்டுலே பல புரட்சிக்காரங்களோட சேர்ந்து ஒரு புரட்சிக்காரராகவே இருந்த அவரு கடைசியிலே பத்தாயிரம் வருஷத்து பாதாள சாக்கடையிலே சிக்கிண்டாரு."

"சரி நீங்க என்ன சொல்ல வரீங்கங்கறது புரியறது. சுந்தரத்துக்கும் எங்கேயோ போவணும். கௌம்புங்க. அடுத்த தடவை வரும்போது உங்களோட அரை நாள் உக்காந்து பேசணும்."

"பேமெண்டை மறந்துடாதிங்க."

வாசலுக்கு வந்தேன்.

"சார், இந்த ஐயர் அருவியிலே விழுந்த மகளை காப்பாற்றப்போய் இருவருமே இறந்துட்டாங்கனுதான் படிச்சிருக்கேன். ஆனா..." வண்டியை உதைத்து ஸ்டார்ட் செய்தான்.

பின்னால் உட்கார்ந்து கொண்டேன். "நான் சொன்னதும் சரிதான். நீ படிச்சதும் சரிதான்."

வெயில் தணிந்தா மாதிரி இருந்தது. வண்டியின் வேகம் கூடியது.

★

லாட்ஜ் பையன் டீ கிளாஸை மேஜையின் மீது வைத்துவிட்டு, கையில் தினமணியைத் தந்தான்.

"ஏன் தினத்தந்தி இல்லியா?"

"இங்கிலீஷ் பேப்பரும் கிடைக்கலே, தந்தியும் இல்லே."

"அப்படி என்ன பரபரப்பு?" டீயை குடித்தவாறே செய்தித்தாளைப் பார்த்தேன்.

"டெல்லியிலே அந்த நாலுபேரையும் தூக்கிலே போட்டாச்சு" சொல்லியவாறே படிகளில் இறங்கிச் சென்றான்.

அது தேசிய செய்தியாக இடம் பெற்றிருந்ததோடு, நிர்பயா குற்றவாளிகள் தூக்கிலிடப்பட்டதையடுத்து மகிழ்ச்சியை வெளிப்படுத்திய நிர்பயா பெற்றோர் படத்துடன், நீதி வென்றது என்ற பிரதமரின் செய்தியும் பிரதானமாக இடம் பெற்றிருந்தது. தங்கள் குழந்தையை இழந்த அந்தப் பெற்றோரின் ஆனந்தக் களிப்பினை மீண்டும் பார்த்தேன். அப்படீன்னா கத்திக்கு கத்தி ரத்தத்துக்கு ரத்தமா? எங்கேயோ பிசிறடிப்பதாகத் தோன்றியது. செய்தித்தாள்களை அப்படியே மடித்து வைத்து விட்டு படுக்கையில் உட்கார்ந்தபடி லாப்டாப்பை பிரித்துக் கொண்டேன். மெயில்களை பார்த்துக் கொண்டிருக்கையில்தான் கதவைத் தட்டுவது கேட்டது.

"திறந்துதான் இருக்கு, உள்ளே வாங்க."

சுந்தரம்தான். முதுகுப் பையை மேஜையின் மீது வைத்தான்.

"என்னப்பா யுத்தத்துக்கு இவ்வளவு சீக்கிரமாக தயாராயிட்டியே? நான் இப்பத்தான் எழுந்தேன்."

"பரவாயில்லீங்க சார், இன்னக்கி சிவராத்திரி, வீட்டிலே எல்லாரும் திருவண்ணாமலை போறாங்க. பஸ்லே ஏத்திட்டு நேரா இங்கே வந்துட்டேன்."

"நீ சீக்கிரமா வந்ததும் ஒரு விதத்திலே நல்லதாப் போச்சு. நம்ப ரூட் மேப்பை சரி செஞ்சுக்கலாம்."

"சார் நேரா கண்டாச்சிபுரம் போயிடலாம்." மேசையின் மீது லாப்டாப்பை பிரித்துக் கொண்டான். சார்ஜரை ப்ளக்கில் சொறுகினான்.

"வீரபாண்டி வேணாங்கறியா?"

தலையை ஆட்டியபடியே, எக்சல் ஷீட்டுகளை திறக்கத் துவங்கினான்.

"அப்பறம் வேட்டவலம், நாகலாம்பட்டு, காட்டுமணலூர்."

"சார், காட்டுமணலூர் வேண்டாம்."

"ரெட்டியாரைப் பார்க்க வேணாங்கறியா?"

"திருவண்ணாமலையிலே டெப்போவிலே பார்த்தா போதும். அங்கேயே ஆர்டர் தந்திடுவாங்க."

"அப்படீன்னா டெலிவரியும் அங்கேதானா?"

"இல்லே சார், டெலிவரி காட்டுமணலூர்லேதான் கொடுக்கணும்."

"திருவண்ணாமலை, சாத்தனூர், தண்டராம்பட்டு, தென்முடியனூர், பழையனூர்."

"பழையனூரை டெலிட் பண்ணிடுங்க. மணலூர்பேட்டையிலே பார்த்துண்டா போதும்."

"இத்தனை பாயிண்டையும் பார்த்துட முடியுமா?"

"சார் நாளைக்குத்தான் ஊரங்கு. நகரவே முடியாது. இன்னிக்கே அடிச்சு பிடிச்சு முடிச்சுடலாம். சிவராத்திரி வேற. நாலு மணிக்கு மேலே போவறதுகூட சரியா இருக்காது."

"சரி, ஒரு அரைமணியிலே தயாராயிடறேன். கிளம்பிடலாம்."

"நாளைக்கு இங்கேயே இருக்கப் போறீங்களா? இல்லே தபோவனம் போவப்போறீங்களா?"

"ஆமாம், பெரியம்மாவைப் பார்த்து நாலைஞ்சு மாசமாயிடுத்து. டிசம்பர்லே வந்தபோதுகூட பார்க்க முடியலே. திங்கட்கிழமை விழுப்புரம் போய் பிராஞ்சை பார்த்துட்டு ராத்ரியே கிளம்பணும். இதுக்கு நடுவிலே நேரம் கிடைக்கறப்போ போயிட்டு வந்துடலாம்னு நெனக்கிறேன்." செய்தித்தாளை பிரித்தேன்.

"கரோனாவினாலே எல்லா நாட்டிலேயும் பாதிப்பு உண்டாயிருக்கு. உலகம் முழுக்க பத்தாயிரம் பேருக்கு மேலே பலியாயிருக்காங்க."

“சார், நான் என்னவோ சாதாரண டெங்கு மாதிரிதானு இத்தனை நாள் நெனச்சிட்டு இருந்தேன்,”

“நீயாவது டெங்கு மாதிரி ஏதோ நோய்னு நெனச்சிண்டு இருந்திருக்கே. இதிலே ஆச்சரியமில்லே. ஆனா இங்கேயும் சரி அங்கேயும் சரி சர்கார்லே இருக்கறவங்க பாட்டா, காதிம் மாதிரி ஏதோ பழைய காலத்து செரும்புக் கம்பெனினு நெனச்சிண்டு, காண்டாமிருகத்தோலோட அஜாக்ரதையா இருந்துட்டாங்க.”

“சார் நீங்க சொல்றது சரிதான். அந்தக் கம்பெனி பேரு கரோனா ஸாஹூ.”

“நாம்ப டிசம்பர்லே டூர் வந்தப்போதான் சைனாவிலே கரோனா ஆரம்பிச்சுது. அப்பறம் ஊரடங்கு போட்டது, ஊர் பூரா டெஸ்ட் எடுத்தது, ஆயிரக் கணக்கில் ஜனங்கள் மாண்டது, பத்து நாள்லே அவங்க ஆஸ்பத்திரி கட்டினது, எல்லாமே பத்திரிக்கைச் செய்திங்கறதைத் தாண்டி யாருமே உள்வாங்கிக்கலியோனு நெனக்கிறேன்.”

“சார், நம்ப ஊர்லே எப்பவுமே அலட்சியம்தானே?”

“நம்ம ஊர்னு இல்லே, இந்த விஷயத்துலே எல்லா ஊர்லேயும் முட்டாள்தனம் நிறைந்த அசட்டை இருந்திருக்கு. சாமி கும்பிட்டா நம்பளை நோய் நொடி எதுவும் அண்டாதுனு நெனச்சிண்டு கூட்டம் கூட்டமா கூடினாங்க. கும்பிட்டாங்க. அதான் இப்ப இத்தாயியிலேயும் ஸ்பெயின்லேயும் வெடிச்சிருக்கு.”

“சார், ஸ்பெயின்னு சொன்னவுடனே ஞாபகத்துக்கு வந்தது. ஒரு காலத்துலே ஸ்பானஷ் ஃப்ளுவினாலே உலகம் பூரா லட்சக் கணக்கில் இறந்தாங்கனு இப்ப ஏதோ ஒரு பத்திரிக்கையிலே படிச்சேன்.”

“லட்சக் கணக்குங்கறது தப்பு. கோடியிலேதான் சொல்லணும். உலகத்திலே கிட்டத்தட்ட கால்வாசிப்பேர் அதுலே மாண்டதாகத்தான் கணக்கு.”

“சார், அவ்வளவு கொடூரமான நோயா அது?”

“ஆமாம், முதல் உலக யுத்தத்திற்கு அப்பறம் 1918லே இந்த நோய் தாக்க ஆரம்பிச்சுது. யுத்தத்தினாலே எல்லா நாடுகள்ளேயும் சென்சார் இருந்தது. அதனாலே மரண எண்ணிக்கை யாருக்குமே தெரியலை. ஸ்பெயில் யுத்தத்திலே சம்பந்தப்படாத நாடு. அங்கே நோய் பாதிச்சு லட்சக்கணக்கில் மாண்டது வெளியில் தெரிஞ்சுது. அதுனாலே அதுக்கு ஸ்பானிஸ் இன்ஃபுளுயென்ஸானு அமெரிக்கப் பத்திரிகைகள் நாமகரணம் செஞ்சுட்டாங்க.”

“அடப் பாவிங்களா!”

“ஆனா உண்மையில் பாதிக்கப்பட்டது அமெரிக்காதான். பல நாடுகள்ளே இருந்த அவங்க சோல்ஜர்ஸ்தான் லட்சக்கணக்கிலே இறந்தாங்க.”

“அப்போ நமக்கு ஒண்ணும் ஆவலியா?”

“நம்ம நாட்டிலேயும் கிட்டதட்ட ஒண்ணரை கோடிப் பேர் பலியாயிருக்காங்க.”

சுந்தரம் லாப்டாப்பை மூடினான். கடைசிப் பக்கத்திற்கு வந்தேன்.

“எல்லாக் கோயிலையும் மூடியிருக்காங்கனு பேப்பர்லே போட்டிருக்கு. நீ எப்படி அனுப்பினே?”

“சார் எனக்குத் தெரியாதே? காலீலே பேப்பரும் படிக்கலே டிவியும் பார்க்கலே. அதான் தெரியாமப் போயிடுச்சு.”

தினமணியைத் தள்ளினேன். சுந்தரம் எடுத்துக் கொண்டான்.

“கரோனாவினாலே பாதிப்பு வரும்னு நாகூர் ஆண்டவர் தர்கா, வேளாங்கண்ணி மாதா கோயில், திருச்செந்தூர் முருகன் கோயில் எல்லாத்தையும் மூடிட்டாங்களாமே” அவன் குரல் பரிதாபமாக இருந்தது.

“இதிலேயாவது ஒற்றுமை இருக்கேனு நீ சந்தோஷப்படணும்” குளிக்க ஆயத்தமானேன்.

★

வேட்டவலம் சாலையிலிருந்து ராமலிங்கனார் தெருவில் நுழைந்தோம். ஜன நடமாட்டம் சற்று அதிகமாகவே

இருப்பதாகப் பட்டது. சுந்தரம் சற்று மெதுவாகவே வண்டியை ஓட்டி வந்தான்.

“அய்யன்குளம் அக்ரஹாரம் முனையிலே அபிராமி லாட்ஜ் தெரியுமில்லியா?”

தலையை ஆட்டினான்.

“ஓரத்திலே முஸ்தபா மொபைல்ஸ் கடை இருக்கு. அங்கே நிறுத்திக்கோ.”

வண்டியை நிறுத்தினான். ஹெல்மெட்டை கழற்றி ரியர் வியூ மிரரில் சொறுகினான். பின் பாக்கெட்டிலிருந்து சீப்பை எடுத்து இழைய இழைய தலையை வாரிக் கொண்டான். கடைக்குள் நுழைந்தேன்.

“சார்ஜர் பின்னைக்கூட நீங்க இங்கே சரி பண்ணிக்கலாம்” சுந்தரம் பின் தொடர்ந்தான்.

வாடிக்கையாளர்கள் இருப்பதாக தோன்றவில்லை. சிப்பந்திகள்தான் நிறைந்த இருந்தனர். சீருடையில் இருந்த இருவர் என்னருகில் வந்தனர்.

“ப்ளாக் ஷார்க், ஆண்ட்ராய்ட், நெறய ஃபீச்சர்ஸ்...” ஒருவன் துவங்கினான்.

“நான் மொபைல் வாங்க வரலை. இங்கே வேலை செய்யறாங்களே ஸ்ரீவித்யா அவங்களை பார்க்க வந்திருக்கேன்.”

“ரேவதி, ஸார் ஸ்ரீவித்யாவை பார்க்க வந்திருக்காரு” ஈசான்ய மூலையைக் காட்டினான். சுந்தரம் வரிசையாக அடுக்கி வைக்கப்பட்டிருந்த மொபைல்களை நோட்டம் விடத் துவங்கினான்.

“ஏம்மா ஸ்ரீவித்யாவை பார்க்கணும்?”

“ஸார், உங்களை எனக்குத் தெரியும். நீங்க அவளோட அண்ணன்தானே? அடிக்கடி சொல்லுவா.”

சிரித்தேன்.

“இன்னிக்கி சிவராத்திரிங்கறதினாலே லீவ் எடுத்துண்டு ஃபேமிலியோட தபோவனம் போயிருக்கா. இனிமே

திங்கட்கிழமைதான் வருவா. ஏதாவதுனா கால் பண்ணுங்களேன். அவ நம்பர் உங்ககிட்டே இருக்கு இல்லியா?"

"இருக்கும்மா, வேற விஷயமா இங்கே வந்தேன். அப்படியே அவளையும் பார்த்துட்டு போவலாம்னு நெனச்சேன். நானே இன்னிக்கோ நாளைக்கோ அங்கே போவலாம்னு இருக்கேன். நேரா பார்த்துக்கறேன். தாங்க்ஸ் மா."

"வெல்கம் சார்."

சுந்தரம் தோளில் தட்டினேன்

"இல்லீங்களா?"

"லீவ் எடுத்துண்டு தபோவனம் போயிட்டாளாம்."

"உங்க பெரியம்மாவுக்கு இவங்க ஒரு பொண்ணுதானே?"

"ஆமாம். இவ இங்கே வேலை செய்யறா. இவ ஹஸ்பெண்ட் புரோகிதரா இருக்காரு. ரெண்டு கொழந்தைங்க. ஸ்கூல்லே படிக்கறாங்க. ஏதோ தத்தித் தத்தி நடந்திண்டு இருக்கா."

வெளியில் வந்தோம்.

"இப்ப?"

"சுண்ணாம்புக்கார தெருவுக்கு போயிடலாம்."

"ஜெயின் அண்ட் சன்ஸ்தானே?"

வண்டியில் அமர்ந்து கொண்டேன்.

★

நவீன கட்டுமானம். வாசலில் மிகப் பெரிய பெயர்ப்பலகை. பக்கவாட்டத்தில் உள்ள வெவ்வேறு விளம்பரப் பலகைகள் பல்வேறு நிறுவனங்களின் முகவர்கள் என்பதை அறிவித்தது. வாகன நிறுத்துமிடத்தில் சுந்தரம் வண்டியை நிறுத்தினான். பக்கவாட்டத்தில் உள்ள சுவற்றில் பிரம்மாண்டமாக உறங்கி சோம்பல் முறிப்பதைப் போன்று பாபா ராம்தேவ் சிவப்பு ஆடையில் நின்று கொண்டிருந்தார். கீழே பதஞ்சலியின் வர்த்தகச் சின்னம் பளிச்சென்றிருந்தது.

"இது என்னப்பா?"

"சார், இது ஒரு யோகா போஸ்" சுந்தரம் சிரித்தான்.

மையமான ஹால் பரபரப்போடு இயங்கிக் கொண்டிருந்தது. டாட் மெட்ரிக்ஸ் பிரிண்டர்கள் பெரும் ஓசையை எழுப்பிக் கொண்டிருந்தது. கூடவே சாம்பிராணிப் புகையும் பரவியிருந்தது.

"என்னப்பா இன்னும் இந்த சத்தம் கேக்கறதே?"

"சார், இன்வாய்ஸ் எல்லாம் அதுலேதான் ஓடுது" சுந்தரம் முன்னே சென்றான்.

வரிசையாக போடப்பட்டிருந்த நாற்காலிகளில் அமர்ந்து கொண்டோம். முதுகுப் பையை கழற்றி லாப்டாப்பை எடுத்துக் கொண்டேன். சீருடை அணிந்த சேவகரிடம் சுந்தரம் தனது விசிட்டிங் கார்டை எடுத்துக் கொடுத்தான்.

"பெரியவரைப் பார்க்கணுமா இல்லே..." சேவகன் இழுத்தான்.

"பன்சாலியைப் பார்த்தால் போதும்" நான் இடை மறித்தேன்.

"கூப்பிடுவாங்க" நகர்ந்தான்.

★

"அகர்வால் ஆக்ரோஃபுட்" அழைத்தார்கள்.

பன்சாலி எதிரில் இருவரும் அமர்ந்து கொண்டோம். சுந்தரம் பிரித்த லாப்டாப்பில் உள்ள எக்சல் ஃபைல்களையே பார்த்துக் கொண்டிருந்தான்.

"பதஞ்சலியிலே சக்கைப் போடு போடறீங்க போலிருக்கே" ஆரம்பித்தேன்.

பன்சாலி விழித்த கண்ணை மூடாமல் என்னையே பார்த்துக் கொண்டிருப்பதை உணர்ந்தேன்.

"நேத்து திருவரங்கம், வடபொன்பரப்பி, சங்கராபுரம்னு ஆரம்பிச்சு கள்ளக்குறிச்சி, தியாகதுர்கம், ரிஷிவந்தியம்னு முடிச்சோம். இன்னக்கி கண்டாச்சிபுரம், வேட்டவலம், நாகலாம்பட்டு போயிட்டு இங்கே வரோம். நெறய இடத்திலே சின்னச் சின்ன பாயிண்ட்லேகூட பதஞ்சலி போர்டைப்

பாத்துண்டு வரோம். ஆச்சரியமா இருந்தது. பயமாவும் இருக்கு."

"பயப்படாதீங்க! அவங்க இப்போதைக்கு ஆக்ரோஃபுட்டுக்கு வரமாட்டாங்கனுதான் நெனக்கிறேன்."

"சாதாரண ஸ்லாட்டட் ஆங்கிள் ஸ்டாண்டிலே டிஸ்ப்ளே பண்ணியே, எச்யுஎல்லோட போட்டி போடறாங்களே?"

"நாங்களும் அதுலே நெறயாவே இன்வெஸ்ட் பண்ணிட்டோம். அக்ரெஸ்ஸிவ்வாவே அவுட்லெட் போட்டிருக்கோம். இருந்தாலும் ரீபீட் கஸ்டமர் இல்லைங்கறது எல்லோரட அபிப்ராயம்."

"யோகா குருவா பார்த்துட்டு, சோப்பும் சவுக்காரமும் விக்கறதை ஜனங்க ஏத்துக்கலியா?"

"நீங்க சொல்றதிலே நிச்சயமா உண்மை இருக்கு. இது இல்லாம இவர் நெறய விஷயத்திலே ஔறிக் கொட்டறதினாலே நம்பிக்கையும் வரதில்லை. ரெண்டு நாள் முன்னாடி..."

"ஆமாம். நானும் படிச்சேன். கரோனாவுக்கு மருந்து வைச்சிருக்கேனு சொன்னதைத்தானே சொல்றீங்க?"

"ஆமாம், அவனவன் முடியைப் புடிச்சுண்ட நாயாய் அலைஞ்சிண்டு இருக்காங்க. ஒலகமே திகைச்சு நிக்குது. கொத்து கொத்தா ஜனங்க செத்து விழுந்துண்டு இருக்காங்க. இவர் என்னடான்னா பாலகிருஷ்ணாவோட சேர்ந்துண்டு, நம்ம செந்தில் கவுண்டமணி மாதிரி காமெடி பண்ணிண்டு இருக்காரு. அவங்க அட்வர்டைஸ்மெண்ட் பட்ஜெட்டை மனசிலே வைச்சிண்டு மீடியாவும் இதையெல்லாம் கண்டுக்கறதில்லையோ என்னவோ?"

"சார், நீங்க பவுல்ட்ரீ ஃபீடையும் கொஞ்சம் பிரமோட் பண்ணணும்" சுந்தரம் லாப்டாப்பிலிருந்து கண்ணை எடுக்காமலேயே பேசினான்.

"காத்ரெஜ்காரங்க அக்ரெஸ்ஸிவ்வா இருக்காங்க. வெங்கியும் எஸ்கேஎம்மும் இதுலே பாப்புலரா இருக்கறதினாலே, அகர்வால்னா தயங்கறாங்க. அது இல்லாமே உங்கே ரேட்டும் ஜாஸ்திதான். அதான் பாக்கறேன்."

"நீங்க என்ன செய்யணும்னு சொல்லுங்க, பார்க்கலாம்."

"ட்டிஓடியை இன்க்ரீஸ் செஞ்சிங்கண்ணா, ஆஃப்டேக்கையும் இன்க்ரீஸ் பண்ணலாம்."

"சார், இதை ரீஜனல் லெவல்லே முடிவெடுக்க முடியாது. அதுனாலே ஹெச்ஓவிலே கேட்டு முடிவெடுக்கிறேன்."

பன்சாலி தேவையை கூறத் தொடங்கினார். அதை உடனுக்குடன் தந்தி அடிப்பது போல் சுந்தரம் லேப்டாப்பில் பதிவு செய்து கொண்டான்.

"சிங்கிள் லாட்டா அனுப்பிடாதீங்க. மூணு இல்லே நாலா அனுப்பிச்சாகூட தப்பில்லே. அப்பத்தான் பேமெண்டுக்கும் சரியா இருக்கும்."

சுந்தரம் லாப்டாப்பை மூடினான். நான் மெதுவாக திறந்து வைத்த ஃபைல்களை மூட ஆரம்பித்தேன்.

"சாப்பிட்டாச்சா? இல்லே இனிமேத்தானா?"

"நாகலாம்பட்டுலேந்து நேரா இங்கே வந்துட்டோம். எப்பவுமே திரிசூல்லேதான் சாப்பிடுவோம். அங்கேதான் போவணும்" சுந்தரம் எழுந்தான்.

"ஹைவேஸ் ஜங்ஷன்லே ஹோட்டல் ஷர்ஷா போயிருக்கீங்களா?"

"போனதில்லையே" நான்தான் சொன்னேன்.

"இன்னக்கி ராமநவமி நான் ஃபாஸ்டிங். இல்லாட்டி உங்களோட வந்திருப்பேன்" சிரித்தார்.

"அதுக்கென்ன இன்னொரு முறை வரச்சே போவலாம்" பையை முதுகில் மாட்டிக் கொண்டேன்.

பாபா ராம்தேவ் அருகில் நின்று கொண்டேன். சுந்தரம் வண்டியை எடுத்துக் கொண்டு வந்து ஓரமாய் நிறுத்தினான்.

"ஹைவேஸ் ஜங்ஷனுக்கே போயிடலாமா?"

பின்னால் அமர்ந்து கொண்டு தோளைத் தட்டினேன்.

பெரிய வளாகம். பார்க்கிங்கில் வண்டியை நிறுத்திவிட்டு சுந்தரம் வந்தபின்னர் இருவரும் சேர்ந்து உள்ளே நுழைந்தோம்.

வெள்ளுடை அணிந்த பணியாளர்கள் பரபரப்புடன் செயல்பட்டுக் கொண்டிருந்தனர். வாயிலில் இருந்தவர் 'ஏசினா மாடிக்குப் போயிடுங்க' என்றார். படி ஏறினோம்.

"டோக்கன் வாங்கணுமா?" சுந்தரம்தான் கேட்டான்.

"இல்லீங்க."

ராம நவமியன்று ஃபாஸ்டிங்கில் இல்லாதவர் தொகை சற்றே அதிகம் என்பதை அறிய முடிந்தது. தொப்பியணிந்த ஒருவர் வந்து நபர் எண்ணிக்கையை கேட்டுச் சென்றார்.

சுந்தரம் மொபைலில் பேசத் துவங்கினான். 'ஜாக்ரதை அங்கேதான் அந்தாளு நித்யானந்தா ஆச்ரமும் இருக்கு. வழி தவறி போயிடப் போறீங்க. அப்பறம் போலீஸ் ஸ்டேஷன் கோர்ட்னு நான் நாயா பேயா அலையறாமாதிரி ஆயிடும். சீக்கிரமா கௌம்பிப் போயிடுங்க.' மொபைலை பாக்கெட்டில் வைத்துக் கொண்டான்.

"என்னப்பா யாரை எச்சரிக்கறே?"

"ஒய்ஃப்தான் சார். கோயிலை மூடிட்டாங்களாம். வந்ததுதான் வந்தோம்னு ஏதோ ஆச்ரமத்தையெல்லாம் பார்த்துட்டு வரோம்னு சொன்னாங்க. அதுக்குத்தான் சொன்னேன்."

நாற்காலிகள் காலியானவுடன் அழைக்கப்பட்டோம். அமர்ந்தோம். எதிரே மேஜையில் விரிக்கப்பட்ட தாள்களின் மீது நுனி இலை போடப்பட்டு தயார் நிலையில் இருந்தது.

'வி சர்வ் ஒன்லி ஜெயின் ஃபுட்' என்ற அறிவிப்பு நாற்புறமும் இருந்ததை அமர்ந்த பின்னரே கண்டேன்.

"சுந்தரம், பன்சாலி பேச்சைக் கேட்டது தப்பாயிடுத்தே!"

"என்ன சார் ஆச்சு?"

"இவங்க பூண்டு, வெங்காயம், பட்டை, லவங்கம், மசாலா வஸ்து எதுவும் சேர்க்க மாட்டாங்க."

தண்ணீரை தெளித்துக் கொண்டோம்.

"அப்படீன்னா சாப்பாடு ருசியா இருக்குமா?"

“அதுனாலேதான் இதை தெவச சாப்பாடுனு நாங்கள்ளாம் சொல்வோம்.”

“பரவாயில்லை சார், வந்தததுதான் வந்தோம் சாப்பிடலாம்.”

“அதுவும் இன்னக்கி..” சுந்தரத்தை பார்த்தேன்.

“ஆமாம் சார், இன்னக்கி ராமநவமி” என்றபடி வெள்ளுடை பணியாளர் பரிமாறத் துவங்கினார்.

★

லாட்ஜ் வாசலில் வண்டியை நிறுத்தும்போது ஆறு ஆகிவிட்டது.

“நாலு மணிக்குள்ளே வந்துடலாம்னு சொன்னியே?” முதுகுப் பையை கழற்றி கையில் பிடித்துக் கொண்டேன்.

“சார், நம்ப சாத்தனூரை ஸ்கிப் பண்ணியிருந்தா வந்திருக்கலாம்னு நெனக்கிறேன்.”

ரிசப்ஷனிலிருந்து சுந்தரம்தான் சாவியை வாங்கி வந்தான். மாடியில் ஏறினோம். கதவைத் திறந்த மின் பெட்டியில் சாவிப் பட்டையைச் சொறுகினான். ஏசியை ரிமோட்டால் ஆன் செய்து விட்டு நாற்காலியில் சாய்ந்து உட்கார்ந்து கொண்டான். நான் படுக்கையில் சாய்ந்தபடி காலை நீட்டி அமர்ந்து கொண்டேன்.

“சார், அடுத்த ப்ரொக்ராம் என்ன?”

“ஒரு பத்து நிமிஷம் ரெஸ்ட் எடுத்துப்போம். கீழே போய் டீ சாப்பிட்டு வாலாம். அப்பறமா என்ன செய்யறதுங்கறதை பார்த்துக்கலாம்.”

முதுகுப் பையிலிருந்து லாப்டாப்பை எடுத்து வெளியில் வைத்தேன். மொபைலை சார்ஜரில் போட்டேன்.

“நீ வேணும்னாலும் போட்டுக்கோயேன்.”

“ஆமாம் சார், சுத்தமா சார்ஜ் போயிடுச்சு” அவனும் மொபைலை எடுத்து மற்றொரு ப்ளக்கில் சொறுகினான்.

“ஓய்ஃப், கொழந்தைங்க எத்தனை மணிக்கு வரேன்னாங்க?”

“எப்படியும் எட்டு மணியாயிடும்.”

“அப்படீன்னா நீ எனக்கு கம்பெனி கொடுத்த மாதிரி இருக்கும். ராத்திரி என்னோட சாப்பிடு. ரிப்போர்ட்டையெல்லாம் நான் ரெடி பண்ணிடறேன். நீயும் ஆர்டர் எக்ஸ்ட்ராக்டை எனக்கு கொடுத்திடு.”

“கரெக்ட்தான், நாளைக்குத்தான் ஊரங்கு. வீட்டிலேதானே இருக்கப் போவறேன். அதுனாலே இப்பவே எல்லாத்தையும் முடிச்சுட்டுப் போயிடறேன்.”

“என்னதான் நீ செஞ்சாலும் ஒன்பதை தாண்டாது. நீ அதுக்கு முன்னாடி கூட கௌம்பிடலாம்.”

உடைகளை களைந்து லுங்கிக்கு மாறிக் கொண்டேன். சுந்தரம் உடனடியாக தயாராகி விட்டான் என்றுதான் சொல்ல வேண்டும்.

மாலை நேரம் என்பதாலோ என்னவோ டீக்கடையில் கூட்டம் வழிந்தது. பக்கத்திலுள்ள பெட்டிக் கடையில் “மாலை முரசு” என்றபடி மிட்டாய் ஜாடியின் மீது பத்து ரூபாய் தாளை வைத்தேன்.

“முரசு வித்துப் போச்சுங்க, மலர்தான் இருக்கு.”

“பரவாயில்லை கொடுங்க” பேப்பரையும் பாக்கிச் சில்லறைகளையும் வாங்கிக் கொண்டேன். பேப்பரை சுந்தரத்திடம் கொடுத்தேன். டீயை வாங்கிக் கொண்டேன்.

“என்ன சுவாரசியமான செய்தி?”

“பத்தாம் வகுப்பு பரீட்டையெல்லாம் ஒத்தி வைச்சதாக சிஎம் அறிவிச்சிருக்காரு. பாண்டிச்சேரி சிஎம் ஊரடங்கு 31 வரை இருக்கும்னு சொல்லியிருக்காரு.”

காலி கிளாஸை கைப்பிடியில் வைத்தேன்.

“சினிமாத் தியேட்டரையெல்லாம் மூடிட்டாங்க. அதுனாலே சினிமா விளம்பரங்கறது மருந்துக்குக்கூட இல்லாம இருக்கு.”

“நாளைக்கு கடை திறப்பீங்களா?” காசைக் கொடுத்தபடி கேட்டேன்.

“பந்த், பொது வேலை நிறுத்தம்னா சாயந்திரம் ஆறு

மணிக்கு திறந்திடுவோம். ஆனா இப்ப திறக்க முடியாதுங்க. ஆட்டோவிலே ஒலிபெருக்கி வைச்சு கண்டிப்பா நாள் முழுக்க மூடணும்னு சொல்லிண்டு வராங்க."

"சார், அப்படீனா நாளைக்கு என்ன செய்வீங்க? பேசாம எங்க வீட்டுக்கு வந்துடுங்க."

"அதை அப்பறம் பார்த்துக்கலாம்."

படுக்கையில் உட்கார்ந்தபடியே லாப்டாப்பை பிரித்து எக்சல் ஷீட்டுகளை பிரிக்கத் துவங்கினேன். சுந்தரம் மேசையின் மீது லாப்டாப்பை வைத்துக் கொண்டு மெயில்களை பார்த்துக் கொண்டிருந்தான். வரிசைப்படுத்தப்பட்ட ஷீட்டுகளின் அடிப்படையில் ரிப்போர்ட்டை அடிக்க ஆரம்பித்தேன். பத்துப் பதினைந்து நிமிடங்களில் முடித்திருப்பேன்.

"சுந்தரம், எல்லா ஆர்டருக்கும் எனக்கு சிசி வைச்சிடு."

"சார், எல்லாத்தையும் எக்சல்லாகவே அனுப்பியிருக்கேன்."

"அதான் சரி, பில்லிங்குக்கு ஈசியா இருக்கும்."

"சார், டிவி போடட்டுமா?" என்றபடி ரிமோட்டை எடுத்துக் கொண்டான். சானல்களை தள்ளிக் கொண்டே வந்தான். எல்லா சானல்களிலுமே கரோனா. கோவிட் 19 என்பதை காயத்ரி மந்திரமாக உச்சாடனம் செய்து கொண்டிருந்தனர். பிரதமர் அறிவித்தபடி நாளை முழுநாள் சுய ஊரடங்கிற்கு ஒத்துழைக்கும்படி பிரமுகர்கள் வேண்டுகோள் விடுத்த வண்ணம் இருந்தனர். இடையில் உலகமெங்கிலும் பரவிவருவதையும், இறப்போர் எண்ணிக்கையையும் விவரணம் செய்வது இனம் புரியாத அச்சத்தையும், மற்றொரு புறம் பரிதாபத்தையும் மனசுக்குள் ஏற்படுத்துவதாக இருந்தது.

சுந்தரம் மீண்டும் சானல்களை தள்ளத் துவங்கினான். லாப்டாப்பை முதுகுப் பையில் வைத்து மூடினேன். சார்ஜரை சுருட்டி பக்கவாட்டு பையில் திணித்தேன்.

"சார், ஈஷா சிவராத்திரி அமர்க்களமா இருக்கே!" நகர்த்துவதை நிறுத்தினான்.

பிரம்மாண்டமான கூட்டம் ஆதியோகி உருவத்தின் பின்னணியில் நிகழ்ச்சிகள் நடைபெற்றுக் கொண்டிருந்தது.

“லைவ் டெலிகாஸ்ட் போல இருக்கே?”

“ஆமாம் சார்” சுந்தரம் மூழ்கிப் போனான்.

“அட்மாஸ்பியரே வேற மாதிரி இருக்கே? கிட்டத்தட்ட வுட்ஸ்டாக் ம்யூசிக் ஃபெஸ்டிவல் மாதிரி இருக்கேயொழிய பக்தி பூர்வமான சிவராத்திரி உற்சவமா இல்லியே?”

“அதான் சார் ஜக்கி” அவன் தலையை நிமிர்த்தவேயில்லை.

ராகினி சங்கர் வயலின் வாசிக்க, ஜக்கியின் மாப்பிள்ளை சந்தீப் நாராயணன் அருணகிரிநாதரின் ‘நாத விந்து காலதீ நமோ நம, வேத மந்த்ர சொரூபா நமோ நம, ஞான பண்டித ஸாமீ நமோ நம’ என்று அபிநயத்துடன் பாடியது, அதிலும் ஞான பண்டித ஸாமீ என்பதில் அழுத்தம் கொடுத்ததும் அவர் உடல் மொழியும் நிச்சயமாக முருகக் கடவுளை குறித்தல்ல என்பதை வெளிப்படுத்தியது.

கலை நிகழ்ச்சிகளுக்கு இடையில் காமிரா வந்திருக்கும் விஐபிக்களின் முகங்களை பதிவு செய்தது ஜக்கியின் ஆகிருதியை வெளிப்படுத்துவதாகவே இருந்தது. கரோனாவைக் காட்டிலும் இது பேரச்சத்தை ஏற்படுத்தியது. வெளியில் போவதற்கு சோம்பலாகவும் இருந்தது. கண்களை மூடிக் கொண்டேன்.

“சார், வைஸ் பிரசிடெண்ட் வராரு” சுந்தரத்திற்கு உற்சாகம் மேலிட்டத்தை உணர்ந்தேன். கண்களைத் திறந்தேன். ‘குடியரசு துணைத் தலைவர் வெங்கய்ய நாயுடு, மகள் தீபா வெங்கட்டுடன் வருகிறார்’ என்று ஸ்க்ரோல் ஓடியது.

நாட்டுப்புற பாடல் என்ற அறிவிப்புக்குப் பின்னர் ஒருவன் ‘மாட்டுக்கார வேலா உன் மாட்டைக் கொஞ்சம் பார்த்துக்கடா’ என்ற பாடத் துவங்கினான்.

“சார், இது சினிமாப்பாட்டுதானே?”

“ஆமாம். வண்ணக்கிளிலே சீர்காழி பாடியது. மருதகாசி எழுதினதுனு தெரியும். ஆனா ம்யூசிக் வேதாவாங்கறது நிச்சயமா தெரியலை.”

சட்டை மேலே பட்டுப் புடவையை சால்வை மாதிரி போர்த்தியபடியே ஜக்கி நடனம் ஆடினார். வெங்கய்யா நாயுடு

பேசினார். அப்பறம் ஜக்கி நடனம். ஜக்கியின் 'டெத் - ஆன் இன்சைட் ஸ்டோரி' என்ற புத்தகத்தை வெளியிடுவதாக ஸ்க்ரோல் ஓடியது. காமிரா வந்தவர்களையெல்லாம் காட்டியது. அதே நேரத்தில் முக்கியஸ்தர்களை ஜூம் செய்தது. மறுபடி ஜக்கி நடனம் ஆடினார். இந்த முறை வேறு வண்ணத்தில் உடை தரித்திருந்தார். வண்ண உடையணிந்து செக்கச் செவேலென்ற பெண்கள் ஆரத்தி சுற்றினார்கள்.

"ஏம்பா, சானலை மாத்தேன்"

சுந்தரம் தள்ளினான். நாலைந்து சானல்களில் புடவை போர்த்திய ஜக்கிதான் நடனம் ஆடிக்கொண்டிருந்தார். ஆயிரக்கணக்கான மக்கள் உற்சாகத்துடன் கையை அசைத்தனர். பெண்கள் நடனம் ஆடி தீப ஆரத்தியை சுற்றுவதை காமிரா சுழன்று சுழன்று பல்வேறு கோணங்களில் காட்டியது ஏதோ மணிரத்னம் படம் பார்ப்பது போல இருந்தது. இடையில் ஆதியோகி உருவின் வண்ண மாற்றம் பச்சோந்தியை நினைவு படுத்தியது. திரும்ப ஜக்கி நடனம் ஆடினார். சால்வை அணிந்த பெண்கள் உதட்டை அசைக்காது ஏதோ பாட்டுப் பாடினர். கீழே 'தேவாரப் பாடல்கள் இசை ஈஷா' என்று ஸ்க்ரோல் ஓடியது. மீண்டும் ஜக்கி குதிக்கத் தொடங்கினார். பேச ஆரம்பித்தார். ஒரே மாதிரி வண்ணச் சேலையில் தண்டை, கங்கணம், காப்பு அணிந்த சிவப்புப் பெண்கள் நுனி உதட்டால் வேதத்தை உச்சாடனம் செய்தபடி நடனம் ஆடினர். மக்கள் ஐக்கியத்திற்கு நடுவில் வேறு எவரும் குறுக்கிட முடியாத வகையில் அமைக்கப்பட்டிருந்த சற்றே உயர்வான சுற்று வட்டப்பாதையில் ஒற்றை ஆளாய் ஜக்கி கையை உயர்த்தி தாளமிட்டபடி நடக்கத் துவங்கினார்.

சுந்தரம் என்ன நினைத்தானோ தெரியவில்லை, ஓசையைக் குறைந்தான்.

"ஊர் உலகம் பூரா கரோனானு கதி கலங்கிண்டு இருக்காங்க. எந்தக் காலத்திலேயும் மூடாத அண்ணாமலையர் கோயிலையே மூடியாச்சு. அத்தோட சர்ச், மசூதி எல்லாத்தையும் மூடச் சொல்லியாச்சு. விடிஞ்சா ஊரடங்கு வேற, இவங்க என்னடான்னா ஆயிரக் கணக்கில் மனுஷாளை சேர்த்துண்டு கூத்துக் கட்டி அடிக்கறாங்க."

அவன் முகத்தையே பார்த்துக் கொண்டிருந்தேன்.

“சார், அதிகாரத்திலே இருக்கறவங்களோட ஆசிர்வாதம் இருந்தா எதை வேண்டுமானாலும் செய்யலாமா?”

சிரித்தேன்.

“என்ன சார், நீங்க ஒண்ணும் சொல்லலியே?”

“நீரோ ஃபிடில் வாசித்தானு சொல்வாங்க. நெறய இடத்திலே படிச்சும் இருக்கேன். அது உண்மையா பொய்யாங்கறது தெரியாது. ஆனா இப்ப ஜக்கி நடனம் ஆடறதை கண்கூடா பாக்கறேன்.”

சுந்தரம் ரிமோட்டை பயன்படுத்தி டிவியை அணைத்தான்.

★

படுக்கையை விட்டு எழ மனதின்றி இருந்தேன். லாரிகளும் பஸ்களும் ஓடும் சப்தமும், பாங் பாங் என்ற நொடிக்கொரு முறை ஒலிக்கும் ஹார்ன் ஒலியும் இன்றி சாலை நிசப்தமாய இருப்பதை அறைக்குள்ளிருந்தே உணர முடிந்தது. தலைமாட்டில் சார்ஜில் இருந்த மொபைல் ஒலித்தது. சார்ஜரை கழற்றி எடுத்துக் கொண்டேன்.

ஹைதராபாத்திலிருந்து மனைவியின் அழைப்பு

‘நாளை முதல் எந்த ஒரு போக்குவரத்தும் இருக்காது என்றும் இந்த கர்ஃப்யூவையே ஏப்ரல் வரை எக்ஸ்டென் செய்வாங்க என்றும் பேசிக் கொள்வதை’ குறிப்பிட்டாள். எழுநூற்று சொச்சம் கிலோ மீட்டருக்கு அப்பால் இருப்பதும் திரும்பி வருவதும் அவளை கவலையடையச் செய்துள்ளதை உணர்ந்தேன். வழக்கமான அறிவுறுத்தல்கள் எச்சரிக்கைகள்.

மீண்டும் சார்ஜரில் சொறுகினேன்.

கதவு தட்டப்பட்டது. எழுந்து போய் திறந்தேன். சுந்தரம்தான். தோளில் பிளாஸ்க் தொங்க கையில் கூடை. ஒரு படத்தில் நாகேஷ் இதே கோலத்தில் ஆஃபீசுக்கு வரும் காட்சி நினைவிற்கு வந்தது. சிரித்தேன்.

“என்ன சார், சிரிக்கறீங்க?”

சொன்னேன், அவனும் சிரித்தான்.

“அது இருகோடுகள் சார்.”

“அது கிடக்கட்டும், நீ இதெல்லாம் தூக்கிண்டு வரணுமா?” படுக்கையில் அமர்ந்து கொண்டேன்.

“டீக்கடை கூட இல்லியே. அதான் காப்பியும் டிஃபனும் எடுத்து வந்தேன்.”

“நீ இவ்வளவு சிரமப்பட்டிருக்க வேண்டாமோனு நினைக்கிறேன்.”

“சார், எனக்குக்கூட தோணலை. என் ஒய்ஃப்தான் சொன்னாள். லஞ்சுக்கு வீட்டுக்கே போயிடலாம்.”

கதவுக்கு கீழே போடப்பட்டிருந்த பேப்பரை சுந்தரம்தான் எடுத்தான்.

“சார், இந்தியாவில் பாதிப்பு 315 ஆக உயர்ந்திருக்காம். தமிழகத்தில் ஆறாயிருக்காம்.”

“நோய்க்கு எதிராக போராட மக்களுக்கு சுய ஊரடங்கு மட்டுமே போதும்னுதான் மோடி நினைக்கிறார் போலிருக்கு.”

“சார், முதல் பக்கத்திலே அனைத்து வைரஸ் காய்ச்சல்களுக்கும் நில வேம்பு குடிநீர் சூரணம்னு விளம்பரம் வந்திருக்கு.”

“இந்த கிருமித்தொற்றை குணப்படுத்தறதுக்கு இது வரை எந்த மருந்தும் கண்டுபிடிக்கப்படவில்லை. வாக்சின் ஒண்ணு பரிசோதனையிலே இருக்காம். அது முடிஞ்சு மார்க்கெட்டுக்கு வரதுக்கு எப்படியும் ஒரு வருஷத்துக்கு மேலாயிடும். அப்படி இருக்கறச்சே இந்த மாதிரி விளம்பரங்கள் மிஸ்லீடிங்கா இருக்கு.”

“நீங்க சொல்றது சரிதான். மக்கள் நல்வாழ்வுத் துறை சார்பா நாளைக்கே அண்டாவிலே ராமநவமிக்கு பானகம் கரைக்கறா மாதிரி கரைச்சு ரோட்லே நின்னு கொடுக்க ஆரம்பிச்சுடுவாங்க.”

“டெங்கு காய்ச்சல் வந்தபோதுகூட இதைத்தான் எல்லா ஊர்லேயும் செஞ்சாங்க. ஆனா இது குணப்படுத்தும்னு இன்னும் நிரூபணம் ஆகலை. அவங்க பொறுப்பை தட்டிக்

கழிக்கறதுக்கு நிலவேம்பை காட்டிட்டு போயிட்டாங்க. நாம்பளும் அதைப் பிடிச்சுக்கிட்டோம். அப்பறம் நாம்பளும் சும்மா இருப்போமா? சவுக்கு இலை, புளியலை ஜூஸ், இம்யூனிட்டினு அலைஞ்சோம். இப்ப எதைக் காட்டப் போறாங்களோ? கொஞ்சம் பயமாவும் இருக்கு கவலையாவும் இருக்கு."

"சார், அது மட்டுமில்லே. டி வி சானல்லே வரவங்ககூட இயற்கை வைத்தியம் அது இதுனு மக்களை குழப்பிடறாங்க."

"வாஸ்தவந்தான். நமக்கே கார்ப்பரேட் க்ரீடையும், நவீன விஞ்ஞானத்தையும் பிரிச்சுப் பார்க்கத் தெரியலை. அப்படி இருக்கறச்சே சாதாரண ஜனங்களை குத்தம் சொல்ல முடியாது."

"ஆமாம் சார், இன்னிக்கும் ஜனங்க ரமணாவை அப்படித்தான் பார்க்கறாங்க. ஆஸ்பத்திரிக்கெல்லாம் போறதைப் பத்தி நெகடிவ்வான அபிப்ராயம், ஒரு செக்ஷன் கிட்டே ஆழமாவே இருக்கு. இதைப் பத்தி இன்னும் பேசறாங்க."

"நான் அந்தப் படத்தை பார்த்ததில்லே. ஆனா அதிலே வர டையலாக்கை என் மனைவி அடிக்கடி சொல்லுவா. மனுஷன் இயல்பாவே விஞ்ஞானத்தைத்தான் நம்புவான்கிறதை உறுதிப்படுத்தறா மாதிரி இருக்குனு சொல்லுவா."

"என்ன டையலாக் சார், அது எனக்கு ஞாபகமில்லையே!"

"முழுசா எனக்கும் தெரியாது ஆனா இப்படி வரும் 'உலகத்துலே எத்தனையோ மதம் இருக்கு, எத்தனையோ கடவுள்கள் இருக்காங்க, ஆனா யாருக்கு உடம்பு சரியில்லைனாலும் ஹாஸ்பிடலுக்கு வந்துட்டுதான் அவங்கவங்க கோயிலுக்கு போவாங்க' இந்த மாதிரி இருக்கும்."

சுந்தரம் சிரித்தான். "சார் ஃபேஸ் வாஷ் பண்ணிண்டு வாங்க. காப்பி ஆறிடப் போவுது. டிஃபனையும் சூடாவே சாப்பிடலாம்."

பிளாஸ்கை திறந்து கப்பில் காப்பியை ஊற்றினான்.

"எனக்கு அவ்வளவு வேண்டாம். ரெண்டு பேருமா ஷேர் பண்ணிக்கலாம்." மீதியை மேசைமீதிருந்த கண்ணாடி டம்பளரில் ஊற்றினான். கண்ணாடி டம்பளரை எடுத்துக் கொண்டேன். காப்பி சூடாகவே இருந்தது.

“சுந்தரம், காப்பி அமர்க்களாமா இருக்கு!”

“பொடியாக வாங்கறதில்லே. காப்பிக் கொட்டை வாங்கி வறுத்து வைச்சுப்போம். வேணுங்கறபோது ஹேண்ட் க்ரைண்டர்லே போட்டு அரைச்சுப்போம்.”

“நீ கஷ்டப்படறது போறாதுனு வீட்லே இருக்கறவங்களையும் இப்படி வருத்தணுமா? கடையிலேயே வறுத்து அரைச்சுக் கொடுக்கறது சுத்தமாகத்தானே இருக்கு. டேஸ்டும் வித்யாசப்படாதே.”

“எங்க பாட்டி காலத்துலேந்து அந்த க்ரைண்டர் இருக்கு. அதுனாலேதான்.”

“தூக்கிப் போட இஷ்டப்படலைன்னா தொடச்சி கிடச்சி கொஞ்சம் அலங்காரம் செஞ்சு ஷோகேஸ்லேயாவது வைச்சிடலாமே. அப்பா வெட்டிய கிணறுங்கறதுக்காக யாரும் உப்புத் தண்ணியை குடிக்கறதில்லையே?”

எழுந்தேன். கையிலிருந்து கிளாஸை வாங்கிக் கொண்டான். வாஷ் பேசினில் கழுவி மேசையின் மீது வைத்தான்.

“வரும்போது கெடுபிடியா இருந்ததா?”

“அப்படியொண்ணும் இல்லே. ஆனா தெருவிலே ஈ காக்கா கிடையாது.”

கட்டிலுக்கு அடியில் வைத்திருந்த முதுகுப் பையிலிருந்து லேப்டாப்பை எடுத்தேன். அடாப்டரையும் எடுத்துக் கொண்டு படுக்கையின் மீது வைத்தேன்.

“என்ன சார் ரிப்போர்ட் முடியலியா?”

“அதெல்லாம் ஒண்ணுமில்லே. சம்பளத்தை சனிக்கிழமையே கிரடிட் செஞ்சிடறேனு சொன்னாங்க. எஸ்எஸ்எஸ்ஸும் வரலை. அதை சரி பார்க்கணும். மெயிலைப் பார்க்கணும். வேற ஒண்ணும் பெரிசா இல்லே.”

“முன்னெல்லாம் சிவராத்திரி, வைகுண்ட ஏகாதசின்னா ஸெகண்ட் ஷோவிலே ஒரு படத்துக்கு காசு வாங்கிண்டு ரெண்டு படம் போடுவாங்க.”

“இப்பத்தான் நாள் பூரா சானல்லே போடறச்சே, அங்கே ஏன் போவணும்?”

ஐந்து நிமிஷத்திற்குள்ளாகவே அனைத்தையும் முடித்துவிட்டேன் என்றுதான் சொல்ல வேண்டும்.

“நீ ஏதாவது பார்க்கணும்னா, பாரேன்.”

“நெட்லே பார்க்கணும்” லாப்டாப்பை எடுத்து மேசையின் மீது வைத்துக் கொண்டான்.

நான் பேப்பரை பார்க்கத் துவங்கினேன். ஒவ்வொரு பக்கத்திலும் கரோனா தொற்று குறித்து நான்குக்கும் குறையாத செய்திகள். தமிழ்மணியில்கூட நுண்ணுயிரிகள் பற்றிய ஒரு புத்தகத்தை வைத்தியநாதன் கலாரசிகனாய் குறிப்பிட்டிருந்தார். காலத்தின் தேவை சுய ஊரடங்கு என்ற அமித் ஷா சொன்னதும் மக்கள் இன்று வீட்டிலேயே இருக்க வேண்டும் என்று குடியரசு துணைத் தலைவரின் அறிவுறுத்தலும் அருகருகில் செய்தியாக இடம் பெற்றிருந்தது. கோபம் மேலிட்டது.

“அடப் பாவிங்களா!”

“சார், என்ன இத்தாலி நெலமை ரொம்ப மோசமாயிருக்கா?”

“அது இல்லே குடியரசு துணைத் தலைவர் வீட்டிலேயே இருந்து சுய ஊரடங்கை கடைப்பிடிக்க வேண்டும்னு இந்த தேசத்து மக்களை அறிவுறுத்தியிருக்கிறார்.”

“சார், அவர் நேத்திக்கே சொல்லியிருந்தா எல்லாருக்கும் விவரமாவே தெரிஞ்சுருக்கும்.”

“நீ சொல்றது புரியலியே?”

“டெத் ஆன் இன்சைட் ஸ்டோரி புஸ்தகம் வெளியிட்டு கற்பூர ஆரத்தி காண்பிச்சார் இல்லியா? அப்பவே சொல்லியிருந்தா அங்கே வந்திருந்தவங்களுக்கெல்லாம் இது தெரிஞ்சுருக்கும். அது தெரியாமத்தானே எல்லாரும் வெள்ளியங்கிரி போயிட்டாங்க.”

பேப்பரை மடித்து படுக்கையின் மீது போட்டேன். ஜன்னல் அருகில் நின்று வேடிக்கை பார்க்கத் துவங்கினேன். சைக்கிளில் போவோர் வருவோர்கூட தென்படவில்லை. ரெண்டு மூன்று

போர் தனித்தனியே சென்று கொண்டிருந்ததைத் தவிர நடமாட்டம் ஏதும் பெரிதாக இல்லை. பஸ் நிறுத்தத்தையொட்டி வரிசையாய் உள்ள பத்துப் பதினைந்து கடைகளும் மூடப்பட்டு இருந்தன. அங்கேயும் மக்கள் நடமாட்டத்தை காணமுடியவில்லை. லாட்ஜ் எதிரில் உள்ள பூட்டி வைக்கப்பட்டிருந்த தண்டுமாரியம்மன் கோயிலுக்கு அருகில் கை வண்டிகள் வரிசையாக நிறுத்தி வைக்கப்பட்டிருந்தது. வண்டியில் உள்ள பொருட்களை பாதுகாக்கும் வகையில் பிளாஸ்டிக் ஷீட் போர்த்தப்பட்டு கயிற்றால் சுற்றிக் கட்டப்பட்டிருந்தது. நாலைந்த கோமாதாக்கள் வண்டியைச் சுற்றி கட்டி வைத்துள்ள பிளாஸ்டிக் பேப்பரை முகர்த்து பார்த்து நக்கிக் கொண்டிருந்தனர். தண்டுமாரியம்மனுக்கு துணையாக வாசலில் அமர்ந்திருந்த பிச்சைக்காரர் ஒருவர் கையிலிருந்து எதையோ எடுத்து சுற்றியிருந்த நாய்களுக்கு போட்டுக் கொண்டிருந்தார். உற்றுப் பார்த்த பின்னரே அவை பொறை என்பதை அறிய முடிந்தது. அவரது செயல் என் சஞ்சலத்தை அதிகப்படுத்துவதாக இருந்தது.

“சார் சார், இங்கே வாங்க” சுந்தரம் ஆவலுடன் அழைத்தான்.

ஜன்னலிலிருந்து நகர்ந்து படுக்கையின் மீது அமர்ந்து கொண்டேன்,

“சார், ஃப்ரீ பிரஸ் ஜர்னல்லே விவரமா போட்டிருக்காங்க.”

“எல்லா பேப்பர்லேயும்தான் இருக்கே?”

“கரோனா நியூஸை சொல்லலே சார், ஈஷா சிவராத்திரி உற்சவம்தான்.”

“தினமணியிலே ஒரு காலம் ரெண்டு சென்டி மீட்டர்லேகூட செய்தி இல்லியே?”

“அத விடுங்க, டெக்கான் க்ரானிகிள்ளேயும் இதைப் பத்தி விவரமா எழுதியிருக்காங்க.”

“சொல்லு!”

“பழைய லேபர் மினிஸ்டர் பண்டாரு தத்தாத்ரேயா, யூனியன் ஜல் மினிஸ்டர் கஜேந்திர சிங் ஷெகாவத், கர்நாடக ஹெல்த் மினிஸ்டர் டாக்டர் சுதாகர் எல்லாரும் கலந்துண்டு இருக்காங்க.”

“உள்ளூர் ஃபங்ஷனாச்சே, தமிழ் நாட்டிலேந்து யாரும் போவலியா?”

“மினிஸ்டர்ஸ் வேலுமணி, திண்டுக்கல் சீனிவாசன், உடுமலை ராதாகிருஷ்ணன், இன்னும் கருப்பையா மூப்பனார் மகன் எம் பி ஜிகே வாசன் எல்லாரும் போயிருந்தாங்களாம்.”

“அடடா இப்பத்தான் பேப்பல்லே இவர் சுய ஊரடங்குக்கு பொது மக்கள் ஒத்துழைக்க வேண்டுமென்று சொன்னதை படிச்சேன்.”

“இதெல்லாம் போக கர்நாடகத்திலேயும் இதே மாதிரி ஆதியோகி உருவத்தையும், ஆச்ரமத்தையும் அமைக்கணும்னனு டாக்டர் சுதாகர் கேட்டுக் கொண்டாராம்,”

“அடப் பாவிங்களா.”

“சார், முழுசா முடிச்சுடறேன்.”

சுந்தரம் கீ பேடை தேய்த்தான். “இதற்காக நந்திமலை அடிவாரத்தில் அகலகுர்கி கிராமத்திலே 300லேந்து 400 ஏக்கர் நிலத்தை தரத்தயார் என்றும் இதற்கு முதல்வர் யெடயூரப்பா அனுமதி வழங்குவார் என்றும் அவர் பேசியிருக்கார்.”

எழுந்து மறுபடியும் ஜன்னல் அருகில் போய் நின்று கொண்டுஇ தண்டுமுத்துமாரியம்மன் கோயிலை பார்த்தேன், இப்போது நாய்கள் சுற்றிப் படுத்திருந்தன.

★

பேப்பரை படித்தவுடன் அச்சமேற்பட்டது. தமிழ்நாட்டில் மூன்று மாவட்டங்கள் முடக்கப்படுவதும், மாநிலங்களுக்கிடையில் பேருந்துகள் இயக்கப்படாததும், 31ந்தேதி வரை அனைத்துப் பயணிகள் ரயில் சேவை ரத்தாவதும் முதல் பக்க செய்தியாக இடம் பெற்றிருந்தது. ஹைதராபாத்திலிருந்து கிளம்பி வந்து எட்டு நாளாகி விட்டது. இன்னம் எட்டு நாட்கள் வெளியூரிலேயே கழிக்க வேண்டிய நிலையிலிருந்து மீள்வதற்கான வழி புரியவில்லை.

தன்னந்தனியாக தவிக்கும் அவளுக்கு மொபைலில் தொடர்பு கொண்டு விவரமாக தெரிவிக்கும் மனோநிலை இல்லாததினால் அம்முயற்சியை கைவிட்டேன். கீழே இறங்கிப் போய் சற்று

வேடிக்கை பார்த்துவிட்டு அப்படியே டீ குடித்து வரலாம் என்று நினைத்தேன். படியில் இறங்கினேன்.

மொபைல் ஒலித்தது. சுந்தரமேதான்.

“என்ன சார் எழுந்திட்டீங்களா?”

“எப்பவோ எழுந்துட்டேன். இப்ப டீக்கடையிலேதான் நிக்கறேன்.”

“அங்கே எப்படி இருக்கு?”

“லோகல் பஸ்தான் ஏதோ ஒண்ணு ரெண்டு போயிண்டு இருக்கு. வெளியூர் பஸ்ஸையெல்லாம் நிறுத்திட்டாங்களாமே, சரியா தெரியலை. ஆனா பஸ் போக்குவரத்து பேருக்குக்கூட இல்லாத மாதிரிதான் இருக்கு.”

“சார், என்ன செய்யப் போறீங்க?”

“நீ பத்து மணிக்கு மேலே கிளம்பி வா, பேசிக்கலாம்.”

★

சொன்னபடி சுந்தரம் வந்து விட்டான்.

“சார், எப்படிப் போவீங்க?”

“எந்தப் போக்குவரத்தும் இல்லைன்னா எல்லாருக்குமே கஷ்டம்தான். நாடு முழுக்க எழுபது எண்பது மாவட்டங்களை முடக்க உத்தரவு போட்டிருக்காங்க. அப்படீன்னா மத்த மாவட்டத்துலே போக்குவரத்து எப்படி?”

“கொழப்பமா இருக்கே? டிவியைத் திறந்தா எல்லா சானல்லேயும் இப்ப இதப்பத்திதான் சொல்றாங்க.”

“ஆளாளுக்கு மருந்து வைச்சிருக்கறதாக சொல்லிண்டு வருவாங்களே!”

“சார் இன்னும் வர ஆரம்பிக்கலே. அவங்களுக்கும் கண்டு பிடிக்க ஒரு ரெண்டு மூணு நாளாவது அவகாசம் வேண்டாமா” சுந்தரம் சிரித்தான்.

“சரி நீ என்னை தபோவனத்திலே கொண்டு விட்டுடு. அப்பறம் என்ன செய்யறதுனு பார்த்துண்டு உங்கிட்டே பேசறேன்.”

“பெரியம்மாகிட்டே பேசினீங்களா?”

“இல்லே அவங்க எங்கேயும் போவமாட்டாங்க. மொபைல் கடையிலேயே ஸ்ரீவித்ய தபோவனம் போயிருக்கானுதானே சொன்னாங்க. பார்த்துக்கலாம்.”

★

எல்லாப் பொருட்களையும் எடுத்த பைக்குள் திணித்துக் கொண்டேன். பாத் ரூமில் இருந்த பேஸ்ட், பிரஷ், டவல், சோப்பு, ரேஸர் எல்லாவற்றையும் சுந்தரம் வாரிக் கொண்டு வந்தான். உடை மாற்றிக் கொண்டேன்.

லெட்ஜரில் கையெழுத்துப் போட்டேன்.

“பில்லை அகர்வால் ஆக்ரோ ஃபுட்ஸ்லே போடுங்க” சுந்தரம் சொன்னான்.

இளைஞன் டெஸ்க் டாப்பில் தட்டத் தொடங்கினான். “ஆக்ரோ ஃபுட்ஸா? இத்தனை நாள் தெரியலியே சார், சாம்பிள் பாக்கெட் ஏதாவது இருந்தா கொடுங்க, இங்கே எல்லாரும் சாப்பிடுவோம்.”

நான் கொடுத்த பணத்தை எண்ணி கல்லாவில் போட்டான்.

“இப்ப இல்லேன்னாக்கூட பரவாயில்லை, அடுத்த தடவை வரச்சேயாவது மறக்காம கொடுங்க சார்” சிரித்தான்.

“தம்பி நாங்க சாம்பிள் பாக்கெட் வைச்சிக்கறதில்லை. வேணும்னா ஒரு கிலோ பாக்கெட்டாவே தரச் சொல்றேன்,”

பில்லை கவரில் போட்டு கையில் பவ்யமாக தந்தான்.

“சுந்தரம், இந்தப் பக்கம் வரச்சே பஃபலோ ஃபீட் ஒரு கிலோ பாக்கெட்டை என் கணக்கிலே இவருக்கு கொடுத்திடு.”

“சார் புண்ணாக்கு கம்பெனியா? ஆக்ரோ ஃபுட்னா வேற ஏதோனு நெனச்சிட்டேன். டக்னு கவுத்திட்டீங்களே!” இப்போது சற்று உரக்கவே சிரித்தான்.

★

“சார், விவேகாநந்தா வித்யாலயா பக்கத்திலே இருக்கே அந்த அக்ரஹாரம்தானே?”

“ஆமாம்.”

“அப்படீன்னா ஜி எச் போய் பாலத்திலே ஏறி அக்கரை போயிட்டா கிட்டத்தான்”,

“அதுக்கு முன்னாடி ஏதாவது ஒரு ஜவுளிக் கடைக்கு போவணும். கொஞ்சம் ஸ்வீட்டும் வாங்கிக்கணும்.”

“சார் அப்படீன்னா உலகளந்த பெருமாள் கோயில் வழியா பார்த்துண்டு போவலாம். சிவஜோதியும் பெரிய கடை. இல்லேன்னா இருக்கவே இருக்கு ஸ்ரீலக்ஷ்மி.”

லேப்டாப் பையை முதுகில் மாட்டிக் கொண்டேன். சுந்தரம் ஹேண்ட் பேக்கை வாங்கி பெட்ரோட் டேங்க் மீது வைத்துக் கொண்டான். “அவ்வளவுதானே ஏறிக்கோங்க சார்.”

பின்னால் உட்கார்ந்து கொண்டேன். மார்க்கெட் பரபரப்பாக இயங்கிக் கொண்டிருந்தது. சைக்கிள்களும் மோட்டர் சைக்கிள்களுமே சாலையில் அதிகம் தென்பட்டன. ஓரிரண்டு டெம்போக்களில் பாண்ட், மண்வெட்டி, கடப்பாறை சகிதம் கட்டுமானத் தொழிலாளர்கள் போய்க் கொண்டிருந்தனர்.

“சார், சிவஜோதி பெரிய கடைதான் பாருங்க. பிடிக்கலைன்னா அப்பறமாக அங்கே போய்க்கலாம்.”

“வாங்க, வாங்க” வாசலிலேயே ஒரே மாதிரி புடவையணிந்து, அடையாள அட்டையை காசுமாலையாய் தொங்கவிட்டுக் கொண்டிருந்த இரு பெண்கள் கை கூப்பி வணக்கம் சொல்லி வரவேற்றனர்.

“ஸாருக்கு பேண்ட் ஷர்ட் பார்க்கணுமா? புது மாடல் டீ ஷர்ட் ஜீன்ஸ் வந்திருக்கு” ஒரு பெண் வாய்ப்பாட்டை துவக்கினாள்.

“எனக்கு ஒன்பது கெஜம் நூல் புடவைதான் வேணும்.”

“ஸார், பிராமின் புடவையைத்தானே சொல்றீங்க?”

“இது செட்டியார் கடைதானே?”

சுந்தரம் கேள்வியை அவள் புரிந்து கொண்டாள். “ஸாரி சார், பெரியவங்க கட்டறதானு கேட்டிருக்கணும்?”

இருவருமே சிரித்தோம். “ரெண்டாவது மாடி கடையிலே லிப்ட் இருக்கு. அதுலே போயிடுங்க”

உழக்கில் கிழக்கு மேற்குனு சொல்றா மாதிரி ஒரு ஓரத்தில் கோடம்பாக்கம், துயிலி, செட்டிநாடு என்றெல்லாம் அறிவிப்பு பலகை உச்சியிலிருந்து தொங்கிக் கொண்டிருந்தது.

கவுண்டரில் சற்று வயதானவர்தான் நின்று கொண்டிருந்தார்.

“ஒன்பது கெஜம் பெரியவங்க கட்டறா மாதிரி புடவை வேணும்” சுந்தரம்தான் சொன்னான்.

“எவ்வளவு ரேட்லே பார்க்கறீங்க?”

“எடுங்க பார்க்கலாம்” என்றேன்.

நாலைந்தை எடுத்துப் போட்டார்

“சுங்கிடி வேண்டாமே!”

எதுவுமே தோதாக இல்லை. “வேற இல்லியா?” என்றேன்

“எல்லாமே பொங்கலுக்கு வித்துப் போச்சு. இன்னும் ரெண்டு மூணு நாள்ளே நாலைஞ்சு லாட் வரும். வேணா வந்து பாருங்களேன்.”

வெளியே வந்தோம்.

“நேராவே ஸ்ரீலக்ஷ்மி போயிருக்கலாம்” சுந்தரம் வண்டியை ஸ்டார்ட் செய்தான்.

“பரவாயில்லை” பின்னால் அமர்ந்தேன்.

அதே மாதிரி சீருடைப் பெண்களின் கை கூப்பிய வரவேற்பு. செயற்கையான சிரிப்பு, உதடு அசையாமல் மெல்லிய குரலில் விசாரணை. இங்கே முதல் மாடி வரை படியேறி பின்னல் லிப்டில் மூன்றாவது மாடிச்குச் சென்றோம்.

“ஒன்பது கெஜம்” சுந்தரம் சொன்னான்.

“வயசானவங்களா, சின்ன வயசா?”

“ஏம்பா வயசானவங்கதானே இதைக் கட்டுவாங்க” என்றேன்.

“அப்படிச் சொல்லிடாதீங்க. பண்டிகை உற்சவம்னா பிராமின்ஸ்லே சின்னவங்களும் இதைக் கட்டறாங்க. அதுனாலே

இதுலே நெறய வெரைட்டி இருக்கு.”

நான் அலமாரிகளில் அடுக்கி வைக்கப்பட்டிருந்த புடவைகளை பார்த்துக் கொண்டிருந்தேன்.

கொஞ்சம் காவிபூத்த மாதிரி, ஆஃப் வொயிட்டில், வாடிய கனகாம்பர நிறத்தில், வெளிறிய வாடா மல்லி. “இதெல்லாம் வித்தியாசமா இருக்கே?”

அவர் தயங்குவதாகப் பட்டது.

“சொல்லுங்களேன்.”

“சார் என்ன கேக்கறார்?” அருகில் இருந்த மற்றொரு பணியாளர் வந்தார்.

“இதெல்லாம் வித்தியாசமா இருக்கேனு கேட்டேன்.”

“ஆமாம் சார், விடோங்க கட்டறது.”

சிரித்தேன். “புடவை தயாரிக்கும்போதே இன்னாருக்கு இதுதான்னு தயார் பண்ணறா மாதிரி சொல்றீங்களே?”

“சார் நீங்க பேசறதிலே வித்தியாசம் தெரியலே, பழக்க வழக்கத்திலே பார்க்கறச்சே வேற தேசத்திலேந்து வரீங்களோனு நெனக்கிறேன்.”

“காலம் மாறிண்டு இருக்கு. இதெல்லாம் இன்னும் பார்க்கறாங்களா? ஆச்சரியமா இருக்கே?” அவர் முகத்தையே பார்த்தேன்.

“எனக்கு வேற ஊரைப் பத்தி தெரியாது. இங்கே சுத்திப்பாடுலே கள்ளக்குறிச்சி, ரிஷிவந்தியம், தபோவனம் இங்கெல்லாம் பிராமின்ஸ்லே இப்படித்தான் இருக்காங்க. அரக்கு, எம்எஸ் ப்ளூ, ரோஜா, கரு நீலம் இதுலெல்லாம் அவங்க கட்டமாட்டாங்க. ஆனா ஐயங்கார்லே கட்டுவாங்க.”

எடுத்துப் போட்ட புடவைகளை பார்த்துக் கொண்டே வந்தேன். அரக்கு தெறித்தது. அதை எடுத்துக் கொண்டேன். சுந்தரம் என்னை ஏற இறங்க பார்ப்பதை உணர்ந்தேன். பக்கத்து கவுண்டரில் மேட்சிங் ப்ளவுசும் கிழித்துக் கொண்டு கீழே இறங்கினோம்.

“சங்கராபுரம் ரோட்டைப் புடிச்சு பை பாஸ்லே ஏறிடலாம்.”

“கொஞ்சம் ஸ்வீட் வாங்கிக்கணுமே!”

“சரி சார், வந்த வழியே போய் அர்ச்சனாவிலே வாங்கிண்டு ஜி எச் கிட்டேயே பாலத்திலே ஏறிடலாம்.”

மறுபடியும் ஓரிடத்தில் நிறுத்தி ஸ்வீட் வாங்கிக் கொண்டு புறப்பட்டோம். பாலத்தில் ஏறினோம்.

“தென் பெண்ணையிலே என்னிக்குத்தான் தண்ணி ஓடும்?”

“சார், சாத்தனூர் அணைக்கட்டுக்குத்தான் நாம்ப நிறயவே போயிருக்கோமே. ஒரு காலத்திலே சாத்தனூர் இல்லாத தமிழ் சினிமா இருக்காது. அதே மாதிரி பள்ளிக்கூடம், காலேஜ்லேந்து சுற்றுலான்னா இங்கேதான் மொதல்லே வருவாங்க.”

“மழைகாலத்திலேகூட தண்ணி போகாதா?”

“ஏதோ கொஞ்சம் போகும். மத்தபடி கர்நாடகா கையிலேதான் ஓடறதும் ஓடாததும் இருக்கு. ஆனா ஒண்ணு தென் பெண்ணையும். கெடிலமும் ஓடிச்சுன்னா தென்னாற்காட்டிலேந்து யாரும் வேற ஊருக்கு போவ மாட்டாங்க.”

“நாங்கதான் தேடிண்டு வருவோங்கறியா.”

சுந்தரம் சிரித்தான்.

“நேரா போக வேண்டாம். அய்யனார் கோயில்லேந்து லெப்ட்லே போயிடு.”

விவேகாநந்தா வித்யாலயா மூடப்பட்டிருந்தது. வாசலில் எவரையும் காணவில்லை.

“சார், இதுக்குப் பின்னாடிதானே நாம்ப போவணும்?”

“ஆமாம் ‘வெங்கட்ராமய்யர் அக்ரஹாரம்’னு போர்டு ஏதாவது இருக்கானு பார்த்துண்டு போ.”

திரும்பினான். இரண்டு சாரியிலும் ஒரே மாதிரியான ஓட்டு வீடுகள். மொத்தத்தில் முப்பது நாற்பது வீடுகள் இருக்கும். தெருவில் நுழைந்தவுடனேயே வண்டியை நிறுத்தினான். அவனுடைய தடுமாற்றத்தை உணர்ந்தேன்.

“ஒரே மாதிரி இருக்கா, எனக்கும் எந்த வீடுனு புரியலியே?”

“ஏதாவது கடையிருந்தா கேக்கலாம். ஒண்ணும் இல்லியே.”

“யாராவது வெளியிலே வராங்களானு பார்க்கலாம்” சுற்றி முற்றி அக்ரஹாரத்தை பார்த்தேன்.

பாரதிராஜா, பாக்யராஜ் படங்களை எடுக்க பொருத்தமான லொகேஷனாக இருக்கும் என்று தோன்றியது. பஞ்சகச்சம், கட்டுக்குடுமி, நெற்றியில் அப்பிய வீபூதி, கையில் பஞ்சபாத்திரத்ததுடன் சாருஹாசனோ இல்லை சோமயாஜுலுவோ சஞ்ச மே மயச்ச மே ப்ரியஞ்ச மே என்று சொல்லியபடி வருகிறார்களா என்று பார்த்தேன். காஸ் சிலிண்டர் ஏற்றப்பட்ட மூன்று சக்கர சைக்கிளை தள்ளிக் கொண்டு வேர்வையில் தொப்பலாக நனைந்த சட்டையில் ஒருவர் வந்தார். ‘ஏசப்பா’ என்றபடி எங்கள் அருகாமையில் வண்டியை நிறுத்தினார். “என்ன அட்ரஸ் தேடறீங்களா?” அவரே கேள்வியை எழுப்பினார்.

“சார் அவங்க பேரைச் சொல்லுங்க.”

“சாரதா”

அவரது தடுமாற்றத்தை உணர்ந்தேன்.

“அவங்க வீட்டிலேயே மெஸ்ஸு நடத்தறாங்க.”

“ஓ, மெஸ்ஸு மாமி வீட்டைக் தேடறீங்களா? மெஸ்ஸுனு சொல்லியிருந்தா உடனே சொல்லியிருப்பேன். நேரா போங்க, ரைட் சைட்லே வாசல்லே வேப்பிலை சொறுகியிருக்கே அதுலேந்து ரெண்டாவது வீடு.”

★

திறந்திருந்த கதவைத் தட்டினேன்

“யாரு?” பெரியம்மாதான் வந்தாள்.

“பெரிம்மா.”

“வா வா, நீ வரப்போறேனு தெரியும். ஆனா எப்போனு தெரியாததினாலே குழப்பத்திலே இருந்தோம். வாங்கோ” சுந்தரத்தையும் அழைத்தாள்.

"யாரும்மா" என்று கேட்டபடி உள்ளேயிருந்து வந்த ஸ்ரீவித்யா "அண்ணா போன் செய்யக்கூடாதா?" என்றபடி கையிலிருந்த ஹேண்ட் பேக்கை வாங்கிக் கொண்டாள். முதுகுப் பையையும் கழற்றிக் கொடுத்தேன். இரண்டையும் கூடத்தில் கொண்டு வைத்தாள். ஷூவைக் கழற்றி ரேழியில் வைத்து விட்டு வந்தேன். பெரியம்மா ஆள் காட்டி விரலால முற்றத்தைக் காட்டினாள். சிறிய டிரம்மில் தண்ணீர் இருந்தது. அருகில் பாதி லைப்பாய் சோப்பும் இருந்தது. புரிந்து கொண்டேன். சுந்தரமும் சிரித்தான்.

நான் காலை நீட்டியபடி தரையில உட்கார்ந்து கொண்டேன். சுந்தரம் ஸ்டூலில் அமர்ந்து கொண்டான்.

பெரியம்மா ரெண்டு டம்பளர்களை கையில் எடுத்து வந்ததாள். ஒன்றை நான் வாங்கிக் கொண்டேன்.

"மோர் சாப்பிடுவேளோனோ" என்றபடி சுந்தரத்திடம் கொடுத்தாள்.

இருவரும் என் அருகில் வந்து தரையில் அமர்ந்தனர்.

"குழந்தைகள் எங்கே?" ஸ்ரீவீத்யா கையில் ஸ்வீட் பாக்கெட்டைத் தந்தேன். பெரியம்மாவிடம் ஸ்ரீலக்ஷ்மி பையை அப்படியே அளித்தேன்.

"ரெண்டு ஆம் தள்ளி என் ப்ரெண்ட் ஒருத்தி இருக்கா, அவளுக்கும் இவா வயசுலே கொழந்தைகள் இருக்கு. இவாள்ளாம் அங்கே விளையாடிண்டு இருப்பா"

"நான் ரெண்டு மூணு தடவை சாரோட இங்கே வந்திருக்கேன். வீடெல்லாம் ஒரே மாதிரி இருக்க அதுனாலே அடையாளம் தெரிய மாட்டேங்குது."

"அப்பறம் எப்படி கண்டு பிடிச்சேள்?" ஸ்ரீவித்யாதான் கேட்டாள்.

"காஸ் வண்டிக்காரர்தான் அடையாளம் சொன்னார், அப்பறம்தான் வந்தோம்."

"இப்ப புதுசா இருக்கற நோவு போறாதுனு பக்கத்துலே யாருக்காவது அம்மை போட்டிருக்கா? வாசல்லே வேப்பிலை சொறுகியிருக்கே?" கேட்டேன்.

பெரியம்மா பெரிசாக சிரித்தாள்.

“சொல்லிட்டு சிரிம்மா, இல்லேன்னா அவாளுக்கும் புரியாது” ஸ்ரீவித்யா சொன்னாள்.

“இது என்ன நோவுனு தெரியாம உலகம் பூரா தெகச்சுண்டு இருக்கானு டிவியிலே சொல்றா. பதினைஞ்சு நாளா பார்த்திண்டு இருக்கோம். ரா இல்லே பகல் இல்லே, அந்தி இல்லே சந்தி இல்லே, எங்கோ போனாலும் இப்ப இதப்பத்திதான் ஸ்மரணை.”

சுந்தரம் பெரியம்மாவை கண் இமைக்காமல் பார்த்துக் கொண்டிருந்தான்.

“நேத்திக்குகூட வெளியிலே வரவேண்டாம் ஆத்திலேயே இருங்கோனு டெல்லியிலே இருக்கறவா சொன்னாளாம். எல்லாரும் ஆத்திலேயேதான் அடைஞ்சி கிடந்தோம். பள்ளிக்கூடத்தையும் மூடியாச்சா, குஞ்சு குளுவான்லாம்கூட அங்கே இங்கே வெளயாட போகாம அடைஞ்சிதான் கெடந்தது.”

“கடைத்தெருவைக்கூட அடைச்சுட்டா” ஸ்ரீவித்யா சொன்னாள்.

“கடைசியா கோயிலையும் சாத்தியாச்சு.”

“பெரிம்மா, நான் ஒண்ணு கேட்டா நீங்க ஒண்ணு சொல்றீங்களே?”

“விஷயத்துக்கு வரேன். இந்த நோயை தடுக்கறதுக்கு என்ன வழினு யாருக்குமே தெரியலை. முழி பிதுங்கிண்டு இருக்கா.”

“ஆமாங்க, வாஸ்தவமான பேச்சு” சுந்தரம் குறுக்கிட்டான்/

“இப்படி இருக்கறச்சே இதோட வீர்யம் புரியாம ஜனங்களை அசடாக்கற வேலையைத்தான் நெறயபேர் செஞ்சிண்டு இருக்கா. சர்கார்லே இருக்கறவா பண்ணறது போறாதுனு இவா பங்குக்கும் எதையாவது பண்ணிட்டு போயிடறா. நேத்திக்கு நாலு விடலைப் பசங்க ஒரு குட்டியானையிலே வேப்பிலை கட்டிண்டு டிரம்லே இருக்கற மஞ்சத் தண்ணியை தெளிச்சிண்டு ‘போ கரோனா போ’ னு கத்திண்டு போனா.”

“அப்படியா, எனக்கு ஆச்சரியமா இருக்கே?”

“ஆமாம் சார், நேத்திக்கி எங்க ஏரியாவுலேயும் இதே மாதிரி செஞ்சிண்டு இருந்தாங்க. நானே காலையிலே வந்தபோதே

சொல்லணும்னு நெனச்சேன். ஈஷா பரபரப்புலே இதை மறந்துட்டேன்.”

“இந்த மாதிரி பண்ணறதினாலே இதோட சீரியஸ்னெஸ் போயிடும்.”

“இது என்ன நாய்க்குட்டியா போனு சொன்னா போறதுக்கு. இதெல்லாம் வெட்டி வேலை. இதனாலே நோய் போயிடாது. வேப்பிலைக்கும் மஞ்சளுக்கும் மட்டுமில்லே அந்த முத்துமாரியம்மனுக்கும் பவர் கிடையாதுனு யாருமே வாயைத் திறந்து பேசறதில்லை. கேட்டா எப்படியாவது வியாதி போனா தேவலைதானேனு சொல்லுவா.”

சுந்தரம் ஸ்டூலை முன்னுக்கு இழுத்துக் கொண்டான்.

“ஆனா காலங்க காலமா இருந்த வியாதியெல்லாம் அப்படி ஒண்ணும் வேப்பிலை சொறுகி, மஞ்சத் தண்ணிய தெளிச்சு போகலை. பொறந்தோன்ன அம்மை குத்தி, ஏதேதோ தடுப்பூசி போட ஆரம்பிச்சதுக்கப்பறம்தான் பெரிய அம்மையாகட்டும், இல்லே சின்னம்மையோ, மணல்வாரியோ எதுவும் இல்லாம போச்சு. நாப்பது அம்பது வருஷத்துக்கு முன்னாடி தெருவிலே இறங்கி நாலடி வைக்கறதுக்குள்ளே அம்மை வடு முகக்காரங்க நாலு பேரை பார்க்க முடியும்.”

“நாகேஷுக்கும் அம்ம வடு முகம்தான்” சுந்தரம் சொன்னான்.

“இருந்தாலும் களையான முகம்” ஸ்ரீவித்யா சிரித்தாள்.

“இப்பல்லாம் அந்த மாதிரி யாரையுமே பார்க்க முடியாது. தேடிப்பார்த்தாலும் கிடைக்க மாட்டா. அப்படியே இருந்தாலும் அவா அறுவது எழுவதை தாண்டினவாளாத்தான் இருப்பா. இப்படித்தானே இளம்பிள்ளை வாதமும் இல்லாம போச்சு, எத்தனை தடுப்பூசி, எத்தனை சொட்டு மருந்து வருஷா வருஷம், வீடு வீடா, தெருத் தெருவா, கோயில் குளம் பஸ் ஸ்டாண்ட் ரயிலடி எங்கே போனாலும் சலிக்காம அலுக்காம போட்டதினாலேதானே இதெல்லாம் இல்லாம நம்ம கொழந்தைகள் இருக்கா. நானும் எத்தனையோ வருஷம் முத்துமாரியம்மனுக்கு ஆடி மாசத்திலே வேப்பிலை சொறுகி மாவிளக்கு போட்டதோட இல்லாம பூக்குழியிலே

நடந்திருக்கேன். சில வருஷம் சந்தர்ப்பம் அமையலேன்னா அதெல்லாம் விட்டுப் போயிருக்கும். ஆனா எந்தக் காலத்திலேயும் எங்கொழந்தைங்களுக்கு தடுப்பூசி போடறதை மட்டும் நிறுத்தினது கிடையாது. இன்னிக்கும் இப்பவும் எங்கேயாவது தடுப்பூசி போடறானு டிவியிலே பார்த்தாலோ இல்லே யாராவது சொன்னாலோ, மொதல் காரியமாக இவளுக்கு போன் பண்ணி ஞாபகம் வைச்சுக்கோனு சொல்றதோட இல்லாம இங்க சாப்பிட கொள்ள வராளே அவாள்டேயும் சொல்லிண்டுதான் இருக்கேன்."

"பெரிம்மா, இதெல்லாம் உங்க கிட்டேதான் கேக்க முடியும்."

"இத்தனை காரண காரியம் புரியாம வேப்பிலையை சொறுகிட்டு, மஞ்சத் தண்ணி தெளிக்கறதுனாலே ஏதோ தெய்வச் செயலாலேதான் இந்த வியாதியெல்லாம் போச்சு இல்லே போகுங்கற நெனப்பு எல்லாருக்கும் வரது. அதுனாலே ஊசி போடறதிலே அசிரத்தையாயிடறா. மந்திரம் சொல்லி பசி போகலைங்கறச்சே மந்திரத்தாலே பிணி போகுமானு இவ அப்பா அடிக்கடி கேப்பார்."

"அம்மா மணியாறது" ஸ்ரீவித்யா ஏதோ கூற வந்தாள்.

"இரு ஆச்சு கதை இதோட முடிஞ்சுடுத்து. ரெண்டாவது வீட்லே இருக்கறவ எனக்குத் தெரிஞ்சவதான். அவசரம் போதுக்கு இங்கே வந்து கொழம்பு, ரசம் புதுசா வைச்சிருக்கேளானு கேட்டு கிண்ணத்திலே வாங்கிண்டு போவா. இன்னிக்கும் நம்மாத்து கொல்லையிலேந்துதான் வேப்பிலை ஒடிச்சிண்டு போறா. ஏண்டி இந்த பைத்தியக்காரத்தனத்தை பண்ணறேனு கேட்டேன். ஏதோ டாக்டர்லாம் சொன்னாளாம் வேப்பிலைன்னா கிருமி அண்டாதாம், வெளிநாட்லே இருக்கறவா மஞ்சள்லே எல்லா பவரும் இருக்குனு சொல்றாளாம். ஏதோ ஒளறிட்டுப் போனா. ஆனா அவாத்திலே போய் வேற மாதிரி சொல்லுவா."

ஸ்ரீவித்யா சிரித்தாள்.

"முண்டச்சிக்கி நாக்கிலே வெஷம்னு சபிப்பா" அம்மா எழுந்தாள்.

"ஒரு மணிக்கு அவாள்ளாம் சாப்பட வந்துடுவா. மீதியெல்லாம் ரெடி பண்ணிட்டேன். அம்மா குக்கர் வைக்க வேண்டியதுதான் பாக்கி."

சுந்தரம் எழுந்தான் "நான் கெளம்பட்டுமா?"

"நன்னாயிருக்கு, இவ்வளவு தூரம் வந்து என் பிள்ளையை கொண்டு விட்டிருக்கேள். சாப்பிடாம போறதாவது." அம்மா சமையலறை தடுப்புக்குள் சென்றாள்.

"நீங்க திருக்கோயிலூர்தானே?" ஸ்ரீவித்யா கேட்டாள்.

"பூர்வீகமே திருக்கோயிலூர்தான், சரிதானே சுந்தரம்."

"ஆமாம் சார்."

"எங்கே ஜாகை?"

"மணலூர்பேட்டை போஸ்ட் ஆஃபீஸ் கிட்டே இருக்கோம்."

"அப்படீன்னா கம்மாளத்தெருவிலேயா இருக்கீங்க?" பெரியம்மா அடுப்படியிலிருந்து கேட்டாள்.

"ஆமாம்."

"தேவி தியேட்டர் பக்கத்திலே பஞ்சாபகேசய்யர்னு ஒரு வக்கீல் இருக்கார். அவாத்திலே பெரும்படி சமையல்னா அம்மாவைத்தான் கூப்பிடுவா. இப்பல்லாம் போகமுடியறதில்லை. ஆத்திலே வந்து ரெண்டு மூணு பேர் வழக்கமா சாப்பிடறா அவாளை விட முடியாது அதுனாலேதான்."

"எனக்கு அவரைத் தெரியும்."

"அண்ணா பேண்டை மாத்திக்கோங்கோ, வேஷ்டி ஏதாவது வேண்டுமா?"

"அதெல்லாம் வேண்டாம்" ஹேண்ட் பேக்கிலிருந்து லுங்கியை எடுத்து கட்டிக் கொண்டேன். கழற்றின பாண்டையும் சட்டையையும் ஆணியைத் தேடி அகர்வால் ஆக்ரோஃபுட் கோமாதா காலண்டர் மீது மாட்டினேன்.

"ஸ்கூல்ஸை க்ளோஸ் பண்ணிட்டாங்களே! டீச்சர்ஸ் இன்னும் வராங்களா?"

"வெளியூரிலிருந்து வந்திருக்கிற டீச்சர்ஸ் ரெண்டு மூணு பேர் ரூம்லே தங்கியிருக்கறவங்க. இங்கேதான் சாப்பிடறாங்க. இன்னொன்னு பள்ளிக்கூடத்தை மூடினாலும். ஏதோ க்ளாஸ் எடுக்கறா மாதிரி இருக்கு. ஆனா சரியா தெரியலை. நீங்க

பேசிண்டு இருங்கோ வேலையை முடிச்சுடறேன்" அவளும் உள்ளே சென்றாள்.

"நீங்க அப்படீன்னா டிரான்ஸ்போர்ட் நார்மலாகறவரை இங்கேயே இருப்பீங்களா?"

"எனக்கும் சேஞ்ச் வேண்டியிருக்கு. பொழுது விடிஞ்சுதுன்னா மெயிலப் பார்க்கறது, ஒண்ணை மாதிரி மார்க்கெட்டிங் எக்சிக்யூடிவ்வை புடிச்சுண்டு டூ வீலர்லே அலைஞ்சிண்டு, காஃப் ஸ்டார்டர், காஃப் க்ரோயர், பொவினோ லாக்டோஸ்னு ஆர்டரை போடறது, பே மெண்ட் வந்தாச்சானு செக் பண்ணறது சலிப்பா இருக்கு. ரெண்டு நாள் இங்கே இருக்கறேன். இவங்களுக்கும் ஏதோ சந்தோஷமா இருக்கும்."

"சார் ஏதாவது வேணும்னா எனக்கு போன் பண்ணுங்க."

"கண்டிப்பா பண்ணறேன். ஹெச் ஓ விலேந்து ஏதாவது போன் வந்ததுன்னா, நான் எல்லாத்தையும் முடிச்சுண்டு இங்கே வந்து இருக்கறதை சொல்லிடு."

"உங்க பெரியப்பா தபோவனத்திலேதானே இருந்தார்?" சுந்தரம் மெதுவாக கேட்டான்.

"ஆமாம். ஞானாநந்த மடத்திலேதான் யஜுர் வேத வாத்யாரா இருந்தார். இவளுக்கு கல்யாணம் ஆன வருஷம் திடீர்னு இறந்துட்டார்."

"மடத்து உள்ளேயே நெறய வீடு இருக்கே? நானே பார்த்திருக்கேன்."

"ஏன் அங்கே இல்லாம இந்த ஓட்டு வீட்லே அல்லாடணுமானு கேக்கறேள். அப்படித்தானே?" பெரியம்மா இலையும் கையுமாய் வெளியில் வந்தாள். "கையை அலம்பிண்டு வாங்கோ, சாப்பாடு ரெடியாயிடுத்து."

"பெரிம்மா, இன்னும் ரெண்டு மூணு பேர் வருவானு சொன்னேளே! ஒரே பந்தியா இருக்கட்டுமே!"

"அவா வேற ஜோலிக்காரா முந்திப் பிந்தி ஆகும். நீங்க ரெண்டு பேரும் சாப்பிட்டாச்சுன்னா, அவர் திருக்கோயிலூருக்கு கௌம்பணும் இல்லியா?"

ஸ்ரீவித்யா டம்பளர்களை வைத்து ஜக்கிலிருந்த தண்ணீரை ஊற்றினாள். பெரியம்மா பரிமாறத் தொடங்கினாள். சாதத்தைப் போட்டு குழம்பை ஊற்றினாள்.

“இவ அப்பா போனப்பறம் அங்கேயே இருந்துடலாம்னுதான் நெனச்சேன். ஆனா மடி பண்ணிண்டாத்தான் அங்கே இருந்துண்டு ஸமாராதனையிலே சாப்பிடலாமாம்.”

“இந்தக் காலத்திலேயும் அப்படியெல்லாம் இருக்காங்களா?” சுந்தரம் மெதுவாக கேட்டான்.

“சரியாத்தான் கேட்டேள். அவாள்ளாம் காலத்தை நூறு வருஷம் பின்னாடி தள்ளிண்டு போக நெனக்கிறா. மடே ஸ்நானை இங்கே நடத்த முடியலியேனு ஆதங்கப்படறா.”

“அது என்ன பெரிம்மா மடே ஸ்நான், கங்கா ஸ்நானம் மாதிரி. நான் கேள்விப்பட்டதே இல்லியே?”

“பிராம்மணாள் பந்தி சாப்பிட்ட எச்சல் இலையிலே பாப நிவர்த்திக்காக, இன்னும் சொல்லணும்னா அடுத்த ஜன்மத்திலே வேற ஜாதிலே பொறக்கணுங்கறதுக்காக மத்தவாள உருளச் சொல்றதுதான். எந்த ஜாதிக்காரங்க பயந்தண்டு உருளுவாங்கங்கறது எல்லாருக்குமே தெரியும்.”

“இப்பவுமா இது நடக்குது?” என்னைப் போலவே சுந்தரத்துக்கும் ஆச்சரியமாக இருந்தது.

“குக்கே சுப்பிரமண்ய கோயில்லே, கொடகுலே இன்னும் ரெண்டு மூணு கோயில்லே இன்னிக்கு இல்லே நாளைக்கும் இது நடந்துண்டுதான் இருக்கும். நான் பேசிண்டு இருக்கேன். நீங்க மாட்டுக்க இலையைப் பாத்து சாப்பிடுங்கோ” சிரித்தாள்.

“பெரிம்மா, அபத்தமா இருக்கே?”

“நம்மூர்லே கருணாநிதி கட்சியோ எம்ஜியார் கட்சியோ இல்லாம, சோனியா காந்தி கட்சியோ மோடி கட்சியோ இருந்திருந்தா நித்ய அன்னதானம் மாதிரி ஒவ்வொரு கோயில்லேயும் இவாள்ளாம் சேந்து மடே ஸ்நானை ஆரம்பிச்சிருப்பா. நல்ல வேளை தப்பிச்சோம். நானும் தப்பிச்சேன்”

"ஸ்ரீவித்யா சாதம் எடுத்துண்டு வாயேன்" அழைத்தேன்.

"அப்பறம்தான் பார்த்தேன், வேத கோஷத்தினாலே வயிறு ரொம்பப் போறது இல்லை. கரண்டிதான் ஒசத்திங்கற தீர்மானத்துக்கு வந்தேன். இருவது வருஷமாச்சு."

ஸ்ரீவித்யா சுந்தரத்திற்கும் எனக்கும் சாதம் போட்டாள். அம்மா மோர் ஊற்றினாள்.

"ஆவக்காய் போட்டுப்பேளோனோ?"

"ஆவக்காய்னா என் ஒய்ஃபுக்கு உசிரு" சுந்தரம் சிரித்தான்.

"அதுக்கென்ன நெறயவே போட்டிருக்கேன். ஒரு பாட்டில்லே தரேன் எடுத்துண்டு போங்கோளேன்."

★

ஸ்ரீவித்யாவின் குழந்தைகள் விக்ரமன், அலமேலுவுடன் விளையாடிக் கொண்டிருந்தேன்.

"மாமா கொஞ்சம் ரெஸ்ட் எடுத்துக்கட்டும், மணி ஒன்பதாயிடுத்து. நீங்கள்ளாம் போய் படுத்துக்கோங்கோ."

"அவாளை வெரட்டாதே, எனக்கும் பொழுது போகணுமே."

"அப்படீன்னா டிவியை அணைச்சிடட்டுமா?"

"மொதல்லே அதைச் செய்" பெரியம்மா சொன்னாள். கீரைக் கட்டைப் பிரித்து ஒவ்வொன்றாய் ஆயத் தொடங்கினாள்.

"இன்னிலேந்து தமிழ்நாடு பூரா ஊரடங்குனு கார்த்தாலே பேப்பர்லே படிச்சேன். இப்ப தேசம் பூராவும் ஏப்ரல் 14 வரை ஊரடங்குனு மோடி சொல்லிட்டர்."

"ஆமாம் அண்ணா, சன் ந்யூஸ்லே விரிவா சொன்னா."

"ஊரடங்குன்னா என்ன மாமா?" அலமேலுதான் கேட்டாள்.

"ஊரடங்குன்னா வீட்டை விட்டு வெளியிலே எங்கேயும் போவக்கூடாது. வீட்லேயே அடஞ்சி கெடக்கணும். நேத்தி ஞாயித்துக் கெழமை இருந்திருப்பேளே, அதே மாதிரிதான்."

லேப்டாப்பை குழந்தைகள் பக்கம் தள்ளினேன். அலமேலு லாகவமாய் கீ பேடில் விரலால் மெதுவாக தேய்க்கத்

துவங்கினாள். விக்ரமன் யூ ட்யூபுக்கு போகும் பாதையை காட்டிக் கொண்டிருந்தான். ஸ்ரீவித்யா குழந்தைகளுடன் நெருக்கமாக உட்கார்ந்திருந்தாள். "ஏய் ஜாக்கிரதை, மாமாவோட லாப்டாப்" என்று சொல்லிக் கொண்டிருந்தாள்.

"ஸ்ரீவித்யா, இங்கே தள்ளி வா. அவா எப்படி வேணும்னாலும் விளையாடிண்டு இருக்கட்டும். எனக்குத் தெரிஞ்சு நம்மூர்லே இந்த ஊரடங்கு ஒண்ணும் பெரிசா போடடதில்லே. ஆனா ஹைதராபாத்திலே கலவரம்னா உடனே கர்ஃப்யூ போடுவாங்க. நேரிடைய பார்த்திருக்கேன். அனுபவிச்சிண்டு இருக்கோம்."

"நீ அங்கே பார்த்திருக்கே, நாங்களும் ஊரடங்குலே மாட்டிண்டு மூணு நாலு நாள் சோறு தண்ணி இல்லாம தவிச்சிருக்கோம்."

"பெரிம்மா, எனக்குத் தெரிஞ்சு இங்கே இப்படி அப்படி மோசமா எதுவுமே நடக்கலியே?"

"நேத்தியவிட இன்னக்கி நெலமை மோசமாப் போனா, நேத்திக்கு நல்லாத்தான் இருந்தோம்னு நெனக்கிறதுதான் எல்லாரோட சுபாவம்."

பெரியம்மாவையே உற்றுப் பார்த்துக் கொண்டிருந்தேன்.

"அப்ப கல்யாணம் ஆன புதுசு. பெரியப்பா விழுப்புரம் பாடசாலையிலேதான் வாத்யாரா இருந்தார்."

"ஆமாமம், கீழ ஆஞ்சநேயர் கோயில் தெருவிலே அந்த பாடசாலை இருந்தது."

"பரவாயில்லையே! உனக்கு நன்னாவே ஞாபகம் இருக்கே!"

"மூணாவதோ நாலாவதோ படிச்சிண்டு இருக்கறச்சே மொதல் தடவையா அங்கே வந்திருக்கேன்."

"காளயுக்தி வருஷம்னு நெனக்கிறேன். ஆடி மாசம் கலவரம் ஆரம்பிச்சுது. ஊருக்கு ஒதுப்புறமாக இல்லாம நடுவிலேயே அதுவும் ஷகராக இருக்கற இடத்திலே இருந்த பெரிய காலனி மேலே எல்லாருக்கும் ஒரு கண்ணுனு சொல்லுவா. ஜோதியினாலேனு சொன்னா, ஆளாளுக்கு ஒவ்வொரு காரணம் சொன்னா, எப்படியோ தகராறு ஆரம்பிச்சுது. சோடாக் கடை

ராமனோ கிருஷ்ணனோ பேர் ஞாபகம் இல்லே, அவரோட ஜாதி மத பேதமில்லாம எல்லாரும சேர்ந்து பெரிய காலனிய கொளுத்தினா."

"பெரிம்மா, எந்த வருஷம் சொல்லுங்கோ?"

பெரியம்மா விரலை மடக்கி நீட்டி ஏதோ கணக்குப் போடுவது போல இருந்தது.

"1978 இல்லே 79 ஆக இருக்கும்."

"அப்பறம்."

"பதினைஞ்சு பேருக்கு மேலே செத்துப் போயிட்டா. செத்தவா எல்லாருமே பெரிய காலனியிலே இருக்கற கீழ் ஜாதிக்காரங்க. பெரிய காலனி எரிஞ்சுது, கடைத் தெரு எரிஞ்சுது, அப்பறம் ஊரே எரிய ஆரம்பித்தது. ரயில்வே லைனைத் தாண்டி கீழ்பெரும்பாக்கம், மகாராஜபுரத்திலே கூட குத்து வெட்டு. கோலியனூர் வாய்க்கால்லே நெறய பொணம் மொதந்ததுனு சொன்னா."

"பெரிம்மா, ஷாக்கிங்கா இருக்கே? தமிழ்நாட்டிலே வெண்மணிக்கு அப்பறம் அரிஜனங்கள் மேலே அங்கே ஒண்ணு இங்கே ஒண்ணுங்கற மாதிரிதான் தாக்குதல் நடந்திருக்குனு நெனச்சிருந்தேன். ஆனா இப்படிச் சொல்றீங்களே?"

"தீயை அணைக்க யாராலும் முடியலை. அப்பத்தான் ஒரு பத்து நாளைக்கு ஊரடங்கு இருந்தது. கோயில் குளம்லாம் மூடி வைச்சா."

"பாடசாலை என்ன ஆச்சு?" ஸ்ரீவித்யா கேட்டாள்.

"குரோதமும், துவேஷமும் தீயாய் எரியறச்சே, வேதமாவது வெங்காயமாவது."

பெரியம்மா சற்று நேரம் எரவாணத்தை பார்த்துக் கொண்டிருந்தாள். தொடர்ந்தாள்.

"அன்றாடம் பொருள் வாங்கி காலட்சேபம் பண்றவளோட நெலமையை யோசிச்சுப் பாரு. யாசகம் வாங்கி சாப்பிட்ட அக்ரஹாரமே மூணு நாலு நாள் பட்டினி கிடந்தது. அப்படி இருக்கறச்சே அந்த காலனியிலிருக்கறவா, இன்னும் மத்த

இடத்திலே இருக்கற வசதி கொறைவான இதர ஜாதிக்காராளும் எப்படி பசி பட்டினியா பச்சை குழந்தைகளோட தவிச்சாங்கறதை இன்னிக்கு நெனச்சாலும் துக்கமாயிருக்கு" பெரியம்மா நிறுத்தினாள்.

"அப்பறம் இந்த ஊரடங்கடோ உள்ளர்த்தம் புரியறதுக்கு எனக்கு ரொம்ப வருஷம் ஆச்சு."

"பெரிம்மா, என்ன சொல்ல வரேள்?"

"ஊரை அடக்கு ஒடுக்கி வைக்கறதுக்குத்தான் ஊரடங்கு. அதோட இல்லே எல்லாரும் ஒண்ணா ஒத்துமையா சேரரதையும், அநியாயத்தை தட்டிக் கேக்கறதையும், இன்னும் பேசறதையும் தடுக்கறதுக்காகத்தான்."

"பெரிம்மா, இப்போ கரோனா எல்லா இடத்திலேயும் பரவக்கூடாதுங்கறதுக்காகத்தானே ஊரடங்கு."

"அதத்தான் நானும் சொல்றேன். உள்ளே உக்காந்து கையலம்பிண்டு இருந்தா எல்லாம் சரியாப் போயிடுமா? இல்லே முந்தா நாள் சாயந்திரம் எல்லாரும் ஆத்து வாசல்லே நின்னுண்டு சேகண்டியை வைச்சிண்டு டங் டங்னு தட்டிண்டு இருந்தோமே? அப்படி தட்டிண்டு இருந்தா இது போயிடுமா? இதுலே என்ன உண்மை? என்ன நியாயம்? என்ன மருந்து? எல்லாருக்குத் தெரிய வேண்டாமா கேக்க வேண்டாமா?"

"அண்ணா இதுக்கு இன்னமும் மருந்து கண்டுபிடிக்கலியா?"

"எல்லா நாட்டுலேயும் ஆராய்ச்சி செஞ்சுண்டு இருக்காங்க. கிட்டத்தட்ட முடிஞ்சுடுத்துன்னுதான் சொல்லணும். பரிசோதனைக்குப்பறம்தான் இந்த மருந்து உபயோகத்துக்கு வரும். எப்படிப் பார்த்தாலும் அடுத்த வருஷம் வந்துடும்."

"ப்ளேக், காலரா இன்னும் பேர் தெரியாத எத்தனையோ நோய் நொடி, இதெல்லாம் ஒலகத்தை ஒரு வழியாக்கி கோடிக்கணக்கான மனுஷாளை நிர்க்கதியாக்கியிருக்குனு எங்க தாத்தா பாட்டியெல்லாம் சொல்லிக் கேட்டிருக்கேன். தண்டு முத்துமாரியம்மனுக்கு படையல் வைச்சோ, சண்டி ஹோமம் மிருத்யுஞ்சய ஹோமம் அதிருத்ரம் இதெல்லாம் பண்ணியோ,

அதெல்லாம் போகலைங்கறதை என் அனுபவத்திலே நன்னாவே தெரிஞ்சு வெச்சிருக்கேன்.''

“அம்மா, அப்படியிருந்தாலும் அதெல்லாம் இன்னிக்கும் நடந்துண்டுதானே இருக்கு.''

“அது மட்டுமில்லே, எத்தனையோ முட்டாள்தனமும் நடந்துண்டுதான் இருக்கு. பஞ்சகவ்யம் சாப்பிடு, சரட்டையை கடிச்சுத் துப்பு, போன ஜன்மத்து பலன் அப்படி இப்படினு சொல்லிண்டுதான் இருக்கா. வெத்து நம்பிக்கையினாலே இதை தடுத்து நிறுத்தவே முடியாது. எல்லா தேசத்திலேயும் ஆயிரக்கணக்கான பேர் ஆராய்ச்சி பண்ணி திரும்பத் திரும்ப ஊசி, தடுப்பூ,சி சொட்டு மருந்து, ஊசி, தடுப்பூசி சொட்டு மருந்து இப்படி எல்லாருக்கும் கெடச்சிண்டு இருக்கறதினாலேதான் நோய் நொடி மனுஷாளை பெரிசா அண்டலை. அதெல்லாம் இருந்த இடம் தெரியாம போச்சு. அதைப்போலத்தான் இப்ப நீ சொல்றா மாதிரி கரோனாவுக்கு மருந்து வராமயா இருக்கப் போறது? நாமும் கண்டிப்பா அதை ஜெயிக்கத்தான் போறோம்.''

“பெரிம்மா, நீ க்ரேட் அணைத்துக் கொண்டேன்,''

அரவணைத்துக் கொண்டாள்.

@
ஏப்ரல் 1920

6

காத்தாடி மாஞ்சாவும் ப்ரொக்டார் அண்ட் காம்பிள் திருநீறும்

நகரப் பேருந்து எதையும் காணோம். நேராக மெட்ராஸ் செல்லக்கூடிய சாதாரண அல்லது விரைவுப் பேருந்துகளாகவே இருந்தது. இவற்றில் ஏறினால் அதிகக் கட்டணம் என்ற நினைப்பில் தயக்கத்தோடு நின்று கொண்டிருந்தேன். ஒரு சில கண்டக்டர்கள் "ஆற்காடு மட்டும் ஏறுங்க, மேல்விஷாரம்லாம் ஏறாதீங்க! பின்னாடி டவுன் பஸ் காலியா வருது"னு சொல்லிவிட்டு போய்க்கொண்டிருந்தனர், அச்சிட்ட ரசீது புத்தகங்களை கொடுத்துவிட்டு அந்த சாக்கில் அப்படியே முருகனை கும்பிட்டு வரலாம் என்று ரத்னகிரி வந்தது இப்படி நெரிசலில் சிக்க வைத்து விட்டது, அப்படி இப்படியாக ஆற்காடு செல்லக்கூடிய ஒரு பேருந்து வந்தவுடன் அடிச்சி புடிச்சி ஏறிவிட்டேன். சிவப்பு வண்ணப் பேருந்தாக இருப்பினும் கிட்டத்தட்ட ஷேர் ஆட்டோ மாதிரித்தான் கூட்டம் வழிந்தது. அண்டி ஒண்டி தடுமாறு நிற்கையில் மொபைல் இடைவிடாது ஒலித்தது. ஒரு கையால் தோள்பையிலிருந்து மொபைலை எடுத்துப்பேச தயக்கமாக இருந்தது. பேருந்திலிருந்து இறங்கிய பின்னர் பேசிக் கொள்ளலாம் என்று தீர்மானித்துக் கொண்டேன்.

யாரோ "டீச்சர், இங்கே இடம் இருக்கு வாங்க!" என்று கூப்பிடுகிறமாதிரி இருந்தது. என்னைத்தான் கூப்பிடுகிறார்களா என்பது புரியவில்லை. சுற்றும் முற்றும் பார்த்தேன். புர்கா அணிந்த பெண் ஒருத்தி நின்றபடி கையைக் காட்டினாள். அருகில் சென்றேன்.

"ஏம்மா, பத்து நிமிஷத்துலே போயிடலாமே, இதுக்கு உக்காரணுமா?" என்றேன்,

“டீச்சர், ஜமாத் எலிமெண்டரி ஸ்கூல்லே உங்ககிட்டேதான் படிச்சேன். இப்ப விஐடியிலே படிக்கறேன். சுனைனா புரியலியா?” என்றபடி முகத்திரையை சற்றே நகர்த்தினாள். “நல்லா இருக்கீங்களா?”

“இருக்கேன்மா” இன்னமும் அவளை என்னால் நினைவுகூர முடியவில்லை.

பைபாஸிலிருந்து அண்ணா சாலையில் மாறி டெலிபோன் எக்ஸ்சேஞ்ச் நிறுத்தத்தில் கூட பெரிய அளவில் எவரும் இறங்கவில்லை. சுனைனா கையை ஆட்டியபடி “வரேன் டீச்சர்” என்று இறங்கிச் சென்றாள். முன்பக்கம் சென்று “இந்தியன் பேங்க்” என்று டிரைவரிடம் சொன்னேன். பேருந்து வளைந்து நிறுத்தத்தில் நிற்பதற்குள் மீண்டும் மணியோசை. இறங்கி ஓரமாக நின்று கொண்டு மொபைலை எடுப்பதற்குள் ஓசை அடங்கி விட்டது. இடைவிடாது அழைப்பவர் யார் என்று பார்த்தேன் செல்விதான்! மிஸ்டு கால் பட்டியலில் பத்துமுறைக்கு மேல் அழைத்திருந்ததை அறிந்தவுடன் உடனடியாக தொடர்புகொண்டேன்,

“என்னம்மா, இப்பத்தான் பஸ்ஸை விட்டு இறங்கி வீட்டுக்குப் போறேன். ஏதாவது அவசரமா?”

“இல்லேப்பா, நீங்க வீட்டுக்குப் போயிட்டு பண்ணுங்க. அவசரம் ஒண்ணும் இல்லை.”

அச்சாபீஸ் சென்று வாங்கிய பணத்தை கொடுத்துவிட்டு வீட்டுக்கு போவதா இல்லை நாளை காலை போகையில் கொடுத்துக் கொள்ளலாமா என்று எண்ணிப் பார்த்தேன். காதர்பேட்டைக்குள் நடந்து சென்று மீண்டும் எதிர்சாரிக்கு மாறி திரும்பி காயிதே மில்லத் தெருவிற்கு வருவதற்கு அரை மணிக்கு மேலாகி விடுமே என்ற நினைப்பில் வீட்டை நோக்கி திரும்பினேன்.

வீட்டிற்கு செல்வதற்குள் மனதிற்குள் பல்வேறு கேள்விகளும், ஐயங்களும் சிலந்திக் கூடாய் படர்ந்தது.

★

ஒரு நிமிட இடைவெளிக்குப்பின் அவள் எடுத்தாள்.

“சொல்லும்மா!”

“வெளியிலே எங்கேயாவது போயிட்டு வந்தீங்களா?”

“ஆமாம்மா. ரத்னகிரி கோயிலுக்கு ஒரு ஆர்டர் டெலிவரி செய்ய வேண்டியிருந்தது. அப்படியே முருகனையும் கும்பிட்டு வரலாம்னு நானே எடுத்துண்டு போனேன். திரும்பறதுக்கு தாமதமாயிடுத்து.”

“இதையெல்லாம் நீங்கதான் செய்யணுமா? வீட்டுக்கு வந்துட்டீங்களா?”

“வந்தாச்சு, சிவஞானம் பள்ளிக்கூடம் போறானா? சங்கரி என்ன பண்ணறா?”

“அவனுக்கு இன்னும் பள்ளிக்கூடம் திறக்கலை. இவ இன்னும் சாப்பிடறதுக்குத்தான் படுத்தறா, அதான் பிரச்னையா இருக்கு.”

“கொஞ்சம் கொஞ்சமா கொடு. அப்ப சாப்பிடுவான்னு நெனக்கிறேன் இதையெல்லாம் ஒண்ணும் பெரிய பிரச்னையா எடுத்துக்காதே.”

“சரிங்கப்பா.”

“பஸ்லே போனையே எடுக்க முடியலை. அப்பறம்தான் பாத்தேன், நீதான் விடாம அடிச்சிண்டு இருந்திருக்கே. அதான் வீட்டுக்கு வந்து பேசறேனு சொன்னேன்.”

“இவரு புது வேலையிலே சேர்ந்திருக்கார்னு சொன்னேன் இல்லியா?”

“ஆமா ஏதோ ஸ்டேட் பேங்க்னு சொன்னே?”

“ஸ்டேட் பேங்க் இல்லேப்பா, ஸ்டிரீட் பேங்க்.”

“சரி.”

“அவங்க டிரெய்னிங்குக்காக மணிலாவுக்கு அனுப்பறாங்க. பத்துநாள் அங்கே இருக்கணும் நாளைக்கு கௌம்பராரு.”

“சந்தோஷம், அதுக்கு நான் என்ன செய்யணும்?”

“நீங்க ஒரு வாரமாவது இங்கே வந்து எனக்கு துணையா இருக்கணும்.”

“என்னம்மா திடுதிடுப்புனு இப்படிச் சொல்றே?”

"நான் தனியா இருந்துடுவேன். இவர்தான் கைக்குழந்தையை வைச்சிண்டு அல்லாட வேண்டாம். இப்பத்தானே உங்க அம்மா வந்து இருந்துட்டு போனாங்க, உங்க அப்பாவை வந்து இருக்கச் சொல்லேங்கறார்."

"சரி நாளைக்கு வேலைக்குப் போயிட்டு சேட்டுக்கிட்ட சொல்லிட்டு மதியத்துக்கு மேலே கெளம்பி வந்துடறேன்."

"மூணரைக்கு மைசூர் எக்ஸ்பிரஸ், அதைவிட்டாச்சுன்னா அஞ்சரைக்கு லால்பாக் . எதுலே வந்தாலும் கேஎஸ்ஆர்லே இறங்கி மெட்ரோலே வந்துடுங்க"

"நான் அதப்பாத்துக்கறேன், அவருட்டேயும் சொல்லிடும்மா."

"இருங்கப்பா, அவரே உங்ககிட்டே பேசறேங்கறார்"

"மாமா, எப்படி இருக்கீங்க?"

"சதாசிவம், நல்லா இருக்கேன்பா. நீ வெளிநாட்டுக்கு போவறது சந்தோஷம்."

"நீங்க எப்பவும் சனிக்கிழமை மதியம் வந்துட்டு, ஞாயித்துக்கிழமை சாயந்திரம் கெளம்பிடுவீங்க. இப்ப ஒரு வாரமாவது இருக்கணும்."

"நீ கவலைப்படாதேப்பா, நான் அங்கே வந்து பத்து நாள் இருந்து செல்வியையும் குழந்தைகளையும் பார்த்துக்கறேன்."

"எனக்கு சாயந்திரம் ஆறு மணிக்கு ஃப்ளைட். அதுனாலே நான் ஸ்டேஷனுக்கு வரமுடியாது. மெட்ரோலே பைப்பனஹள்ளி வந்துடுங்க."

"அதெல்லாம் நான் பாத்துக்கறேன். வாய்லே இருக்கு வார்த்தை, ஆட்டோவைக் கேட்டா காடுகொடிலே கொண்டு விட்டுடப் போறாங்க"

★

வந்தவுடன் போய் லீவ் கேட்கவேண்டாமே என்று தோன்றியது. அதற்குமுன் கேஷியரிடம் வசூலித்த பணத்தை எண்ணிக் கொடுத்தேன். ரசீதை தபாலில் அனுப்பி வைக்கும்படி சொன்னேன். பன்னிரண்டைக் கடந்தவுடன் கேபினுக்குள் சென்றேன்.

அச்சுக்கூடமே என் தலையில் ஓடுவதைப் போன்று அவர் பேசினார். வயதில் சிறியவர்கள் அடிக்கடி லீவ் எடுப்பதால்தான், என்னைப் போன்று பணி ஓய்வு பெற்றவர்களை வேலைக்கு வைத்துக் கொண்டதாகவும் ஆனால் அவர்களைப் போன்றே நான் இருப்பதாகவும் என்னென்வோ பேசினார். எப்படியோ வளைந்து நெளிந்து லீவுக்கான ஒப்புதலைப் பெற்றதோடு, ஆயிரம் ரூபாய் சம்பள முன் பணத்திற்கும் அனுமதியைப் பெற்று வெளியே வந்தேன்.

★

நேரம் இருந்தபடியால் காட்பாடி வந்து மைசூரு எக்ஸ்பிரஸ்ஸையே பிடித்து விட்டேன். வார நாள் என்பதாலோ என்னவோ கூட்டம் அவ்வளவாக இல்லை. அமர்வதற்கான இடம் ஜன்னல் ஓரமாகவே அமைந்து விட்டது. செல்விக்கு போன் செய்து வந்து கொண்டிருப்பதாக தகவலைச் சொன்னேன். சற்று கண்ணசந்தேன். மொபைல் ஒலித்தது. சதாசிவம்தான். தான் கிளம்புவதாகவும் பத்திரமாக வந்து சேரும்படியும் சொன்னான்.

★

ஆட்டோ பிரதான சாலையிலிருந்து இறங்கி பெலத்தூர் சாலையில் நுழைந்தவுடனேயே போகவேண்டிய இடத்திற்கு அருகில் வந்ததை உணர்ந்தேன்.

லிப்டில் ஏறி அழைப்பு மணியின் பொத்தானை அமுக்கினேன். செல்விதான் கதவைத் திறந்தாள் கையில் சங்கரியுடன். தோள்பையை சோபா ஓரமாக வைத்து விட்டு குழந்தையை வாங்கிக் கொண்டேன். முத்தமிட்டேன். சிரித்தாள். கையால் மூக்குக் கண்ணாடியை இழுக்க முயற்சித்தாள்.

“எங்கே அவன்?”

“பெட்ரூம்லே மொபைல்லே விளையாடிண்டு இருக்கான்.”

“சிவஞானம் என்று அழைத்தபடி சென்றேன். விளையாட்டின் உற்சாகம் தலையை நிமிர்த்தவில்லை. “ஹாய் தாத்தா” என்றபடி மொபைலை தேய்த்துக் கொண்டிருந்தான்.

“அஞ்சு நிமிஷம் உக்காருங்க. எல்லாத்தையும் எடுத்துண்டு வந்து டேபிள்மேலே வைச்சிடறேன், சேர்ந்து சாப்பிட்டா ஒரு வழியா வேலை முடிஞ்சுடும்.”

“சரிம்மா, சிவஞானம் வா சாப்பிடலாம்” என்று அழைத்தேன்.

மொபைலிலிருந்து பார்வையைத் திருப்பாமலேயே “வரேன் தாத்தா” என்று பதிலளித்தான்.

“சொல்லி அஞ்சு நிமிஷமாறது இன்னும் வரலியே?” என்றேன்.

“வரேன் தாத்தா” என்றுதான் இன்னமும் சொல்லிக் கொண்டிருந்தான்.

★

“அப்பா, குழந்தையை கொஞ்சம் வைச்சுக்கோங்க. நான் அவளுக்கு கஞ்சி போட்டுக் கொண்டு வரேன்.”

தொட்டிலிலிருந்து அவளை எடுத்துக் கொண்டேன். சற்றே அழுகை நிற்பதாக இருந்தது. சிவஞானம் சோபாவில் அமர்ந்தபடி மொபைலில் ஏதோ பார்த்துக் கொண்டிருந்தான். முகம் அஷ்ட கோணலாக இருந்தது.

“நீ என்னடா பண்ணறே?” என்றேன்.

“தாத்தா, டாம் அண்ட் ஜெர்ரி வெளயாடறேன்.”

குழந்தையை தூக்கி வைத்துக் கொண்டு, சோபா அருகில் நின்று அவன் விளையாடுவதையே பார்த்துக் கொண்டிருந்தேன். வீட்டிற்குள் அடைந்து கிடப்பதைவிட வெளியில் காலாற சற்று போயிட்டு வரலாம் என்று தோன்றியது.

“செல்வி, நீ இவளுக்கு கஞ்சியைக் கொடுத்தப்பறம் இவளைத் தூக்கிண்டு கீழே போயிட்டு வரேன்.”

“சிவஞானம், நீயும் தாத்தாவோட போயிட்டு வாயேன்!”

“நீ என்னோட வா, ஆனா மொபைலை இங்கேயே வைச்சிட்டு வரணும்.”

“தாத்தா, அப்பறம் அம்மா கூப்பிட்டாங்கன்னா என்ன பண்ணறது?”

“நம்ப போயிட்டு வரதுக்கு அரை மணி நேரம்கூட ஆவாது. அதுக்குள்ளே தலை போற அவசரம் எதுவும் இருக்காது என்ன செல்வி?”

“நீங்க சொல்றது சரிதான்பா. நாள்பூரா வீட்டுக்குள்ளேயே அடைஞ்சி கிடக்காங்க. வெளியே அழைச்சிண்டு போயிட்டு

வாங்க. கொஞ்சம் கஞ்சியையும் பையில் போட்டு தரேன். இடையிலே அழுதாலும் கொடுங்க. நானும் அதுக்குள்ளே துணி மணியெல்லாம் எடுத்து மடிச்சி வைச்சிடுவேன்."

"சட்டை வேண்டாமா தாத்தா?" என்றான். துண்டை எடுத்து பனியன் மீது போட்டுக் கொண்டு சங்கரியை தூக்கிக் கொண்டேன். சிவஞானம் தோளில் மாட்டிய கஞ்சிப் பையுடன் சற்றே தயக்கத்துடன் பின் தொடர்ந்தான். ஆனாலும் அவனே லிப்ட் பொத்தானை வெளியேயும் உள்ளேயும் அழுத்தினான்.

★

கீழே அடுக்கு மாடி வளாகத்தின் குழந்தைகள் விளையாடிக் கொண்டிருந்தனர். சில குழந்தைகள் என்னையும் சிவஞானத்தையும் பார்த்தபடி இருந்தனர். சைக்கிள் ஓட்டிக் கொண்டிருந்த ஒரு சிறுமி எங்கள் அருகில் வந்து சைக்கிளை நிறுத்தி அவனிடம் கன்னடத்தில் ஏதோ பேசினாள். இவன் அதற்கு ஏதோ பதில் சொன்னான்.

"இவ பேரு சிந்தாமணி, என்னோடதான் படிக்கறா."

சிரித்தபடி சைக்கிளை ஓட்டிச் சென்றாள்.

"உங்கிட்டே சைக்கிள் இல்லியா?"

"இருக்கு தாத்தா, ஆனா ஓட்டி ரொம்ப நாளாயிடுத்து" லிப்ட் ரூமுக்குப் பக்கத்தில் கட்டுமான தூசியால் போர்த்தப்பட்டிருந்த சைக்கிளை காட்டினான். வளாகத்திற்கு வெளியே வந்தேன்.

"ஏன் இத்தனை நாள் ஓட்டலை?"

"அம்மாவும் அப்பாவும் கீழே வரமாட்டாங்க. நான் எப்படி ஓட்டறது?"

"இவங்கள்ளாம் அப்பா அம்மாவோடயா வந்து ஓட்டறாங்க? நீயா வந்து எல்லோரோடும் சேர்ந்து வெளயாட வேண்டாமா?"

சிரித்தான்.

"நாளைக்கு காலையிலே அதை நல்லா துடைச்சுச் தரேன் நானும்கூட இருக்கேன் இவங்களோட சேர்ந்து ஓட்டறியா?"

தலையை ஆட்டினான். திக்கு திசை புரியவில்லை. "மாடியிலிருந்து பார்த்தா ஒரு கொளம் மாதிரி தெரியுமே! அதுக்கு எந்தப் பக்கம் போகணும்?"

சிவஞானத்திற்கு சற்றே உற்சாகம் பிறந்தாற் போலிருந்தது. "தாத்தா வாங்க, நா வழிகாட்டறேன்" என்றபடி என் கையை பிடித்துக் கொண்டான். வெயில் சாயற நேரமானபடியால் நடப்பதற்கும் சவுகரியமாக இருந்தது. சங்கரி எனது மேல் துண்டை கடித்தபடி அங்கும் இங்கும் பார்த்தபடி இருந்தாள்.

"நீங்கள்ளாம் இந்தப் பக்கம் வருவீங்களா?"

"எப்பவாவது சாயந்திரம் நாங்க வருவோம். இங்கெல்லாம் காடா இருக்கறதினாலே பூச்சி பொட்டா இருக்கும்னு அம்மா சொல்வாங்க, அதுனாலே சீக்கிரமா திரும்பிடுவோம்."

பத்தடி தாண்டவில்லை. மஞ்சள் கொன்றை பூத்துக் குலுங்கியது, கறுத்து நீண்ட காய்களும் தரையில் கீழே விழுந்து கிடந்தது. "அந்தக் காயை எடேன்" என்றேன்.

"கையெல்லாம் டர்ட்டியாயிடும்"

"அதெல்லாம் ஒண்ணும் ஆவாது" என்று அழுத்திச் சொன்னபின்னரே கையில் எடுத்துக் கொண்டான்,

ஒரு கையால் வாங்கிக் கொண்டேன். கறுத்து முற்றியதாக இருந்ததால் ஆட்டியவுடன் கிலுகிலுப்பை மாதிரி ஆனால் மெல்லியதாக சத்தம் வந்தது. இரண்டாவது முறை ஆட்டியதும் சங்கரி சிரிக்கத் துவங்கினாள்.

"தாத்தா பாப்பா சிரிக்கறா" என்றபடி மரத்தில் மலர்களுக்கு இடையில் தொங்கிக் கொண்டிருந்த காய்களை பார்த்தான். "இதுக்குப் பேரு என்ன தாத்தா?"

"இதான் கொன்றை. சிவ பூஜைக்கு விசேஷம்"

"நியூ இயருக்கு நெறய பேர் இந்தப் பூவை பறிச்சுண்டு போவாங்க நாங்க மாடிலேந்து பார்த்திருக்கோம்."

"ஆமாம் மலையாள தேசத்திலே புத்தாண்டில் கனி நீட்டம் கொண்டாடறதுக்கு இந்தப் பூவைத்தான் வைப்பாங்க."

"அதுக்குத்தானா?"

"அதுனாலே கனி கொன்னைனு இந்த மரத்தை அவங்க சொல்வாங்க. நாம்ப கொன்றைனு சொல்லறோம். இதுலேயே சரக்கொன்றை, மயில் கொன்றைனு பலவிதமா இருக்கு."

சிவஞானம் உதிர்ந்த மஞ்சள் மலர்களை கையில் எடுத்து வைத்துக் கொண்டு முன்னால் சென்றான்.

“கொளம் இன்னும் ரொம்ப தூரமா?”

“அதெல்லாம் இல்லே தாத்தா, கொஞ்சம் முன்னாடி போய் லெப்ட் எடுத்தா வந்துடும்.”

சங்கரி சிணுங்குவதைப் போலிருந்தது. “அங்கே பாரு ஆட்டுக் குட்டியெல்லாம் வெளறாயடது” என்று கையை நீட்டியபடி சற்று முன்னே சென்றேன். கண்பார்வைக்கு எதிரே வந்ததும் சிணுங்கல் அடங்கியது. சிரிக்கத் துவங்கினாள்.

குட்டை சற்று பெரியதாகவே இருந்தது. ஆடு மாடுகள் தண்ணீர் குடிப்பதற்கு ஏற்றதாக இருந்ததாலோ என்னவோ சுற்றிலும் ஆடு மாடுகளும் மேய்ந்து கொண்டிருந்தது. கழுதைகள் கூட ஒன்றிரண்டு நின்று கொண்டிருந்தன. ஒரு பக்கம் கோரைப் புற்கள் அடர்த்தியாக இருந்தது.

“தாத்தா, கீழே பார்த்து வாங்க நெறய ஆட்டு சாணி.”

சிரித்தேன்.

“என்ன தாத்தா சிரிக்கறீங்க?”

“மாட்டுக்குத்தான் சாணி, ஆட்டுக்கும் எலிக்கும் புழுக்கைனுதான் சொல்லணும்.”

“என்ன தாத்தா இதுக்குகூட டிசைன் டிசைனா பேர் இருக்கா?”

காய்ந்து சரிந்த மரமொன்று ஒரு பக்கமாய் கிடந்தது. மேல் துண்டால் தட்டிவிட்டு உட்கார்ந்து கொண்டேன். சங்கரியை மடியில் வைத்துக் கொண்டேன். “சிவஞானம் இதிலெ உக்காரு!” என்றவுடன் மேல் துண்டை எடுத்து இன்னொரு முறை தட்டிவிட்டு உட்கார்ந்தான்,

“நாங்கள்ளாம் ஆடு இதே மாதிரி கெடை போட்டா, அங்கே வந்து இந்த ஆட்டாம் புழக்கையெல்லாம் பொறுக்கி எடுத்துண்டு போய் பூச்செடிங்களுக்கு உரமாப் போடுவோம்.”

“ஐய்ய” சிவஞானம் முகமே சுருங்கிப் போனது.

“அதை விடு, மாட்டுச் சாணியை எடுத்துண்டு வந்து சின்னச் சின்னதாக வடை மாதிரி தட்டி காயவைச்சு, அப்பறம் பொடம் போட்டுத்தானே திருநீறு செய்யறோம், அதைத்தானே நாம பூசிக்கறோம். எல்லாத்துக்கும் உபயோகம் இருக்கு.”

சிவஞானம் பதில் பேசாமல் என்னையும் சங்கரியையும் பார்த்துக் கொண்டிருந்தான். அவன் தோள் பையிலிருந்து கஞ்சி பாட்டிலை எடுத்து மூடியைக் கழற்றி என்னிடம் கொடுத்தான். சற்று விளையாட்டுக் காட்டிய பின்னர் மிச்சமின்றி அவள் குடித்தாள்.

ஆடு மேய்க்கும் ஓரிரு சிறுவர்கள் உரக்க முழக்கமிட்டபடி சைக்கிள் டயரை குச்சியால் தள்ளி ரேஸ் ஓட்டிக் கொண்டிருந்தனர்.

"தாத்தா இது என்ன வெளயாட்டு?" சிவஞானம் கேட்டான்.

"இதுவும் ஒரு விளையாட்டு, நீ டயரை உருட்டு ஓடினதில்லையா?" என்றேன். நாங்கள் வேடிக்கை பார்ப்பதை அறிந்த ஒரு சிறுவன் டயரை ஓட்டியபடி எங்கள் அருகில் வந்தான்.

"நீவே ஓடி சுத்திரா."

"பேடா."

"பரவாகில்லா" என்றபடி சிவஞானம் கையில் டயரையும் குச்சியையும் அளித்தான்.

டயரை குச்சியால் சிறிது தூரம் தள்ளிச் சென்ற சிவஞானம், பின்னர் டயரோடு விரைவாக ஓடினான். அச்சிறுவனும் இவனோட "வேகா வேகா" என்றபடி ஓடிக்கொண்டிருந்தான்.

சிறிது நேரத்திற்குப் பின்னர் அவனிடம் டயரைக் கொடுத்து விட்டு என்னருகில் வந்தான். "இந்த வெளயாட்டு நல்லா இருக்கே?" என்றான்.

"அப்பல்லாம் சொந்தமா சைக்கிள் வாங்க முடியாது. சின்னப் பசங்க வாடகை சைக்கிள்தான் ஓட்டுவாங்க. ஆனா ஒவ்வொரு பையனும் ஒரு டயரை வைச்சிக்கிட்டு ரேஸ் ஓட்டுவாங்க" என்றேன்

சிவஞானம் என்னையே பார்த்துக் கொண்டிருந்தான்.

அருகாமையில் உள்ள மரத்திலிருந்து காயொன்று எங்கள் எதிரில் விழுந்தது. சிவஞானம் ஓடிச் சென்று அதைப் பொறுக்கி வந்தான்.

அதையே பார்த்துக் கொண்டிருந்தவன் என் கையில் கொடுத்தான். "புள்ளிப் புள்ளியாய் இருக்கே? இது வெஷக்காய்தானே?" கேள்வியை எழுப்பினான்.

சிரித்தேன்.

“என்ன தாத்தா சிரிக்கறீங்க?”

“இது வெஷக்காய் இல்லே. இந்த மரத்துக்குப் பேரு மஞ்சனத்தி. நாங்கள்ளாம் நுணா மரம்னு சொல்லுவோம். இந்த காய்லே மருந்தெல்லாம் செய்வாங்க, ஆனா நான் மட்டுமில்லே உங்கம்மாவும் கொழந்தையா இருக்கறச்சே பறிச்சிண்டு வந்து வீட்லே வெளாயாடிருக்கா.”

“என்ன வெளயாட்டு தாத்தா?” ஆர்வம் மேலிட்டது.

“காயை எடுத்துண்டு வந்து துடைப்பக்குச்சியோட ரெண்டு முனையிலேயும் குத்தி வைப்போம், அப்பறம் எந்தெந்த ஷேப் வேணுமோ, அதுக்கு தகுந்தா மாதிரி காயை சேர்த்து குச்சியை குத்திண்டு போவோம்.”

“போங்க தாத்தா நீங்க சொல்றது புரியலியே?”

“முதல்லே காயை பறிச்சுப்போம், அப்பறம் வீட்லே போய் உனக்கு செஞ்சு காட்டறேன்.”

கையெட்டும் தூரத்தில் பறிக்கக்கூடியதாக காய்கள் எதுமில்லை. சுற்றி முற்றும் பார்த்தேன்.

“அவங்ககிட்ட போய் கொஞ்சம் காய் பறிச்சு தரமுடியுமானு கேளேன்!”

சிவஞானம் ஓடினான். இரு சிறுவர்களும் ஒரு சிறுமியும் சிரித்தபடி வந்தனர். சிறுமி சங்கரியைப் பார்த்து கன்னடத்தில் ஏதோ கூறி கன்னத்தைத் தொட்டாள். ஒருவன் மரத்தில் ஏறி காய்களைப் பறித்து கீழே போட்டான்.

காய்களை எதில் எடுத்துப் போவது என்பது பிரச்னையாகிவிட்டது. அச்சிறுவனே எனது மேல் துண்டைக் காட்டினான். அதில் கட்டிக் கொண்டு கிளம்பினோம்.

அச்சிறுமி மீண்டும் சங்கரியின் கன்னத்தைத் தடவி முத்தமிட்டாள். சிவஞானம் அவர்களையே பார்த்துக் கொண்டிருந்தான். “அவங்களுக்கெல்லாம் தேங்க்ஸ் சொல்ல வேண்டாமா?”

கன்னடத்தில் சிவஞானம் ஏதோ சொல்ல அவர்கள் ஓடிச் சென்றனர்.

★

செல்வி கதவைத் திறந்தாள். ஆச்சர்யத்துடன் பார்த்தாள். “ஒரு மணி நேரத்துக்கு மேலாயிடுத்து எங்கெல்லாம் போயிட்டு வரீங்க?” சிரித்தாள். குழந்தையை வாங்கிக் கொண்டாள்.

“நான் கீழே வந்தேன், குழந்தைங்கள்ளாம் சைக்கிள் ஓட்டற இடத்தில் பார்த்தேன், அப்பறம் பேஸ்கெட்பால் கோர்ட்டுக்கும் போனேன், அங்கேயும் நீங்கள்ளாம் இல்லை. அப்பறம் இவனோட ஸ்கூல்லே படிக்கற சிந்தாமணிதான் அந்தப்பக்கமா போனாங்கனு கையை காண்பிச்சா. அப்பறமாதான் மேலேறி வந்தேன்.”

பின்னரே சிவஞானம் கையில் இருந்த துண்டு மூட்டையை கவனித்தாள். “இது என்ன ஏதாவது காய்கறி வாங்கினீங்களா?” என்னைக் கேட்டாள்.

“இல்லேம்மா வெளயாடறதுக்கு காய் பறிச்சிண்டு வந்தோம்.”

“என்ன காய்பா?”

“நுணா காய்மா.”

சிவஞானம் துண்டு மூட்டையைப் பிரித்துக் காட்டினான்.

சிரித்தாள் “வெளயாடறதுக்கு நல்லா இருக்கும்,, மாறி மாறி ஏதாவது செஞ்சிண்டே இருக்கலாம். நாள் பூரா பொழுது போவும், அது என்ன கொன்றைக் காயையும் எடுத்துண்டு வந்திருக்கீங்க? சரி முதல்லே கை கால் கழுவிண்டு வாங்க சாப்பிடலாம்” என்றபடி சங்கரியை மடியில் வைத்துக் கொண்டு அவளுக்கு உடையை மாற்றத் துவங்கினாள்.

சாப்பாட்டு மேசையில் எல்லாவற்றையும் எடுத்து வைத்துக் கொண்டிருந்தாள். சிவஞானம் வந்து என்னருகில் உட்கார்ந்தான். “என்ன ஆச்சரியமா இருக்கே! நூறுமுறை கூப்பிட்டப்பறம்தான் வருவே, இன்னிக்கே உடனே வந்துட்டியே!” என்றபடி செல்வியும் உட்கார்ந்தாள். என்னிடமிருந்து சங்கரியை வாங்கி மடியில் வைத்துக் கொண்டு தோசையை பிட்டு ஊட்டிக் கொண்டிருந்தாள்.

“தாத்தா சாப்பிட்டப்பறம், அந்த கேம் வெளயாடலாமா?”

“அதுக்குத்தானே பறிச்சிண்டு வந்திருக்கோம், துடைப்பக்குச்சி வேணுமே!” என்றேன்.

“தென்னந்துடப்பம் இல்லியே? எல்லாருமே இப்ப மங்கித் துடப்பம்தானே வைச்சிண்டு இருக்கோம்.”

“இந்த துடப்பத்தாலே செய்ய முடியாதா?” சிவஞானம் குரலில் ஏமாற்றம் தொனித்தது.

“கொஞ்சம் இரு. இங்கே எங்கேயாவது இருக்கும் நாம்ப பண்ணலாம். நீ மொதல்லே சாப்பிடு” என்றேன்.

கை கழுவும்போதுதான் வாஷ்பேசின் மேலே சிலந்திக்கூட்டைப் பார்க்கையில் நினைவிற்கு வந்தது. “ஒட்டடை அடிக்கறதுக்கு தென்னந்துடப்பம் வாங்கி வைச்சிருப்பீங்களே?

“ஆமாம்பா இப்பத்தான் ஞாபகம் வரது. அவர்தான் ரெண்டு வாங்கி ஒட்டடை அடிச்சிட்டு அப்பறம் கிச்சன் சிங்க் மேலேயிருக்கற ஸ்லாபிலேதான் போட்டு வைச்சிருக்கார்.”

சிவஞானம் முகம் மலர்ந்தது.

★

காலை எழுந்திருக்க மனதில்லை. செல்வியும் குழந்தைகளும் எழுந்த பின்னர் எழலாம் என்ற நினைப்பில் படுத்துக் கொண்டிருந்தேன். செல்வியின் குரல் கேட்டது. ஏதோ பேசுவதைப் போல் இருந்தது. அறையிலிருந்து வெளியே வந்தேன். சிவஞானம் ஹாலில் நுணாக் காய்களை துடைப்பக் குச்சியில் கோர்த்துக் கொண்டிருந்தான்.

“என்ன செய்யறே? என்றபடி வந்தேன்.

“இதப்பாருங்க, நாலு ப்ளோர் அப்பார்ட்மெண்ட்” சிரித்தான். “லீகோலே இருக்கறா மாதிரி சக்கரம் ஏதாவது இருந்துனா இதிலே ஃபிக்ஸ் பண்ணலாம்.”

“எங்களுக்கெல்லாம் அந்த நாள்ளே இதான் லீகோ டாய்ஸ். சரி, முதல்லே கை கால் கழுவிண்டு ஏதாவது குடி, அப்பறமா வெளயாடு. தாத்தா நெறய டிசைன் சொல்லித் தருவாரு” என்றாள் செல்வி.

★

சங்கரியை மடியில் வைத்துக் கொண்டு கார் நிறுத்துமிடமருகில் இருந்த சற்றே உயரமான ஸ்பீட் பிரேக்கர் மீது சிவஞானம் உட்கார்ந்திருந்தான்.

நான் சைக்கிளை துடைத்துக் கொண்டிருந்தேன். இந்த மாதிரி வேலைகளைச் செய்து நீண்ட நாட்களானபடியாலோ என்னவோ சிரமமாகத்தான் இருந்தது. வேர்த்து விறுவிறுத்தது, சற்றே மூச்சும் வாங்கியது. இருந்தாலும் விடுவதாக இல்லை. தயாராக எடுத்து வந்த ஆயில் கேனால் அங்கங்கே எண்ணையும் போட்டு துடைத்தேன்.

“ஸ்போக்ஸ்கூட பளபளனு ஆயிடுச்சு தாத்தா” என்றான்.

பிரேக் லீவரில் எண்ணையை விட்டு பிடித்துப் பார்த்தேன் சரியாக இருந்தது. பெல் கப்பை கழற்றி உள்ளேயும் எண்ணெ விட்டு மீண்டும் மாட்டி பெல்லை அடித்துப் பார்த்தேன். நாதம் கிண்ணென்று இருந்தது. ரெண்டு மூணு முறை அடித்தவுடன் சங்கரி அதைப்பார்த்து சிரித்தாள். துடைத்த துணியை சீட்டுக்கு அடியில் சொறுகி விட்டு, ஆயில் கேனை நகர்த்தி வைத்துக் கொண்டேன். அதற்குள் இரண்டு மூன்று சிறுவர்களும் சிறுமியரும் வந்து விட்டனர். அவர்களிடம் கன்னடத்திலும் ஆங்கிலத்திலும் மாறி மாறி சிவஞானம் பேசிக் கொண்டிருந்தான். பார்க்கிங் குழாயில் கையை தேய்த்து கழுவிக் கொண்டு துண்டால் துடைத்துக் கொண்டேன். அவனிடமிருந்து சங்கரியை வாங்கி தூக்கிக் கொண்டேன்.

“மெயின் ரோடுக்குப் போவாதே! உள்ளேயே ஓட்டு, வேகமா போகவேண்டாம். நான் இங்கேயே இவளோட நிழல்லே இருக்கேன்” என்றேன். எதையும் காதில் போட்டுக்கொள்ளாத மாதிரி வளாகத்திற்குள் சீறிச் சென்றது சைக்கிள். “கை வீசம்மா கை வீசு” என்று பாடியபடி சங்கரியின் கைகளை அசைத்து விளையாட்டுக் காட்டினேன். ஒரு சிறுமி என்னருகில் வந்து சங்கரியின் கையை அசைத்தாள். சங்கரி சிரித்தாள்.

★

“இவ சிணுங்கலேன்னா இன்னும் கொஞ்ச நேரம் கீழேயே வெளயாடிண்டு இருந்திருப்போம். இவளுக்கு பசிக்கறது போலிருக்கு ஏதாவது கொடு.”

செல்வியைக் கண்டதும் அழுகை சற்றே நின்றது. அவளிடம் தாவிச் சென்றாள். சிவஞானம் அசைவின்றி சோபாவில் உட்கார்ந்தான்.

"என்னடா பேச்சு மூச்சு இல்லாம உக்காந்திட்டியே?" என்றாள் செல்வி.

"இங்கேயே ஃபுல்லா இருவத்தேழு ரவுண்டு அடிச்சோம் தெரியுமா?"

அவன் உச்சியை முத்தமிட்டாள்.

அப்பொதுதான் அவனைக் கவனித்தேன். கைகாலெங்கும் புழுதி படர்ந்திருந்தது. "சரி போய் கை காலை கழுவிண்டு வந்து உக்காரு."

"போங்க தாத்தா, எனக்கு டயர்டா இருக்கு" என்றபடி சோபாவில் சாய்ந்தான்.

செல்வியின் மடியில் சாய்ந்து சங்கரி சத்தமின்றி கஞ்சியைக் குடித்துக் கொண்டிருந்தாள். "நீ ஏதாவது குடிக்கிறயா?"

"குடுங்கம்மா" என்றான்.

★

"காய்கறி வாங்கணும், வெய்யல் சாயட்டும் போய்ட்டு வந்துடறேன்."

"ஏம்மா நீ போவணும்? என்ன வேணும்னு சொல்லு நான் வாங்கிண்டு வந்துடறேன்."

"ஒரு வாரமாயிடுச்சு மீன் வாங்கலாம்னு நெனச்சிண்டு இருக்கேன். நேர்லே போய்ப் பாத்தாத்தான் புரியும். இவனும் உங்களை மாதிரியேதான், மட்டனைவிட கொடுவான்னா ரொம்ப இஷ்டப்படுவான்."

சிவஞானம் உற்சாகமடைந்ததை உணர்ந்தேன். "அம்மா எல்லாருமே கடைக்குப் போவலாம். தாத்தாவுக்கு சூப்பர் மார்க்கெட்டையும் காட்டலாம்."

"அதுக்கென்ன எல்லாருமே போவலாம்."

"ரொம்ப தூரத்திலே இருக்கா?" கேட்டேன்.

"என்ன மிஞ்சிப் போனா ஒரு அரை கிலோ மீட்டர் கூட இருக்காதுப்பா." .

★

செல்வி வண்டிக் கூடையை தள்ளிக் கொண்டு அலமாரிகளுக்கு இடையில் சென்றாள். நான் குழந்தையை தூக்கிக் கொண்டு குளிர்பதனப்பெட்டிப் பகுதிக்கு சிவஞானம் வழிகாட்ட சென்றேன். மீன் வகைகள் எல்லாவற்றையுமே சுத்தமாக நறுக்கி பிளாஸ்டிக் பையிலே போட்டு வைச்சிருந்ததைப் பார்த்ததும் சிவஞானம் சொன்னா மாதிரி ஆச்சரியமாகத்தான் இருந்தது. கறுப்பு வவ்வாலும், இறாலும்தான் பார்வைக்கு நல்லா இருந்தது. "கொடுவா இல்லை போலிருக்கே?" என்றேன்.

சிவஞானம் சீருடை அணிந்த பெண்களிடம் ஏதோ கேட்டுவிட்டு என்னிடம் வந்தான். "தாத்தா கொடுவா இன்னிக்கு இல்லையாம். கறுப்பு வவ்வாலுக்கு இன்னிக்கு ஸ்பெஷல் டிஸ்கவுண்டாம். உங்களுக்கு புடிக்குமா "

"உனக்கு புடிச்சிருக்குன்னா எனக்கும் புடிக்கும்."

சிரித்தபடி ஒரு பாக்கெட்டை எடுத்துக் கொண்டான்.

★

"இவளுக்கு கஞ்சி குடுத்துட்டு வந்துடறேன். அப்பறம் நம்ப சாப்பிடலாமில்லையா?"

"சரிம்மா" என்றபடி சோபாவில் உட்கார்ந்திருந்த என் மடியில் தொப்பென்று சிவஞானம் சாய்ந்தான்.

கஞ்சி மாவு பாட்டிலை திறந்த செல்வி பாட்டிலின்மேலே ஒட்டப்பட்டிருந்த அட்டையைப் பிரித்தாள், அட்டையை சிவஞானத்திடம் தந்தாள். "இதுலே கூட ஒரு கேம் இருக்கு! தாத்தாவைக் கேளு, சொல்லித் தருவார்" என்றபடி அடுக்களைக்குச் சென்றாள்

அட்டையின் உள் பகுதியில் குழந்தை உணவு லேசாக ஒட்டிக் கொண்டிருந்தது. அதை நாவால் நக்கினான். "இதுல போய் என்ன கேம் தாத்தா?" என்றான்.

"ஒரு கத்திரிக்கோல் எடுத்துண்டு வா."

அடுக்களை சிங்க் மேலிருந்த கத்திரியை எடுத்து வந்தான். அட்டையின் வெளிச் சுற்றில் பற்களாக உட்பக்கமாக சிறியதாக வெட்டினேன். அடுத்தடுத்து சிறிய இடைவெளியில் ரெண்டு மூன்று முறை வெட்டியதும் சிவஞானமே கத்திரியையும் அட்டையையும் வாங்கிக் கொண்டான். "ஃபுல்லா இதே மாதிரி வெட்டணும் இல்லியா?" என்றான். தலையை அசைத்தேன்.

"இப்ப என்ன பண்ணணும்?" முடித்த பின்னர் கேட்டான்.

"ஒரு வெட்டை உள்ளே மடி, அடுத்த வெட்டை எதிராய் மடி" என்றேன். புரிந்து விட்டது கை சொடுக்குதற்குள் முடித்து விட்டான். தரையில் வைத்தேன் ஃபேன் காற்று அட்டையை தள்ளியது.

"கொஞ்சம் இரும்மா, இதோ வந்துடறோம்."

"அப்பா, மணி ஒன்பதாயிடுத்து சீக்கிரமா வாங்க. சாப்பிட்டு படுக்கணும்" என்றாள்.

இருவரும் லிப்டில் இறங்கினோம்.

கார் பார்க்கிங்கில் வாட்ச்மென் மட்டும் நின்று கொண்டிருந்தான். திறந்த வெளிப்பகுதிக்கு வந்தேன். காற்று குளிர்ந்து மெதுவாக வீசியது. வெட்டி மடித்த அட்டை காற்றின் வேகத்தில் சுருண்டு ஓடிச் சாய்ந்தது.

சிவஞானம் சாய்ந்த அட்டையை நிமிர்த்தி காற்றின் வேகத்திற்கு ஏற்ப தள்ளினான். அவனும் உருண்டோடும் அட்டையுடன் ஓடினான். காரில் வந்து இறங்கிய ஓரிரு குழந்தைகள் சிவஞானம் ஓடுவதை வேடிக்கை பார்த்துக் கொண்டிருந்தனர். சிந்தாமணியும் இருப்பதைப் போல் தோன்றியது.

"அப்பா" குரல் கேட்டதும் திரும்பினேன். லிப்ட் அருகில் குழந்தையுடன் செல்வி நின்று கொண்டிருந்தாள்.

"என்னப்பா கொஞ்சம் இருனு சொல்லிட்டு வந்தீங்க! அரை மணியாவுது. போறும். மிச்ச வெளயாட்டை நாளைக்கு வெச்சுக்கலாம், வாங்க" என்றாள்.

சங்கரியை நான் தூக்கிக் கொண்டேன்.

★

குழந்தைகள் இருவருமே இன்னும் எழுந்திரிக்கவில்லை. செல்வி அடுக்களையில் ஏதோ செய்து கொண்டிருந்தாள்.

"அப்பா இந்தக் குப்பையைக் கொண்டு போய் கீழே கொட்டிட்டு வந்துடுங்களேன். ரெண்டா பிரிச்சு வைச்சிருக்கேன், லிப்ட் ரூமுக்கு வெளியே கேட்டுப் பக்கத்திலே பெரிசா இருக்கும்."

"தெரியும்மா, போகவரையிலே பார்த்துண்டுதானே இருக்கேன்."

குப்பைத் தொட்டிகளை எடுத்துக் கொண்டு லிப்டில் இறங்கினேன்.

காலையிலேயே வெயில் சுரீர் என்று அடிப்பதைப் போல் தோன்றியது. காற்று புழுதியைப் பரப்பிக் கொண்டிருந்தது. குப்பையைக் கொட்டி விட்டு சுற்றும் முற்றும் பார்த்தேன். நாலைந்து குழந்தைகள் வெட்டிய வட்ட அட்டையை உருட்டி அதன் பின்னால் ஓடிக் கொண்டிருந்தனர். ஒன்று தகடு போலவும் இருந்தது. நிமிர்ந்து பார்த்தேன் ஓடிக் கொண்டிருந்த சிந்தாமணி நின்றாள். "குட் மார்னிங் தாத்தா" என்றபடி சிரித்தாள்.

★

"அப்பா எல்லாக் கர்டனையும் கழட்டிக் குடுங்க. ராத்திரி மிஷின்லே போட்டு எடுத்துடலாம்" என்றாள் செல்வி.

ஸ்டூலில் ஏறி நின்றி எப்படி கழட்டுவது என்று சற்று திகைத்தேன். "தாத்தா அந்த பெல்மெட்டுக்குள்ளே இருக்கற சின்ன பைப்பை சுத்துங்க வந்துடும்" என்றான் சிவஞானம். ஒவ்வொன்றையும் கழட்டிய பின்னர் அதை வாங்கிக் கொண்டு உடனுக்குடன் வாஷிங் மெஷினில் போட்டு விட்டு வந்தான்.

"மொத்தமாக போட்டுக்கலாமே?"

அவன் அறைக்குச் சென்று கழட்டும்போதுதான் கதவுக்குப் பின்னால் வாத்யம் ஒன்று மாட்டியிருப்பதை கவனித்தேன்.

"இது கிடார் தானே"

"கிடார் இல்லை தாத்தா, இது மேண்டலின்."

"எனக்கு ரெண்டுக்கும் வித்யாசம் தெரியலை. எல்லாம் ஒண்ணாதான் எனக்குத் தெரியுது."

கிடார்லே தந்தி ஆறு இல்லே பன்னிரண்டு இதுலே எட்டா இருக்கும்.

செல்வி அருகில் வந்தாள். “கொரோனா வந்தாலும் வந்தது. எல்லாம் மறந்து போயிடுத்து”

“ஏன் அப்படிச் சொல்லறே?”

“ஆமாம்பா இப்பவே வேணும்னு பிடிவாதம் பிடிச்சான். அப்பறம்தான் பிரிகேட் ரோடு போய் ஒரு கடையிலே வாங்கினோம்.”

“அந்தக் கடைக்குப் பேரு ஸவுண்ட் கிளிட்ஸ் தாத்தா.”

“சாயந்தரம் பள்ளிக்கூடம் முடிஞ்சப்பறம் நாலு மாஸம் கிளாஸ்கூட போயிட்டு வந்தான். ஒழுங்காத்தான் போயிண்டு இருந்தது. அப்பறம்தான் ஊரே ஒடுங்கிப் போச்சே.”

“இப்பவும் நான் வாசிப்பேன்” என்றபடி என்னிடமிருந்து வாங்கிக் கொண்டான்.

செல்வி குழந்தையை என்னிடம் கொடுத்துவிட்டு அவனிடமிருந்து மேண்டலினை வாங்கித் துடைத்தாள். பின்னர் தந்திக் கம்பிகளை முறுக்கினாள். என்னமோ மீட்டி சரி செய்து விட்டு அவனிடம் கொடுத்தாள்.

சிவஞானம் மீட்டினான் நாதம் உச்சஸ்தாயியில் இருப்பதாகத் தோன்றியது.

“என் தாத்தா, என் தாத்தா” என்று மீட்டியபடி பாடினான்

“யங் தாத்தா, யங் தாத்தா” என்று செல்வி அடுத்த அடியை எடுத்துக் கொடுத்து விட்டு குழந்தையை இடுப்பில் வைத்துக் கொண்டு ஆடினாள். சிறிது நேரம் நீடித்தது,

“பீட்டை மாத்து ” என்று அவள் சொன்னவாறு தனது நடன நடையை வேகப்படுத்திக் கொண்டாள்.

“யங் யங் தாத்தா” என்று வேகமாக மீட்டியபடி பாடினான்.

செல்வி ஆடுவதைப் பார்த்து இடுப்பில் இருந்த சங்கரி முதலில் திக்கித்துப் போனாள் என்றுதான் சொல்ல வேண்டும் பின்னரே அவளும் சிரிக்க ஆரம்பித்ததோடு கையையையும் வீசினாள். இப்போது மீட்டிப் பாடிக் கொண்டிருந்த சிவஞானமும் காலை தரையில் தேய்த்து முன்னும் பின்னுமாய் நடனமாடினான்.

மொபைல் ஒலித்தது. நகர்ந்தேன் சாப்பாட்டு மேஜையின் மேலே இருந்தை எடுத்தேன் அதற்குள் செல்வியே வந்து விட்டாள். வாங்கிக் கொண்டாள். நாற்காலியில் அமர்ந்து கொண்டாள்.

“என்னங்க போய் நாலு நாளாவது இப்பத்தான் பண்ணறீங்க? வேலை மும்முரத்திலே மூழ்கிப் போயிட்டீங்களா?” என்னை உட்காரும்படி ஜாடை காட்டினாள்.

“ஆமாம். இங்க அப்பா வந்தப்பறம் எப்பப் பாரு பாட்டும், கூத்தும் வெளயாட்டும்தான்” சிரித்தாள்.

“சாப்பாடு எல்லாம் எப்படியிருக்கு?”

“இன்னும் ரெண்டு நாள்லே முடிஞ்சுடும்னா, உடனே கௌம்பி வந்துடுவீங்களா?”

“சிவஞானம், வா அப்பா பேசணுமாம் கூப்பிடறார்.”

வாத்யத்தின் ஓசை நின்றபாடில்லை.

“அவன் மேண்டலின்லே மும்முரமா இருக்கான். என் தாத்தா என் தாத்தானு ஆரம்பிச்சு பீட்டை மாத்தி யங் யங் தாத்தானு பாடிண்டு வாசிச்சிண்டு இருக்கான். அப்பாக்கு மூன் வாக் ஆடிக்காட்டறான்.”

“பால்கனி ஓரத்திலே நம்ப ஜன்னலை எட்டிப் பார்த்துண்டு இருந்த தென்னை மரத்தை வெட்டிட்டாங்க.”

“கீழ் வீடு டேமாஜாயிடும்னு என்ஜினீயர் சொன்னாராம்.”

“ஈர்க்குச்சியிலேந்து ஓலையை கிழிச்சு மடிச்சு மடிச்சு பாம்பு மாதிரி பண்ணி விளையாடுவோமே! அதை அப்பா செஞ்சதோட இல்லாம, ஒரு ஓலையை சுத்தி பீப்பி பண்ணியும் கொடுத்தார்.”

“ஸ்னோடிராப்ஸ் காம்பவுண்ட்லே பாம்பை புடிச்சு ஆட்டிண்டு, பீப்பி வாசிக்கற குழந்தைங்களை நேத்திக்கு பார்க்கமா இருக்க முடியாது.”

“சங்கரி பரவாயில்லை ஓரளவு பிடிவாதம் இல்லாம சாப்பிடறா.”

“எல்லாம் நேர்லே வந்து கொடுங்க” சிரித்தபடி மொபைலை மேஜையின் மீது வைத்தாள்.

“அப்பா அவருக்கு இந்த வாரத்தோடேயே டிரெய்னிங் முடிஞ்சுடுமாம்.”

“அப்படீன்னா நான் ஞாயித்துக் கெழமை கெளம்பட்டுமா?”

“அவர் வந்தப்பறம் பார்த்துட்டு போங்கப்பா!”

“ நீ சொல்றதும் சரிதாம்மா.”

★

சிவஞானம் மெதுவாக சைக்கிளை ஓட்டிக் கொண்டிருந்தான். அவனுடன் படிக்கும் சிறுமி மட்டுமின்றி இன்னும் ஓரிரு சிறுவர்களும் சைக்கிள் ஓட்டிக் கொண்டிருந்தனர். நான் சங்கரியை வைத்துக் கொண்டு புல்தரை ஓரமாக நடந்து கொண்டிருந்தேன்.

“அன்னிக்கு போனோமே, அந்தக் கொளம் வரைக்கும் போயிட்டு வரலாமா தாத்தா?”

“இன்னொரு பக்கமா போவலாம், அப்பத்தான் புதுசா எதையாவது பாக்கலாம். நீ சைக்கிளை ஓட்டிண்டு வா, நான் மெதுவா இவளோட உன் பின்னாடி வரேன்.”

அவளிடம் இவன் எதோ சொன்னான். “தாத்தா இவளும் நம்பளோட வரட்டுமானு கேக்கறா? அவளுக்கு கொஞ்சம் தமிழும் தெரியும் தாத்தா.”

“அவங்க வீட்டுலே சொல்லிட்டு வரச் சொல்லேன்.”

அவள் புரிந்து கொண்டதைப் போன்று அவனிடம் உடனடியாக ஏதோ சொன்னாள். “உங்களோட போனா அவங்க வீட்லே எதுவும் சொல்ல மாட்டாங்களாம்.”

“மெதுவாப் போங்க” என்றேன். கஞ்சிப் பையை வாங்கிக் கொண்ட அவள் தன் சைக்கிளில் அதை மாட்டிக் கொண்டாள். ஏற்கனவே ஒரு தண்ணீர் பாட்டில் மாட்டப்பட்டிருந்ததை அப்பொழுதுதான் கவனித்தேன். இருவரும் முன்னால் சைக்கிளை ஓட்டிச் சென்றனர். ஒரு பக்கம் யூகலிப்டஸ் மரத் தோப்பாக இருந்தது. மற்றொரு புறம் வீடு கட்டுவதற்கான நிலப்பரப்பை சரிசெய்யும் வகையில் பொக்லைன்களும், கார்டர்பில்லர்களும் இயங்கிக் கொண்டிருந்தன.

ஓரமாய் நின்றபடி வேடிக்கை பார்க்கத் துவங்கினோம். மலைபோன்ற பெரும் மேட்டை இரண்டு கார்டர்பில்லர்கள் நிரவிக் கொண்டிருந்தது. இது தவிர பொக்லைன்களும் அங்குமிங்குமாக போய்க் கொண்டிருந்தது. கற்குவியல்களை

அகற்றி டிப்பர் லாரியில் கார்டர்பில்லர் அப்படியே தூக்கிக் கொட்டுவது பிரமிப்பாக இருந்தது.

“இது ராட்சஸன், ஆனா ஒரு கைதான் இருக்கு” என்றான் சிவஞானம், அவள் அவன் காதில் ஏதோ கிசுகிசுத்தாள்.

“இந்த மிஷின்லாம் வரதுக்கு முன்னாடி, இதையெல்லாம் யார் செஞ்சாங்கனு இவ கேக்கறா?”

“மனுசங்கதான் செஞ்சாங்க.. இப்ப நாலு மிஷினும் நாலு மனுசனும் செய்யற வேலையை இருநூறு முன்னூறு பேர் செய்வாங்க. இன்னொன்னு இந்த மிஷின்லாம் தானா அப்படி இப்படிப்போய் வேலை செய்யாது, மனுசங்கதானே ஓட்டறாங்க. அப்பறம் இதெல்லாம் ரெண்டு மூணு நாள்ளே முடிச்சுட்டு போயிடும். ஆனா மனுசங்க செய்யறதா இருந்தா கூட கொறச்சு நாளாயிடும்.”

“மனுசங்களால இத்தனை பெரிய வேலையெல்லாம் செய்ய முடியுமா?” சிவஞானத்திற்கு சந்தேகம் நீங்கிய பாடில்லை.

“சிரவணபேலகோலா போயிருக்கீங்களா?”

“ஸ்கூல்லே எக்ஸ்கர்ஷன் கூட்டிண்டு போனாங்க!” இருவரும் ஏககாலத்தில் கூறினர்.

“பெரிய்ய சாமி” அவளின் கண்கள் அகண்டு விரிந்தது,

“மனுசங்கத்தானே அதைச் செஞ்சாங்க?”

“எல்லாத்தையுமே மனுசங்க செஞ்சிட முடியுமா?” சிவஞானம் கேட்டான்,

“ஏன் முடியாது?” என்றேன்.

“மனுசங்களால முடியாம, இன்னும் பெரிசு பெரிசா செய்யணும்னா என்ன செய்வாங்க?”

“அப்போ அதுக்கு சரியா பெரிய பெரிய மெஷினை மனுசங்க பண்ணுவாங்க என்ன தாத்தா? அச்சிறுமி கேட்டாள்.

“உம்பேரை மறந்துட்டேனே?”

“சிந்தாமணி” சொல்லிவிட்டு சிரித்தாள்.

அவள் தோளைத் தட்டினேன்.

★

பால்கனிக்கு வெளியே பார்க்கையில் காற்றாடிகள் மோதிக் கொண்டிருந்ததைப் பார்த்தவுடன் சிவஞானம் கேட்டான் “உங்களுக்கு காத்தாடி விடத் தெரியுமா?”

“தாத்தாவுக்கு காத்தாடி விடவும் தெரியும், அத்தோட பெரிய பெரிய பாணாக் காத்தாடியெல்லாம் பொறுமையா செய்வாரு, சுலபமா சூஸ்திரம் போடுவாரு. அப்பல்லாம் காத்தாடி பந்தயம்னா ராணிப்பேட்டை, வாலாஜா, ஆற்காட்லேந்தெல்லாம் வந்து தாத்தாக்கிட்ட அதப்பத்திக் கேப்பாங்க” அடுக்களையில் இருந்தபடியே செல்வி சொன்னாள்.

“வெறுமனே மூங்கில் பத்தையை பளபளன்னு தேச்சி கலர் காய்தத்திலே ஒட்டி காத்தாடி செஞ்சு பறக்கவிடக் கூடாது.. காய்தத்திலே கண்ணோ இல்லே ரெட்டைக் கலரோ இருந்தாதான் பறக்கும்போது நம்ம காத்தாடினு தனியா தெரியும். கோட்ஸ் இல்லே, வர்த்தமான் கம்பெனி நூல்தான் வாங்கணும். அதுவும் ஆறோ இல்லை ஒம்போது முருக்கா இருக்கணும், அப்பறம் மாஞ்சா போடணும். காஞ்ச நூலை மாஞ்சா தேயாம லொடாய்லே மெதுவா ஏத்தணும். அப்பறம்தான் டீலுக்கு போவணும்.”

“தாத்தா நீங்க சொல்றது எதுவுமே புரியலை. எதுக்கு மாஞ்சா போடணும்?”

“நூல் வழவழப்பா இருக்கறதினாலே டீல் போடும்போது வேற காத்தாடியை வெட்ட முடியாது. நம்ப காத்தாடி அறுந்துடும். அதுக்காகத்தான் மாஞ்சா போடணும்.”

“நூலோட மாஞ்சாவையும் வாங்கிண்டு வரணுமா?”

“வெளியிலேயும் மாஞ்சா விக்கறாங்க அதெல்லாம் வேலக்கி ஆவாது. டீல்லே தாங்காது. அதுனாலே நாம்பதான் பாத்து பாத்து மாஞ்சா காய்ச்சணும்.”

“எப்படி செய்யறதுங்கறதையும் சொல்லிடுங்கப்பா, இல்லேன்னா அவனுக்கு தலை வெடிச்சுடும்” காப்பியை சாப்பாட்டு மேசையின் மீது வைத்தபடி செல்வி சொன்னாள்.

“உடைஞ்ச கண்ணாடி பாட்டிலையோ இல்லை டியூப் லைட்டையோ நைசா மாவா அரைச்சுக்கணும். பிசிறு பிசிறா இருந்தா மாஞ்சா கொட்டிடும். வச்சிரத்தோடு எந்தக் கலர் வேணுமோ அதையும் போட்டு, கண்ணாடி மாவையும்

போட்டு கத்தாழை சோறு கிடைச்சா அதையும் போட்டு கலக்கி, லேசா சூடு செய்யணும். கெழங்கு மாவும் போட்டா நூல்லே மாஞ்சா நல்லாவே ஒட்டும், சிலபேர் முட்டை ஒடச்சு போடுவாங்க, அப்பறம் நூலை எங்கேயாவது கட்டி மாஞ்சாவைத் தடவி காய வைக்கணும். இல்லேன்னா பெரிய வால் காத்தாடியை மாஞ்சா போட்டுண்டே பறக்க விடலாம். ரெண்டு தடவை மாஞ்சா ஏத்த முடிஞ்சா நூல் விண்ணுனுயிருக்கும்.''

"காத்தாடிக்கு எதுக்குப் பெரிய வால் கட்டணும் தாத்தா?''

"வால் கட்டலைன்னா வெட்டிடுவாங்க, வால் கட்டினா போட்டியிலே இல்லே மாஞ்சா போட்டுண்டு இருக்கோங்கறதை மத்தவங்க தெரிஞ்சுப்பாங்க.''

★

"என்ன காலங்கார்த்தாலேயே ஆரம்பிச்சுட்டீங்க?'' செல்வி சங்கரியை தொட்டிலிலிருந்து தூக்கிக் கொண்டாள்.

"கீழே ஆசாரிங்க வார்னிஷ் வேலை செய்யறாங்க, அவங்க மாஞ்சா காச்சித் தரோம், ஆனா சீக்கிரமா வந்துடுங்கனு சொல்லியிருக்காங்க.''

"அப்படியா சேதி?''

"செல்வி, ஏதாவது பாட்டில் இருக்கா?''

"அமிர்தாஞ்சனம் பாட்டில்தான் இருக்கு. அதுலேகூட கொஞ்சம் தைலம் இருக்கு. ஒரு வாரத்துக்கு வரும்'' சிரித்தாள்.

"சரி அது வேண்டாம், ஒரு பழைய அரிசிக் கோணி இருந்தா கொடேன்'' என்றேன்.

சிவஞானம் காத்திருக்கவில்லை அவனே அடுக்களைக்குச் சென்று ஸ்ரீகிருஷ்ணா படம்போட்ட ஒரு பையை எடுத்துக் கொண்டு வந்தான். மாஞ்சா பொருட்கள் இருந்த பையை அவன் எடுத்துக் கொண்டான். துண்டு போடாத கத்தாழை தலையை நீட்டிக் கொண்டிருந்தது. "நூலை எடுத்துக்கலியே?''

"அப்பறமா வந்து எடுத்துக்கலாம்'' என்றேன்.

லிப்டிலிருந்து வெளியே வருகையில் சிந்தாமணி பார்க்கிங் அருகில் மற்ற குழந்தைகளுடன் நின்று கொண்டிருந்தாள். சிவஞானம் அவளிடம் ஏதோ சொன்னவுடன் லிப்ட்

சுவரையொட்டிய பார்க்கிங் பகுதியில் கண்டா முண்டான் பொருட்களுடன் சாய்த்து வைக்கப்பட்டிருந்த அட்டைப் பெட்டியுடன் இருந்த டியூப் லைட்டை எடுத்து வந்தாள். சிந்தாமணியுடன் இன்னொரு சிறுமியும் சேர்ந்திருந்தாள்.

“இவ யாரு?”

“தாத்தா இவ சத்குணா. சிந்தாமணிக்கு பக்கத்து ப்ளாட்லே இருக்கா. எங்க ஸ்கூல்லே படிக்கலே. ஆனா க்ரைசாலிஸ்லே படிக்கறா.”

நால்வரும் கிளம்பினோம்.

மஞ்சள் கொன்றை மரமருகே சென்றவுடனேயே பெரிய கல்லொன்று இருப்பதைக் கண்டேன். குழந்தைகளை தள்ளி நிற்கச் சொல்லி விட்டு டியூப் லைட்டை வாங்கி அட்டையை பிரித்துவிட்டு பல்பை லேசாக தட்டினனேன். துண்டுகளை அரிசிப் பையில் போட்டு விட்டு கல்லின் மீது வைத்து சிறிய கல்லால் மெதுவாக தட்ட ஆரம்பித்தேன்.

குழந்தைகள் சற்று தள்ளி நின்று கொண்டிருந்தனர்.

“தாத்தா, பச்சக்குதிரை வெளயாட்டு பெண் பிள்ளைங்க வெளயாடக்கூடாதுனு சத்குணா சொல்றா” சிந்தாமணி கேட்டாள்.

“எல்லாக் குழந்தைங்களும் சந்தோஷமாக இருக்கறதுக்குத்தான் வெளயாட்டு. இதுலே அவங்களுக்கு ஒண்ணு இவங்களுக்கு ஒண்ணுனு தனியா எதுவும் இருக்காது.”

“இல்லே தாத்தா, அவங்க அம்மா சொன்னாங்களாம்” சிந்தாமணி விடுவதாக இல்லை.

சத்குணா சிந்தாமணியின் காதில் ஏதோ சொன்னாள்.

“பாவாடையெல்லாம் தடுக்குமாம்” சிந்தாமணி சொன்னாள்.

“அப்படீன்னா சுடிதார் இல்லே டிராக் பேண்ட் போட்டுக்கலாம்” என்றான் சிவஞானம்.

“ஒவ்வொரு வெளயாட்டுக்கும் அதுக்கு தகுந்தா மாதிரி துணி போட்டுக்கணும். அப்பத்தான் அதை நல்லா வெளயாடமுடியும் அப்படித்தானே தாத்தா?” சிந்தாமணியே பதிலளித்தாள்.

“எங்கிட்டே காப்ரி இருக்கு. அதப் போட்டுண்டு நானும் பச்சக்குதிர வெளயாடுவேன்” என்றாள் சத்குணா.

சிறிது நேரத்திற்குப் பின்னர் குழந்தைகள் அருகில் வந்தனர். “தாத்தா நல்லா பவுடர் ஆயிருக்கும், ஜாக்ரதையா திறந்து பாருங்க!” என்றாள் சத்குணா,

★

வளாகத்தின் சுற்றுச் சுவர் கட்டாது இருக்கும் தென் பகுதிக்குச் சென்றோம். அங்கேதான் ஆசாரிகள் வேலை செய்து கொண்டிருந்தனர். என்னைப் போன்று வயதான பெரிய ஆசாரி வார்னிஷை கலந்து கொண்டிருந்தார். ஏற்கனவே சொல்லியிருந்தபடியால் சிவஞானமும் சிந்தாமணியும் அருகில் சென்றவுடனேயே வேலையை நிறுத்திவிட்டு என்னைப் பார்த்தார். சிவஞானம் கன்னடத்தில் ஆரம்பித்தான், “தமிழ்லேயே சொல்லுங்க” என்றபடி தள்ளியிருந்த ஓட்டுப் போட்ட முக்காலியொன்றை நகர்த்தி என்னை “உக்காருங்க” என்றார்.

காலி ஷீன்லாக் டின்னை எடுத்துக் கொடுத்தார். அதில் கண்ணாடித் தூளை கொட்டினேன். சிவஞானம் ராக்கிக்கு வாங்கிய சிவப்பு வர்ணப் பொடியையும். கிழங்கு மாவையும் பாக்கெட்டிலிருந்து பிரித்துத்தர சிந்தாமணி கொட்டினாள். கத்தாழையை கையால் உரிச்சு சோற்றை அதில் போட்டேன். இழைப்புளியால் மரத்தை இழைத்துக் கொண்டிருந்த ஒரு இளைஞன் எங்கள் அருகில் வந்தான். “மாஞ்சாதானே காச்சறீங்க?” என்று கேட்டுவிட்டு சிரித்தான். ஏதோ பொடியை எடுத்து வந்து டப்பாவில் கொட்டினான். “இது வெள்ளை வச்சிரம் வார்னிஷ் வேலைக்கு வாங்கினது, ஹைக்ளாஸ் சரக்கு நல்லா க்ரிப்பா இருக்கும்” என்றான்.

பெரிய ஆசாரி கற்களுக்கு இடையில் மாரியம்மன் கோயிலில் பொங்கல் வைப்பது போல் டின்னை வைத்து மரத்துண்டுகளைப் போட்டு கொளுத்தினார். ஒரு மரப் பட்டையால் கலக்கியபடி இருந்தார். இறக்கி வைத்துவிட்டு “பார்த்து எடுத்துண்டு போங்க” என்றார். மடியிலிருந்து பத்து ரூபாய் தாளை எடுத்து அவரிடம் கொடுத்தேன். “பேரப்பிள்ளைங்க சந்தோசத்துக்காக ரொம்ப கஸ்டப்படறீங்க, காசு ஒண்ணும் வேண்டாம். இவங்களுக்கெல்லாம் மிட்டாய் வாங்கிக் கொடுங்க” சிரித்தார்.

குழந்தைகள் மூவரும் அந்த இளைஞன் இழைப்பதை சுவாரசியமாக வேடிக்கை பார்த்துக் கொண்டு கேள்விகள் கேட்டுக் கொண்டிருந்தனர். மாஞ்சா காய்ச்சிய ஷீன்லாக் டின் சூடாக இருந்தபடியால் அங்கே கிடந்த ஒரு கிழிந்த துணியால் பிடித்துத் தூக்கி ஓரமாக வைத்துக் கொண்டிருந்தேன்.

“சத்குணா, சத்குணா” என்று அலறியபடியே வரும் இருவரைப் பார்த்ததுமே அவளின் அப்பா அம்மா என்பதைப் புரிந்து கொண்டேன். சிமெண்ட் தரையிலிருந்து புல்தரையில் இறங்கி நாங்கள் இருக்கும் இடம் நோக்கி வந்து கொண்டிருந்தனர்.

ஆசாரி சிரித்தபடி முன்னால் வந்தார். “பயப்படபேடி இல்லியே இரு” என்றார், எனக்குப் புரியவில்லை, அதற்குள் குழந்தைகள் மூவரும் முன்னால் வந்தனர். சத்குணா “வாட் டாடி?” என்றபடி முன்னால் சென்றாள். அவளின் அம்மா அவளை அணைத்துக் கொண்டாள். அவள் அப்பா என்னருகில் வந்தார். “பாபி, மக்களு ஹாலகுட்டாரே” என்று கூச்சலிட்டார். நான் சற்று நகர்ந்து பின்னால் சென்றேன். கையை ஓங்கிக் கொண்டு அவர் முன்னால் வந்தார். சிவஞானமும் சிந்தாமணியும் “ஐய்யோ எங்க தாத்தாவை அடிக்காதீங்க!” என்று ஏக காலத்தில் கத்தினர்.

“குழந்தைங்களை கண்ணாடி அரைக்கச் சொல்லுவியா?” என்று அலறியபடி ஓரமாய் மாஞ்சா காய்ச்சி வைத்திருந்த ஷீன்லாக் டப்பாவை எட்டி ஒரு உதை விட்டார். புல்தரையெங்கிலும் சிவப்பு வண்ணம் பளபளப்பாய் மின்னியது. சிவஞானமும் சிந்தாமணியும் விக்கித்துப்போய் பிரமை பிடித்தாற்போல் நின்றனர். அதற்குள் கையில் இழைப்புளியோடு ஓடிவந்த அந்த இளைஞன் அவர் சட்டையைப் பிடித்தான்.

மொழிக் குழப்பமாக இருந்தபடியால் என்ன சொல்வதென்று எனக்குப் புரியவில்லை. அதற்குள் நடை பயின்று கொண்டிருந்த ஆண்களும் பெண்களும் மட்டுமின்றி குழந்தைகளும் அங்கே வந்து விட்டனர். ஆசாரி ஏதோ சொன்ன பின்னரே இளைஞன் பிடியை தளர்த்தினான் .

“லிங்கப்பா என்ன ஆச்சு? ஏன் இப்படி பகுளம்?” ஒருவர் கேட்டார்.

என்னமோ சொன்னார்.

“பெரியவரே, அவர் பொண்ணை கண்ணாடி அரைக்க அழைச்சிண்டு போனீங்களாம். அவருக்குத் தெரியாதாம். ஒரு மணி நேரமா தேடியிருக்காரு. அதான் பயந்துட்டாராம்.”

ஆசாரி முன்னால் வந்தார் “அதுக்காக கெட்ட வார்த்தை பேசி அவரை திட்டறதா? அடிக்க வரதா? பசங்களும் அவரும் சேர்ந்து எத்தனை கஸ்டப்பட்டு மாஞ்சா காச்சி வெச்சாங்க, அதையெல்லாம் ஒரு நிமிசத்திலே கொட்டிட்டாரே. உங்களை மாதிரி உள்ளே உக்காந்து படம் பார்த்துண்டா இருக்காரு? பசங்க சந்தோசத்துக்காகத்தானே இவங்களோடு சேர்நது அலைஞ்சிண்டு இருக்காரு. அவரைப் போய்..... உங்க பொண்ணைப் பாருய்யா,,,,, அதுவே இப்ப எப்படி அழுவுது பாரு. உங்களுக்காக அழுவலை. அந்தப் பெரியவரை நீ திட்டினியே அதுக்காகத்தான்”

இழைப்புளி இளைஞன் லிங்கப்பாவிடமிருந்து இப்பொழுது நகர்ந்தான்.

என்னருகில் வந்து சிவஞானமும் சிந்தாமணியும் கையைப் பிடித்துக் கொண்டனர்.

“நீனு எல்லிதியா?” லிங்கப்பாதான் கேட்டார்.

“அவரு சி பிளாக் நல்லிதரே” சிந்தாமணி சொன்னாள்.

“சரி உங்க பொண்ணு வந்தாச்சு இல்லே கெளம்புங்க” லிங்கப்பாவிடம் ஆசாரி சொன்னார்.

சிவஞானம் அருகில் இழைப்புளி இளைஞன் வந்தான். “தம்பி அழுவாதே, நாளைக்கு வாங்க நானே மாஞ்சா காச்சி வைக்கறேன், போடுங்க” என்றான்.

எனக்கு என்ன சொல்வதென்று புரியவில்லை.

சத்குணாவின் அம்மா சிந்தாமணி அருகில் வந்து ஏதோ சொன்னாள். “நீனு ஹோகு” என்று பதிலளித்தாள்.

அவர்கள் யாவரும் கிளம்பினர்.

“நானும் உங்க வீட்டுக்கு வரேன் தாத்தா” என்றாள் சிந்தாமணி.

"இல்லே இப்போ வீட்டுக்கு போயிடு. சாயந்திரமா வா" என்றபடி லிப்ட் ரூமை நோக்கிச் சென்றோம்.

★

கதவைத் திறந்த செல்வி "இப்ப ஒண்ணும் மாஞ்சா போட வேண்டாம். குளிச்சு சாப்பிடுங்க, சாயந்திரமா போடலாம்" என்றபடி அடுக்களைக்குச் சென்றாள்.

நான் பேசாமல் சோபாவில் உட்கார்ந்து கொண்டேன். சிவஞானம் என் மடியில் தலையை வைத்து படுத்துக் கொண்டான்.

இடுப்பில் குழந்தையை வைத்துக் கொண்டு சோற்றை ஊட்டியவாறே வந்த செல்வி எங்களை ஏற இறங்கப் பார்த்தாள். "என்ன தாத்தாவும் பேரனும் பேயடிச்சா மாதிரி இருக்கீங்க?"

நான் பதில் பேசாமல் அவளையே பார்த்துக் கொண்டிருந்தேன்.

"சிவஞானம் என்ன ஆச்சு? யாராவது ஏதாவது சொன்னாங்களா?"

சிவஞானம் அழ ஆரம்பித்தான். "சிவஞானம் அழுகையை நிறுத்து" என்று அவன் கண்களைத் துடைத்தேன்.

நடந்ததை சொன்னேன்.

செல்வி சோபாவில் உட்கார்ந்தாள், "சத்குணாவை நான் பார்த்திருக்கேனா?"

"க்ரைசாலிஸ் ஸ்கூல் பஸ்லே போவாம்மா."

"அவங்க வீடு எந்த பிளாக்?"

"சிந்தாமணி வீட்டுக்கு பக்கத்து பிளாக்மா."

"எனக்குப் புரியலையே?"

"அந்தம்மா பின் கொசுவம் வைச்சு புடவை கட்டியிருந்தாங்க" சொன்னேன்.

"இப்ப எனக்கு புரியறது." சங்கரியின் வாயைத் துடைத்து தண்ணீரைக் கொடுத்தாள். அவள் வேகமாக செயல்படுவது எதையோ அவள் செய்யப்போகிறாள் என்பதை உணர்த்தியது.

"எல்லாம் முடிஞ்சாச்சு இப்ப நீ போகணுமா?" என்றேன்.

“சண்டைக்கு இல்லேப்பா. கொழந்தைங்களைப்பத்தி எப்பத்தான் இவங்க புரிஞ்சக்கப் போறாங்க?” குழந்தையை என்னிடம் கொடுத்தாள், சங்கரி வழக்கம்போல் மூக்குக் கண்ணாடியை பறிக்க முயற்சித்தாள்.

சிவஞானம் வாசற்கதவையே பார்த்துக் கொண்டிருந்தான்.

★

பேச்சுக்குரல் கேட்டவுடன் தூக்கம் கலைந்தது. சதாசிவத்தின் குரலாக இருந்தது. வெளியில் வந்தேன். சாப்பாட்டு மேசையையொட்டிய நாற்காலியில் சதாசிவம் லுங்கியுடன் சங்கரியை மடியில் போட்டுக்கொண்டு கொஞ்சியபடி விளையாடிக் கொண்டிருந்தான்.

“என்னப்பா சொல்லாம கொள்ளமா வந்துட்டியே! எத்தனை மணிக்கு வந்தே?”

“ராத்திரி மூணு மணிக்கு வந்தேன். உங்களையெல்லாம் தொந்தரவு செய்ய வேண்டாமென்றுதான் பேசாமல் படுத்துவிட்டேன். இப்பத்தான் நானும் எழுந்தேன்.”

செல்வி காப்பியை மேசையின் மீது வைத்தாள். “அப்பா முகம் கழுவிண்டு வாங்க உங்களுக்கும் காப்பி கலந்துடறேன்.”

ஒரு நாற்காலியை இழுத்து அருகில் தள்ளி அதில் அமர்ந்து கொண்டேன். சங்கரி என்னைப் பார்த்ததும் இரு கைகளையும் நீட்டி சிரித்தாள். “அப்பா வேண்டாமா தாத்தா கிட்டேதான் போவணுமா?” என்றபடி சதாசிவம் என்னிடம் கொடுத்தான். தூக்கி வைத்துக் கொண்டேன். “எல்லாம் நல்லபடியா முடிஞ்சுதா?”

“அஞ்சாறு நாள்லேயே பயிற்சியெல்லாம் முடிஞ்சுடுத்து. அப்பறம் ஃபீல்ட் சர்வேனு ரெண்டு நாள் இழுத்துடுத்து. இதுக்கப்பறம் ஒண்ணும் இல்லை. ஃப்ளைட்டும் வசதியா இருந்தது. நாங்க கௌம்பிட்டோம்.”

“வேலை இங்கேதானா? இல்லே வேற எங்கேயாவது போடுவாங்களா?” என்றேன்.

“ரெண்டு மூணு வருஷத்துக்கு இங்கேதான் இருக்க வேண்டியிருக்கும். அப்பறம்தான் எங்கேங்கறது தெரியும்.”

கஞ்சி பாட்டிலோடு செல்வி வந்தாள். குழந்தையை வாங்கிக் கொண்டு தரையில் உட்கார்ந்து கஞ்சியை கொடுக்கத் துவங்கினாள். "அப்பாவுக்கு எப்பவுமே ஒரு நாள் ரெண்டு நாளைக்கு மேலே எங்கேயும் இருப்புக் கொள்ளாது. இந்த தடவை ஒரு வாரத்துக்கு மேலே இருந்துட்டாரு. இன்னொன்னு இவர் இருந்ததினாலே நேரம் போவறதும் தெரியலை."

சிவஞானம் பெட்ரூமிலிருந்து வெளியே வந்தான். சதாசிவத்தை ஏற இறங்கப் பார்த்தான். க்ஷண நேரம் திக்கித்து நின்றான், நேராக ஓடிப் போய் மடியில் விழுந்து அழத் துவங்கினான். "நான்தான் வந்தாச்சே இன்னுமா அழணும்" என்றபடி அவனை அணைத்துக் கொண்டான்.

செல்வி சிரித்தாள். "அழுகை இதுக்கு இல்லை."

"என்ன ஆச்சு?"

"இவங்க காத்தாடிக்கு மாஞ்சா காச்சியிருக்காங்க. சிந்தாமணி வீட்டுக்குப் பக்கத்திலே ஒரு பொண்ணு..."

"சத்குணா" தேம்பியபடியே சிவஞானம் சொன்னான்.

"அவளும் வந்திருக்கா. அவங்கப்பாவுக்கு என்ன கோவமோ ஆசாரி வேலை செய்யற இடத்திலே போய் அப்பாவோட சண்டை போட்டு மாஞ்சாவை கொட்டிட்டாரு"

"அதுக்குப் போய் அழுவாதே. அவர் பேரு ருத்ரப்பாவோ லிங்கப்பாவோனு நெனக்கிறேன். அவருகிட்டே நான் கேக்கறேன்."

"நீங்க ஒண்ணும் கேக்க வேண்டாம் நானே நேத்திக்குப் போய் கேட்டுட்டுட்டேன். கண்ணாடி வெஷம் அப்படி இப்படின்னு ஏடாகூடமா அவரு ஒளறராரு."

"சரி, அதான் முடிஞ்சுடுத்தே. அப்பா வந்துட்டேன். நாளைக்கி அப்பாவும் வரேன் நம்ப எல்லாரும் சேர்ந்து மாஞ்சா காச்சறோம். போடறோம். லொடாய்லே ஏத்தறோம் டீல்லே காத்தாடியும் விடறோம் என்ன சொல்றே?"

சிவஞானத்தின் சிணுங்கல் அடங்கினதைப் போல் இருந்தது.

அழைப்பு மணி ஒலித்தது. சிவஞானம் ஓடினான்.

"வாங்க, வாங்க" என்றபடி சிவஞானம் முகம் கழுவ ஓடினான்.

சிந்தாமணி பக்கத்தில் அவளது அம்மா, அப்பா என்பதை ஊகித்துக் கொண்டேன்,

“வாங்க ஹெக்டே, வாங்கம்மா உட்காருங்க” சதாசிவம் எழுந்தான்.

அதற்குள் செல்வி அடுக்களையிலிருந்து வெளியே வந்தாள். “வாங்க அண்ணா, வாங்க அண்ணி” என்று அழைத்தாள். “தாத்தா” என்றபடி சிந்தாமணியை என்னருகில் அமர்ந்து கையைப் பற்றினாள்,.

“சிந்தாமணி ஏதாவது குடிக்கறியா?” செல்வி கேட்டாள்.

“வேண்டாம் ஆன்டி, இப்பத்தான் கஞ்சி குடிச்சேன்” என்றாள்.

“என்ன காலையிலே விசிட்? ஏதாவது விசேஷமா?” என்றான் சதாசிவம்.

“நேத்து நடந்ததை செல்வி சொல்லியிருப்பாங்களே?”

“ஆமாம், அதுவும் அவ சொல்லலை. இவன் இப்ப எழுந்து என்னைப் பார்த்தவுடனே அழ ஆரம்பிச்சான். அப்பறம்தான் தெரிய வந்தது,”

“மொதல்லே உங்க அப்பாவைப் பார்க்கணும்” என்றனர் இருவரும். அமர்ந்திருந்த நான் எழுந்தேன்.. என்னருகில் வந்தனர். அவர்கள் இருவரும் என் காலைத் தொட்டு வணங்கினர்.

“என்னம்மா விசேஷம் எதுவாயிருந்தாலும், ஆரோக்யத்தோட இருக்கணும்!”

“இல்லை,. நாங்க அதுக்கு மன்னிப்பு கேட்டுக்கணுங்கறதுக்காத்தான் வந்தோம்.”

“அதெல்லாம் பெரிய சமாச்சாரமில்லே, குழந்தைங்கள் விளையாட்டை அவரு சரியா புரிஞ்சுக்கலை அதான் சண்டை அத்தோடு போயிடுச்சு, மொதல்லே உக்காருங்க” என்றாள் செல்வி. சோபாவில் அவர்கள் அமர்ந்து கொண்டனர்.

“முந்தா நாளே வந்து உங்க அப்பாவைப் பார்த்துண்டு போவணும்னு நெனச்சோம். அப்பறம்தான் நேத்து இப்படி ஆயிடுச்சு. இப்பவும் சும்மா இருக்கக்கூடாதுனுதான் காலீலியே கௌம்பி வந்தோம்” ஹெக்டே ஆரம்பித்தார். “வெள்ளிக்கிழமை

நாங்க எல்லோரும் உப்பரஹல்லி காலபைரவர் கோயிலுக்குப் போனோம்”,

“இந்த பத்துப் பதினைஞ்சு வருஷத்துக்குள்ளே கட்டி நல்லா ஃபேமஸ் ஆயிடுச்சே!” என்றான் சதாசிவம்.

“ஆமாம். வொக்கலிகா சமூகத்து ஆளுங்க சேர்ந்து அதை செஞ்சாங்க. தர்ஷன் முடிஞ்சு ரொம்ப நேரம் கோயிலுக்குள்ளே இருந்த கார்டனை சுத்திப் பாத்தோம். எங்களுக்கெல்லாம் தெரிஞ்ச பூ எதுன்னா ரோஜா, மல்லி, முல்லை, அப்பறம் சாமந்தி, கனகாம்பரம், செம்பருத்தி அவ்வளவுதான், அதே மாதிரி மரம்னா வேம்பு, அரச மரம், ஆல மரம், நெல்லி, தென்னை, பாக்கு இவ்வளவுதான். அதைத் தாண்டி தெரிஞ்சக்கற அவசியமும் இல்லை ஆசையும் இல்லை. தெரிஞ்சண்டதும் இல்லை.”

சிந்தாமணியின் அம்மா அவரையே உற்றுப் பார்த்துக் கொண்டிருந்தாள்.

“வயலட் கலர்லே ஒரு பூ இருந்தது. இதுக்குப் பேரு என்ன?னு இவ கேட்டா. எனக்குத் தெரியலை, வயலட் பூனு சொல்லிட்டு சிரித்தேன். ஆனா சிந்தா உடனே இது வாடாமல்லிம்மானு சொன்னா. அப்பறம் பார்த்தா நெறய பூ, மரம், புல்லு எல்லா பேரையும் பொடானிஸ்ட் மாதிரி ஆனா தமிள்லே சொன்னா. எங்க ரெண்டு பேருக்கும் ஆச்சரியமாப் போச்சு, எப்படி இதெல்லாம் தெரிஞ்சுது நெட்லே பார்த்துத் தெரிஞ்சுண்டியானு இவதான் கேட்டா?”

அந்த அம்மாள் சிரித்தாள்.

“வரும்போது சொன்னா தாத்தாதான் எங்களுக்கு இதெல்லாம் சொல்லிக் கொடுத்தார்னு,”

“அவர் எப்போ மாண்டியாவிலேந்து வந்தார்னு எனக்கு சந்தேகம் வந்துடுச்சு. இவ கேக்கவே கேட்டுட்டா?”

“அப்பறம்தான் தெரிஞ்சுது அது செல்வியோட அப்பானு. வீட்டுக்கு வந்தப்பறம் பார்த்தா லீஃப், ஸீட், ஃப்ளவர் எல்லாதையும் ஒரு புக்லே ஒட்டி பேர் எழுதி வைச்சிருக்கா. எங்களுக்கு நெறய சொல்லித் தருவாரு, எங்களோடேயே எப்பவும் வருவாருனு சொன்னா. கொழந்தைங்க வெளயாட

விளையாட்டைப் பத்தி ஒரு பெரிய லிஸ்டே எழுதி வைச்சிருக்கா."

"சிந்தா இதையெல்லாம் தெரிஞ்சு வைச்சிருக்கறது எங்களுக்கு பெருமையா இருக்கு!"

"காப்பியை சாப்பிடுங்க காப்பி ஆறிப் போவுது" செல்வி சொன்னாள். "எல்லாரும் மொபைலை வைச்சிண்டு ஏதோ நோண்டிக்கிட்டு இருக்கோம். இல்லேன்னா சும்மா டிவியை பாக்கறோம் எதுவுமே செய்யாம உக்காந்து பேசிக்கிட்டே இருக்கோம் அப்படி இருக்க வேண்டாமேனுதான் அப்பா குழந்தைங்ககிட்ட சொல்றதோட இல்லாம ஆல்டர்நேடிவ்வா ஆக்டிவிட்டீஸ்லே அவங்களை தள்ளிவிடுவாரு" செல்வி சிரித்தாள்.

"குழந்தைங்கனு இல்லே எல்லாருமே அப்படித்தான் இருக்கோம்." ஹெக்டே சொன்னார்.

"ஆமாம் நீங்க பத்து வயசுலே வெளயாடின வெளயாட்டு, பாடின பாட்டு, கும்பிட்ட சாமி இதெல்லாம் இப்ப கிடையாது."

"ஆமாங்க நம்ம கல்சர் சுத்தமா மாறிப்போச்சு, இந்த இருபது முப்பது வருஷத்திலே எங்கேயோ போயிண்டு இருக்கோம்" சிந்தாமணியின் அம்மா சொன்னாள்.

"நீங்க சரியான புள்ளிக்கு வந்துட்டீங்க" என்றான் சதாசிவம், "இதெல்லாம் க்ளோபலைஸேஷன்லே ஆரம்பிச்சதுனு சொல்லாம்",

"என்ன சதாசிவம், அது ஃபைனான்ஸ் கேப்பிடல் மூவ்மெண்ட் விவகாரம், இது கல்சர், இதுக்கும் அதுக்கும் சம்பந்தம் இருக்கா?"

"ஹெக்டே நம்ப ஊர்லே நிறையபேர் க்ளோபலைஸேஷன்னா ஏதோ ஃபைனான்ஸ் கேப்பிடல் மூவ்மெண்ட் விவகாரம்மட்டும்தான்னுதான் இன்னமும் நெனச்சிண்டு இருக்காங்க."

"நானும் அப்படித்தான் நெனச்சிண்டு இருக்கேன்."

"ஹெக்டே நீங்க நான் மட்டுமில்லே, நெறயபேர் அப்படித்தான் பார்க்கறோம்.. ஆனா அது எக்கனாமிக்

டாமினேஷன் மட்டுமில்லே. பிக்கஸ்ட் கல்சரல் எக்ஸ்ப்ளாய்டேஷனும்தான்."

"மத்தவங்க யாருகிட்டேயும் பொருள் உற்பத்தியோ இல்லே அறிவு உற்பத்தியோ இருக்கக்கூடாதுங்கறதுதான் உலகமயத்தோட மெயின் அஜெண்டானு சொன்னா சட்டுனு எல்லாருக்கும் புரியும்" நான் மெதுவாகச் சொன்னேன். செல்வி சிரித்தாள்.

"மாமா சொல்றா மாதிரி பொருளுற்பத்தியும் அறிவுற்பத்தியும் வேற யாருகிட்டேயும் இருக்கக்கூடாது என்று திட்டம் போட்டு அழிக்கும் வேலைதான் இப்போ உலகம் பூரா நடந்துண்டு இருக்கு."

"சினிமாலேந்து பாருங்களேன். கதே வின்ஸ்லெட்டும், ஸாம் வொர்த்திங்டனும் தமிழ்லியோ கன்னடத்திலேயோ பேசறதுங்கறது விபரீதம் எந்த அளவுக்கு இருக்கறதை நமக்கு புரிய வைக்குது."

"அது சாதாரண விஷயம்தானே. என்னதான் இங்கிலீஷ்லே பார்த்தாலும் டைடானிக்கையும், அவதாரையும் கன்னடத்திலே பாக்கறச்சே நல்லாத்தானே இருக்குது" ஹெக்டேவின் மனைவி இயல்பாக சொன்னாள்.

"நீங்க சொல்றது சரிதான். ஆனா இதுனாலே நம்ப ஊர்க் கதைகளைச் சொல்லற சினிமாங்கறதுக்குப் பதிலாக இந்தியா பூரா இருக்கறவங்களை குஷிப்படுத்தறதுக்கான கதைகளை எடுத்தா வியாபாரம் பெரிசா இருக்கும்னு நெனக்கிறாங்க.. ஹாலிவுட் சினிமாக்காரங்களே கன்னடம், தமிழ், தெலுங்கு படங்களை எடுக்கறதுக்கு ஃபைனான்ஸ் பண்ணறாங்க."

"சதாசிவம் புரியறது. ஒரு காலத்திலே காஸரவல்லி, நாகாபரணா, கராந்த் இன்னும் நிறைய பேர் ஜாதிப் பிரச்னை, நெலப்பிரச்னை பத்தியெல்லாம் படம் எடுத்தாங்க. சமஸ்காரா, சோமனதுடி, ஜாட்ட, கடஷ்ராத்தா, த்வீப் மாதிரி நெறய படங்களை பார்த்திருக்கேன். ஆனா இப்பல்லாம் இந்த மாதிரி சினிமா அவ்வளவா வரதில்லை."

"இந்தியா பூரா இருக்கவங்க பாக்கணும்னா அந்தந்த ஊர் பழக்க வழக்கம், பிரச்னை இதெல்லாம் இருக்கக்கூடாது. அப்படித்தானே?" செல்வி சிரித்தாள்.

“தமிழ்லேகூட ஒரு காலத்திலே மக்களைப் பெற்ற மகராசி, பழனி, அனுபவி ராஜா அனுபவி, தண்ணீர் தண்ணீர், பதினாறு வயதினிலேனு வேற வேற மாதிரி படங்கள் வந்துண்டுதான் இருந்தது. இப்ப தமிழ் அடையாளமே இல்லாத தமிழ்ப்படங்கள்தான் நெறய வந்திண்டு இருக்கு. இதான் மாமா சொன்ன அவங்களோட மெயின் அஜெண்டா.”

“அதே நேரத்திலே டிரெடிஷன்ங்கறது தேங்கின குட்டையாவும் இருந்துவிட முடியாது” செல்வி கூறியது எனக்கு ஆச்சரியமாகத்தான் இருந்தது.

அழைப்பு மணி ஒலித்தது. நான்தான் கதவைத் திறந்தேன். நேற்று என்னை வசவுகளால் அர்ச்சித்த சத்குணாவின் அப்பா என் கையைப் பிடித்துக் கொண்டார், “நாவு ஒலகே பரபகுதே” அந்தம்மா கேட்டபடி உள்ளே நுழைந்தாள். ஹெக்டே குடும்பம் அங்கே இருப்பதைப் பார்த்ததும் அவர்கள் ஆச்சரியம் அடைந்தனர் என்றுதான் சொல்ல வேண்டும்.

ஹெக்டே அருகில் லிங்கப்பா சென்று ஏதோ சொன்னார்.

“முதல்லே ரெண்டு பேரும் உக்காருங்க” என்றாள் செல்வி.

சிந்தாமணி என்னருகில் அமர்ந்திருப்பதைப் பார்த்தவுடன் லிங்கப்பாவின் மனைவி சிரித்தாள். “தாத்தாவை கொஞ்ச நேரங்கூட விட மாட்டீங்களா?”

“நானே உங்களைப் பார்க்க வரணும்னு நெனச்சிண்டு இருந்தேன். அதுக்குள்ளே ஹெக்டே வந்துட்டாரு.”

சதாசிவம் சிரித்தான்.

லிங்கப்பாவின் தர்மசங்கடத்தை அவர் உடல்மொழி வெளிப்படுத்தியது.

“கண்ணாடி அரைச்சு மாஞ்சா அது இதுன்னு சொன்னவுடன், அவர் நேத்து ரொம்ப பயந்துட்டாரு. அப்பறம் சத்குணா சொல்லாம கொள்ளமா போயிட்டாளா அந்தக் கோபமும் சேர்ந்துடுச்சு.”

“அதவிடுங்க, நேத்தோட எல்லாம் முடிஞ்சுடுத்து” என்றாள் செல்வி.

"எல்லாத்துக்கும்தான் டிஅய்ஒய் கிட்தான் ஆன்லைன்லே மட்டுமில்லே, எங்க பார்த்தாலும் இருக்கே. இதுக்குப் போய் இவ்வளவு கஷ்டப்படணுமா?" லிங்கப்பா மெதுவாக பேசினார்.

"லிங்கப்பா நீ சொல்ற டிஅய்ஒய் கிட் புதுசு இல்லே, அப்பல்லாம் எச்எம்டிக்கு சிகேடி கிட், எஸ்கேடி கிட்னு செக்கோஸ்லாவியாவிலேந்து வரும். அதைத்தான் நாங்க அசெம்ப்ளி செய்வோம். இதுலே டு இட் யுவர் செல்ஃப் எங்கேந்து வந்தது?"

"என்னதான் அந்த கிட்டெல்லாம் இருந்தாலும், குழந்தைங்களுக்கு அலைஞ்சு திரிஞ்சு அவங்களே சொந்தமா செய்யறதிலே இருக்கற, இன்வால்வ்மெண்டும் த்ரில்லும் அதுலே நிச்சயமாக இருக்காது" செல்வி சொன்னாள்.

"நான் சின்னப் பிள்ளையா இருக்கறச்சே பட்டம் வேணும்னா காய்தம் வாங்கிண்டு வருவேன். எங்க மாமா இவர்தான் மூங்கில் பத்தையை வழ வழன்னு தேச்சுக் குடுப்பாரு, அப்பறம் செஞ்ச காத்தாடிக்கு சூஸ்திரம் போட்டுத் தருவாரு. பசங்க எல்லாரும் சேர்ந்து மாஞ்சா போடுவோம். டீல்லே காத்தாடி வெட்டினாக்கூட யாருக்கும் கோவம் வராது. இன்னொரு காத்தாடி எடுத்து சந்தோஷமா ஏத்துவோம், அதான் காலங்காலமா நடந்துண்டு இருக்கு. எல்லா வெளாயட்டும் கடையிலேந்து வாங்கற வெளயாட்டு இல்லே."

"சதாசிவம் நீங்க சொல்றது வாஸ்தவமான பேச்சு" என்றார் ஹெக்டே.

"பச்சக்குதிரை, கண்ணை மூடி ஒளியறது, நொண்டியடிக்கறது, சடுகுடு. கோ வெளயாடறது, பாண்டி விளயாட்டு, டயர் ஓட்டறது, கல்லாங்கா, ஆடு புலி ஆட்டம், பூவரசு இலை விசில், பனையோலை கைக்காத்தாடி, தீப்பெட்டி டெலிபோன், காய்தத்திலே கப்பல் செய்யறது, அம்பு விடறது, வாழைப்பட்டையிலே டப் டப் செய்யறது இதெல்லாம் கடையிலே போய் வாங்கற விளையாட்டு இல்லியே?" செல்வி சிரித்தாள்.

"குழந்தைங்கள இந்தக் காலத்திலே இப்படியெல்லாம் வெளயாடணும்னு சொல்ல முடியாதே?" லிங்கப்பா சொன்னார்.

“நல்லாச் சொன்னீங்க. நாம்ப சொல்ல முடியாத நிலைமைக்கு க்ளோபலைஸேஷன் ஆக்கிடுத்து. மல்டி நேஷனல்ஸ் சொல்ற விளையாட்டைத்தான் மீடியாவிலே பார்த்துட்டு நம்ம குழந்தைகள் மட்டுமில்லே, நாம்பளும் விளையாடற நிலைமைக்கு வந்தாச்சு. இது நம்பளோட டிரெடிஷனல் கல்சரிலேந்து நம்பளை வெளியே தள்ளுது. நாம்ப மட்டுமில்லே நம்ம குழந்தைகளும் அந்நியமாவுறாங்க”

“சதாசிவம் முன்னெல்லாம் எந்தக் கோயிலுக்குப் போனாலும் பிராகாரத்திலே டிரெடிஷனல் கேம்ஸ், மெட்டல் வேர் ஓலைக்கூடை அதெல்லாம்தான் விப்பாங்க, இப்பப் பார்த்தா அதெல்லாம் மருந்துக்குக்கூட கிடையாது.” ஹெக்டே சொன்னார்.

“இதக் கேளுங்க ஆச்சரியப்படுவீங்க. போனமாசம் தரிசனத்துக்கு மேல்கோட்டே போனோம். வரச்சே பூஜைக்கு ஒரு பஞ்ச பாத்திரம் வாங்கணும்னு நெனச்சு பிராகாரத்துலே அலைஞ்சோம். எங்கப் பார்த்தாலும் பர்பி, ஹாட் வீல்ஸ், லீகோ, ஃபிஷ்ஷர்னு கொட்டிக் கிடக்கேயொழிய வேறெதுவும் இல்லே. இன்னும் கொசவம் கட்டின பர்பி வரலியேயொழிய மீதி எல்லாமே வந்தாச்சு. சாதாரணமா சென்னபட்டணா வுடன் டாய்ஸ் எல்லாம் இங்கே விப்பாங்க, அதுகூட இப்பக் காணும்.” ஹெக்டேயின் மனைவி அலுத்துக் கொண்டாள்.

“அந்த பொம்மை இந்த பொம்மை வேண்டாம்னு மட்டுமில்லை அந்த விளையாட்டு வேண்டாம் இந்த விளையாட்டு வேண்டாம்னு நாம்ப சொல்ல வேண்டாம். அதே சமயத்துலே கிரியேட்டிவ்வா தங்களுக்கு வேண்டிய விளையாட்டை விளையாடறதுக்கும், விளையாட்டுப் பொருளை செஞ்சுக்கறதுக்கும் குழந்தைங்களுக்கு பரிபூர்ண சுதந்திரம் வேணும்னுதான் அப்பா சொல்வாரு.”

“சதாசிவம் குழந்தைங்க சொந்தமா வெளயாடறச்சே எத்தனையோ த்ரில், சந்தோஷம் எல்லாம் இருக்குங்கறது எனக்குப் புரியமாப் போச்சு, அதான் வேகத்துலே என்னமோ செஞ்சுட்டேன்” லிங்கப்பா என்னிடம் வந்து கையைப் பிடித்துக் கொண்டார்.

“அதெல்லாம் ஒண்ணுமில்லே. அதெல்லாம் அப்பவே போச்சு” சிரித்தேன்.

“சரி லிங்கப்பா நீங்க ஒண்ணும் ஃபில் பண்ண வேண்டாம் கெளம்புங்க” என்றான் சதாசிவம். “வரேன்” என்றபடி இருவரும் கிளம்பினர்.

“மல்டிநேஷனல்ஸ் எந்த ஃபீல்ட்லே வேண்டுமானாலும் நுழைவாங்க. அதோட இல்லாம டிரடிஷனல் பேஸையே ஒடைச்சிடுவாங்க. நான் இதை எச்எம்டியிலே கண்கூடா பார்த்திருக்கேன்” என்றார் ஹேக்டே.

“அதுவும் குளோபலைசேஷனோட ஒரு பார்ட்தான்.” என்றான் சதாசிவம்.

“இப்பல்லாம் நாங்க ஊர்லே பொடம் போட்டு திருநீறு பூசிக்கறோம், இல்லேன்னா இருக்கவே இருக்காரு சித்தநாதன், இனிமே நம்ப திருநீறு எல்லா ஊர்லேயும் நல்லா விக்கும்னு தெரிஞ்சா அதுலேகூட அவங்க வந்துடுவாங்க.”

“ஆமாம் நீங்க சொல்றது சரிதான். ப்ரொக்டார் அண்ட் கேம்பிளே வேதிக் ஃபார்முலா விபூதி வித்தாலும் விப்பாங்க” ஹெக்டே என்னைப் பார்த்து சிரித்தார்.

“ஆனா யாருக்குத் தெரியப்போவுது வேதத்துக்கும் விபூதிக்கும் சம்பந்தம் இல்லைங்கறது?” சதாசிவம் சங்கரியைத் தூக்கி முத்தமிட்டான்.

ஜூன், 2022

7
அஞ்சுநாள் கிரிக்கெட்டும் ஆகம சாஸ்த்ரமும்

இருள் லேசாய் பரவி நின்றது.

கோபுரத்திலுள்ள புறாக்கள் எக்களாமிடுவதைப்போல் இருந்தது. ஓரிரு வெளவால்களும் அங்கும் இங்குமாய் பறந்து கொண்டிருந்தது. சரியான வெளிச்சம் இல்லாததால் மெதுவாக நடந்து வந்தேன். துர்க்கை சந்திதியில்தான் நாலைந்து பேர் உட்கார்ந்து கொண்டிருந்தனர். நிறைய அகல் விளக்குகள் எரிந்து கொண்டிருந்ததால் அந்த இடம் வெளிச்சமாகவும் இருந்தது.

பூதஞ்ச மே பூதிச்ச மே

வஸுச மே வஸதிச்ச மே

கர்மச மே சக்திச்ச மே

சர்தச்ச மே ஏமச்ச மே

சமகத்தை மெதுவாக அசை போட்டபடி பிரதக்ஷணமாக வந்தேன். தக்ஷிணாமூர்த்தி சந்நிதியில் ஆள் அரவம் இல்லை. மங்கலாக எரிந்து கொண்டிருந்த விளக்குத்திரியைத் தூண்டிவிட்டு, அணைந்த ஓரிரு அகல்களிலிருந்த எண்ணையை எடுத்து அதில் ஊற்றினேன். கண்ணை மூடி கையைக் கூப்பியவாறே சற்று நின்றேன். பின்னரே சாஷ்டாங்கமாய் நமஸ்காரம் செய்யத் துவங்கினேன். இரண்டாவது தடவை எழுந்திருக்கையில் மார்பு வலிப்பதைப் போல் இருந்தது. நெஞ்சை அடைத்தது. சற்று சிரமத்துடன் எழுந்து நின்று கொண்டேன். மார்பை லேசாக நீவிவிட்டுக் கொண்டேன். இரும வேண்டும்போல் தோன்றியது. அடக்கிக் கொண்டேன். “நடராஜா நமச்சிவாயா, கண்ணைத்

திறந்த நாள்லேந்து உன்னைத்தான் பார்த்துண்டு இருக்கேன். உனக்கு மட்டும்தான் நான் நமஸ்காரம் பண்ணிண்டு இருக்கேன். நீதான் என்னை ரட்சிக்கணும்"

"மாமா எங்கெல்லாம் தேடிண்டு இருக்கேன். இங்கேதான் இருக்கேளா? ஏசிக்கு வேணுங்கப்பட்டவாளாம். சொல்லியனுப்பிச்சிருக்கா. நிறையப்பேர் ப்ளஷர்லே வந்திருக்கா சட்டுனுவாங்கோ, சந்நிதியிலே நிக்கறா" சக்ரபாணி வழக்கம்போல் படபடப்பாகவே பேசினான்.

"நீ போயிண்டு இரு. நான் பிரதக்ஷணமா வந்துடறேன்" மெதுவாக சொன்னேன்.

தோளிலிருந்த துண்டை கையில் எடுத்துக் கொண்டு அவன் ஓட்டமாய் ஓடினான்.

சந்நிதிக்கு வெளியில் ஆறுபேர் இருந்தனர். அதில் பெண்கள் இருவர். ஒருவர் புடவையும், மற்றொருவர் ஜீன்ஸ் பேண்டும் குர்தாவும் அணிந்திருந்தனர். அனைவரின் ஆடை, அலங்காரம், தோரணை யாவுமே உயர்ந்த நிலையில் உள்ள அவர்களின் அந்தஸ்தை வெளிப்படுத்துவதாக இருந்தது.

"வாங்கோ" என்றபடி அருகில் சென்றேன்.

"எங்களுக்கு பொறையார்தான் பூர்வீகம். நான் மலர்விழி. இவ என் தங்கை கயல்விழி. காமிராவுடோ இருக்கறவர் என் கணவர் கேசவ். இவர் பரத், மங்கையோட கணவர். ரெண்டு பேருமே புரொபஸரா இருக்காங்க. ரெண்டு பசங்களும் என்னோட பிள்ளைகள். நாங்க ரொம்ப வருஷமா அமெரிக்காவிலேதான் இருக்கோம். ஒரு கல்யாணத்துக்காக கும்பகோணம் வந்திருந்தோம். இந்தக் கோவிலைப்பத்தி கேள்விப்பட்டோம். அதான் பார்த்துட்டு போகலாம்னு வந்தோம்" புடவையணிந்திருந்த நடுத்தர வயது பெண்மணி அறிமுகம் செய்து கொண்டாள்.

"ஆமாம். ப்ராசீனமான கோவில். நடராஜா, சிவகாமசுந்தரி விக்ரஹம்பத்தி எல்லா புஸ்தகத்திலேயும் வந்துண்டு இருக்கு."

"இந்தக் கோவிலைப்பார்க்கணும்னு எங்களுக்கெல்லாம் ஆசை. ஏசி குமரகுருபரன் எங்களுக்கு உறவு. அவரை

நேற்றைக்கு ஸ்வாமிமலையிலே பார்த்தோம். அவர்தான் உங்களைப் பார்க்கச் சொன்னார்."

"அதனாலென்ன பார்க்கலாம். ஈஓ இருந்தா இன்னும் நன்னா இருக்கும்" இழுத்தேன்.

"நீங்கதான் இருக்கேளே!" கழுத்தில் காமிராவை மாலையாய் மாட்டிக் கொண்டிருந்தவர் பதிலளித்தார்.

"நான் அர்ச்சனையெல்லாம் பண்ணக்கூடாது. அதுக்கு உள்ளே ஒருத்தர் இருக்கார்."

"அர்ச்சனையெல்லாம் வேண்டாம், ஸ்வாமி தரிசனம் செஞ்சிண்டா போதும்."

டிக்கட் கவுண்டருக்கு வெளியே சக்ரபாணி நின்று கொண்டிருந்தான்.

"சக்ரபாணி இவாள்டே காமிராவுக்கு மட்டும் டிக்கட் வாங்கிக்கோ" என்றேன்.

அவர்கள் பின்தொடர வெளிப்பிராகாரத்தை வலம் வரத்துவங்கினேன். "வெளிச்சம் கொறவா இருக்கு, பார்த்து வாங்கோ"என்றபடி முன்சென்றேன்.

"பொன்னியின் செல்வன்லே கல்கி இந்தக் கோயிலைப் பத்தி எழுதியிருக்கறதாகச் சொன்னாளே, வாஸ்தவமா?" காமிராக்காரரர் கேட்டார்.

"ரெண்டு வார்த்தை எழுதியிருப்பாரோனு நெனக்கிறேன். ஞாபகம் இல்லே. ஆனா பாஸ்கரத் தொண்டைமான் கல்கியிலே வேங்கடம் முதல் குமரி வரைனு குறிப்பு எழுதறச்சே இந்தக் கோயிலைப் பத்தி எழுதியிருக்கார். பாடல் பெற்ற ஸ்தலம், திருநல்லம். சம்பந்தரும், திருநாவுக்கரசரும் இங்கே வந்து பாடியிருக்கா. மூலவர் சுயம்புனு சொல்வா. பின்னாடி பிரம்மாவும், விஷ்ணுவும் சிவனை பூஜிக்கறா."

மகாமண்டபத்தை தாண்டினேன்.

நடராஜரின் செப்புச் சிலையையும் அருகில் அமைந்திருந்த சிவகாமசுந்தரி உருவையும் காட்டிவுடன், குழந்தைகள் உட்பட அவர்கள் அப்படியே கீழே அமர்ந்து கைகூப்பி கண்களை மூடிக்

கொண்டனர். "நமச்சிவாய நாமம் வாழ்க" என்று காமிராக்காரர் சொல்வதோடு, மற்றவர்களும் சேர்ந்து கொண்டனர். கோபுர வாயிலைத் தாண்டி நமச்சிவாயம் பரவி நிற்பதாகப்பட்டது. ஒரு சில நிமிடங்கள் கழித்தே அவர்கள் பழைய நிலைக்கு திரும்பினர் என்றுதான் சொல்லவேண்டும். கோவில் பிரகாரத்திலேயே வாழ்வைக்கழித்த எனக்கே ஒரு சிலிர்ப்பு.

"இந்த நடராஜாதான் செப்புச் சிலையிலே பெரிசுங்கறா. பீடத்திலிருந்து திருவாசிவரை நடராஜா உசரம் ஒன்பது அடி. சிவகாமசுந்தரி ஐந்தடி. உற்சவமூர்த்திக்காக மூணடிலே இன்னொரு நடராஜாவும் அம்பாளும் இருக்கா."

தட்டோடு வெங்கிட்டு வந்தான். "என்ன மாமா அர்ச்சனையா?"

"அர்ச்சனை வேண்டாம். ஆரத்தி எடுங்கோ" மலர்விழி சொன்னாள்.

கற்பூரஜோதியில் நடராஜா பிம்பத்தை நெறயவே அவர் படம் எடுத்தார். வெங்கிட்டு "ஓம் ஹர ஹர ஹர மஹாதேவா" என்றபடி ஆரத்தி தட்டை நீட்டியவுடன், அனைவருமே கண்களில் ஒற்றிக் கொண்டனர். அவன் கொடுத்த விபூதியை நானும் "நமச்சிவாயா" என்றபடி நெற்றியில் பூசிக் கொண்டேன்.

நடராஜா சந்நிதியிலிருந்து வெளியில் வந்தோம். அம்பாள் சந்நிதியை நோக்கி நடக்க ஆரம்பித்தோம். அர்ச்சனையும் செய்யாம தட்டும் வெறுமனே இருந்ததாலோ என்னவோ, வெங்கிட்டு அங்கேயே நின்று கொண்டான். அம்பாள் சந்நிதியில் வெறும் தூங்கா விளக்கு மட்டும் எரிந்து கொண்டிருந்தது. பழக்கத்தின் காரணமாக இருட்டில் நீந்தி, தூணின் பக்கவாட்டில் இருந்த ஸ்விட்சைத் தட்டினேன். கண்ணை ஓரிருமுறை சிமிட்டிய பின்னரே டியூப் விளக்கு வெளிச்சத்தை உமிழ்ந்ததோடு, உபயதாரரின் பெயரையும் பிரகாசிக்கச் செய்தது.

"அம்பாளுக்கு அங்கவளநாயகின்னு பேரு."

"அழகான பேரா இருக்கே" என்றாள் மலர்விழி.

"அதுனாலேயே என்னவோ, இங்கே யாரும் இந்தப் பேரைச் சொல்றதில்லே."

"என்ன அப்படிச் சொல்றேள்?"

"ஆமாம்மா. நானே என் பொண்ணுக்கு அங்கவளநாயகினுதான் பேர் வச்சிருக்கேன். ஆனா எல்லாருமே தேகஸுந்தரினுதான் அம்பாளை பூஜிக்கறா."

"உங்க வீட்லே பொண்ணை எப்படிக் கூப்பிடறேள்?"

"அங்கானுதான் கூப்டறோம்."

எல்லோருமே கொல்லென்றுசிரித்தனர்.

"கண்டராதித்த சோழனின் மனைவி செம்பியன் மாதேவிதான் இந்தக் கோயிலை கட்டியிருக்கறாதா கல்வெட்டு இருக்கு."

"இவங்கதான் முதலாவது ராஜாராஜ சோழனோட பாட்டினு கல்கி எழுதியிருக்கார்" காமிராக்காரர் சொன்னார்.

"ஆமாம். அவங்க காலத்திலே கட்டினதுதான் இந்தக் கோயில். இன்னும் மணக்கோலநாதர், பிட்சாடனர் செப்புச்சிலை எல்லாத்தையுமே அவங்கதான் செஞ்சிருக்காங்க." இருமல் வந்தது. அடக்க முயற்சித்தேன். முடியவில்லை. பிராகாரத் தூணில் சாய்ந்து கொண்டேன். அடங்குவதற்கு ஓரிரு நிமிடங்கள் ஆகியது என்றுதான் சொல்லவேண்டும். அதற்குள் அலர்மேல்மங்கை கையிலிருந்த எவர்சில்வர் தண்ணீர் பாட்டிலிருந்து அதன் டம்ளர் மூடியில் தண்ணீரை ஊற்றிநீட்டினாள். சற்றுத் தயங்கினேன் என்றுதான் சொல்ல வேண்டும்.

"நாங்களும் சுத்தமா இருக்கறவங்கதான்" மலர்விழி சிரித்தாள்.

"அதுக்கில்லே" என்றபடி நீரைப் பருகினேன். வெதுவெதுப்பாக இருந்தது தொண்டைக்கு இதமாக இருந்தது. சில நொடிகள் அமைதியாகத்தான் இருந்தேன் என்று சொல்ல வேண்டும்.

"என்ன இப்படி இருமறேளே? டாக்டர் கிட்டே காட்டி ஏதாவது மருந்து மாத்திரை வாங்கி சாப்பிடக் கூடாதா?" இத்தனை நேரம் பேசாமல் இருந்த கயல்விழி கேட்டாள்.

சிரிக்கத்தான் என்னால் முடிந்தது. "பகல்லே வந்திருந்தேள்னா, அந்தக் காலத்துலே வரைஞ்ச சித்ரங்களை பாத்திருக்கலாம். இன்னும் நெறய சிலாசாஸனம்லாம்கூட இருக்கு."

வெளிப் பிராகாரத்திற்கு வந்தோம். வில்வ மரத்தடியில் அவர்கள் அமர்ந்தனர். நானும் அமர்ந்தேன்.

"உள்ளூர்க்காரங்க நடமாட்டம் குறைச்சலா இருக்கே? காமிராக்காரார் கேட்டார்.

"காவேரியிலே ஜலம் இல்லே. வெவசாயம் கிடையாது. சக்தி தீர்த்தத்திலே சக்தி இருக்கோ இல்லியோ, ஆனா தண்ணி இல்லை. அதுனாலே ஊர்லே குடிதண்ணிக்கே கஷ்டம். அடுத்த தலைமுறையெல்லாம் வெளியூர்லேயும், உங்களை மாதிரி அமெரிக்காவுலேயும் போய் செட்டில் ஆயிட்டா. போறதுக்கு வழி தெரியமா, எங்களை மாதிரி நெலம் நீச்சு இல்லாத அன்றாடங் காய்ச்சிங்கதான் மிச்சம் இருக்கோம்."

"நீங்க பாடல் பெற்ற ஸ்தலம்னு சொன்னேள். அந்தப் பாட்டு ஒண்ணை சொல்லணுமே" கயல்விழி கேட்டாள்.

தொண்டையை கனைத்துக் கொண்டேன். மலர்விழி கைப்பையிலிருந்து மொபைலை எடுத்து என்பக்கம் திரும்பிக் கொண்டாள். காமிராக்காரரும் என்னைக் குறி வைத்தார்.

"அங்கோல் வளைமங்கை காண அனவேந்திக்

கொங்கார் நறுங்கொன்றை சூடிக் குழகாக

வெங்காடி டமாக வெந்தீ விளையாடும்

நங்கோன் நமையாள்வான் நல்லம் நகரானே"

ராகத்தோடு பாடி முடித்ததும் இரு குழந்தைகளும் கை தட்டினார்கள்.

"தப்பா நெனக்கக்கூடாது, உங்ககிட்டே ஒரு கேள்வி கேக்கணும்" காமிராக்காரர்தான் கேட்டார்.

"அதுக்கென்ன பேஷா கேளுங்களேன்."

"குமரகுருபரன் இங்கே போகச் சொன்ன போதே, விஸ்வநாத குருக்கள்னுதான் சொல்லியனுப்பிச்சார். ஆனாநீங்க.."

என் தயக்கத்தை அவர்கள் புரிந்து கொண்டிருக்கக்கூடும். "அப்படீன்னா நாங்க கௌம்பலாமா?" கயல்விழிதான் மௌனத்தை கலைத்தாள்.

"அதெல்லாம் ஒண்ணும் இல்லேம்மா. மாசி மகம் முடிஞ்சு அம்பாளுக்கு சந்தனக் காப்பு சாத்தறதுலே பிரச்னையாயிடுத்து. அதுனாலே என்னையும், அம்பாள் சந்நிதியை பார்த்துக்கற என் பிள்ளை சுப்புணியையும் சஸ்பெண்ட் பண்ணிவைச்சிருக்கா."

"எதுக்காக?" காமிராக்காரர் கேள்வி சற்று வேகமாக இருந்தது.

"சந்தனக் காப்பு முடிஞ்சு அலங்காரம் பண்ணறச்சே, அம்பாளுக்கு வித்தியாசமா இருக்கட்டுமேங்கற நெனப்புலே சல்வார், கமீஸ் போட்டுண்டு இருக்கறா மாதிரி அலங்காரம் பண்ணிட்டான்."

"கேக்கறதுக்கே ஆச்சரியமா இருக்கே. எப்படி அதை செய்ய முடிஞ்சுது? மலர்விழி கேட்டாள்.

"சல்வார்னா சல்வார் இல்லேம்மா. சந்தனக்காப்புக்கு மேலே கலர் ஜரிகையாலே சல்வார், கமீஸ், துப்பட்டாமாதிரி வித்தியாசப்படுத்தி ஒட்டறதுதாம்மா."

"இதிலே என்ன தப்பு?" கயல்விழி கேட்டாள்.

"சல்வார் அலங்காரம்ங்கறது சாஸ்த்ர சம்ப்ரதாயத்துக்கு விரோதமா இருக்கறதோட இல்லாம, அம்பாளை கேவலப்படுத்திட்டானு கட்சி கட்டிண்டு நாலைஞ்சு பேர் சண்டை போட்டா. பேப்பர்லேயும் டிவிலேயும் ஒரே அமர்க்களமாயிடுத்து. அப்பறம் கவர்மெண்ட்லேந்து போன்லே ஏதோ பேசினப்பறம் ஈஓ எங்களை சஸ்பெண்ட் பண்ணி வைச்சிருக்கார்."

"ஷிட். அவா அம்பாளை மட்டுமில்லே, தங்களுக்கு புடிச்சா மாதிரி, சௌகரியத்துக்கு ஏத்தாமாதிரி துணி போட்டுக்கற, உலகத்துலே இருக்கற அத்தனை பெண்களையும் கேவலப்படுத்தினதோட இல்லாம அவமானப்படுத்தியிருக்கா."

"கயல், காம் யுவர்செல்ஃப்" காமிராக்காரர்தான் சொன்னார்.

"நடராஜா அபிஷேகப்பிரியன், விஷ்ணு அலங்காரப் பிரியன்னுதான் சொல்லுவாங்க. அப்ப விஷ்ணுவோட தங்கை

அலங்காரப்பிரியையா இருக்கக்கூடாதா?" மலர்விழியின் கேள்வியில் நியாயம் இருப்பதாகப் பட்டது.

"பரத், வாட் யு ஸே?" கயல்விழி கேட்டாள்.

"ஹிஸ்டாரிகலா பார்த்தா இந்த மாதிரி பிரச்னைக்கே இடமில்லாம போயிடும்" காமிராக்காரர் சொன்னார்.

"இப்பக்கூட நம்ப வழிபாட்டு முறையிலே, டிரைபல் டிரெய்லை பார்க்க முடியும்" பரத் வாயைத் திறந்தார்.

"எனக்குப் புரியலியே" என்றேன்.

அவர் சிரித்தார்.

"எல்லாவற்றிலும் ஆதிவாசிகளின் தடங்கள் இருக்குங்கறார்" கயல்விழி சொன்னாள்.

"தீயைக் கொளுத்தி தீபாராதனை செய்யறது, ஓசையை உண்டாக்கறதுக்கு மணியடிக்கறது, கைதட்டறது, உரக்க ஹரஹர மகாதேவா இல்லை இப்ப நம்ப சொன்னா மாதிரி நமச்சிவாய நாமம் வாழ்கனு சொல்றது எல்லாவற்றிலும் ஒரு தொடர்ச்சி இருந்துண்டு இருக்கு."

பதில் ஏதும் என்னிடம் இல்லையென்பதால் அவர்களையே பார்த்துக் கொண்டிருந்தேன்.

"பரத், நீ சொல்றது சரிதான். இந்த வழிபாட்டு முறையை, படையலை, ஆடை அலங்காரம் செய்யறதை எல்லாவற்றையுமே வழிபடறவங்க தங்களோட தேவைக்கு, வசதிக்கு, நிலைபாட்டுக்கு ஏற்ப மாற்றிண்டு வந்திருக்காங்க" மலர்விழி சொன்னாள்.

"அதோட இல்லை, ஆடை அணிகலன் பற்றி அறியாதவன் கும்பிட்ட சாமி எந்த ஆடையோட இருந்திருக்க முடியும்? அடுத்த நிலையிலே அவன் உண்பதுதான் படையலா இருந்திருக்க முடியும். அதேமாதிரிதான் ஆடை அணிகலன்களும். நீங்க என்ன சொல்றீங்க?"

"எனக்குப் புரியலையே?" பரத்தைப் பார்த்துச் சிரித்தேன்.

"நாங்கள்ளாம் குலதெய்வத்துக்கு படையல்னா கிடா வெட்டுவோம். இன்னும் காரைக்கால் பக்கத்திலே கள்ளோ இல்லே சாராயமோ வைச்சாத்தான் ஊர்லேயும் மதிப்பாங்க."

“ஆமாம். கேள்விப்பட்டிருக்கேன். கண்ணப்ப நாயனார் பரமசிவனுக்கு பன்றி மாம்ஸமே படைச்சிருக்கார். இது இல்லாம சீராளனை யாருமே மறக்க முடியாதே” மெதுவாகக் கூறினேன்.

“நீங்க சொல்றது சரிதான். தேவாரத்திலே கூட ஒரு சில இடத்திலே இறைச்சி உணவு பற்றி சொல்லியிருக்காங்க. குலதெய்வம் கோயில்ங்கள்ளே மட்டும் இந்த முறையெல்லாம் இன்றைக்கும் தொடர்ச்சியா இருக்கு. ஆனா மத்த கோயில்லே பிராமின்ஸ் பூசை செய்ய ஆரம்பிச்சப்பறம் படையல் எல்லாம் மாறியாச்சு” காமிராக்காரர் சொன்னார்.

“ஆடை அணிகலனும் அதே மாதிரிதான் மாறிண்டு வந்திருக்கு. ஜடாமுடியோட மர உரி தரிச்ச சாமிக்கு விதம்விதமா கொண்டை போட்டு பட்டு வஸ்திரம் அணிவிக்கறோம்.”

“பரத், போன வருஷம் கிரேட்டர் சிகாகோ வினாயகர் கோயில்லே சதுர்த்திக்கு வினாயகருக்கு கோட் சூட் அலங்காரம் செஞ்சிருந்தாங்ளாம். பிரமாதமா இருந்ததுனு எல்லாருமே சொன்னாங்க” மலர்விழி சொன்னாள்.

“மம்மி, வாட்ஸ் அப்லே வந்த அந்த வினாயகரைத்தான் நான் ஸேவ் பண்ணி வைச்சிருக்கேன்.”

“ஏம்மா அங்கே மட்டும் இல்லே. மெட்ராஸ்லே வினாயக சதுர்த்திக்கு தெருவுக்கு தெரு வினாயகரை நிர்மாணிச்சு பூஜை செய்யற பழக்கம் இருபது முப்பது வருஷமா நடக்கறது. ஒவ்வொருத்தரும் ஒவ்வொருவிதமா அவங்க மனசுக்கேற்ப ஒலிம்பிக் கணபதி, கிரிக்கெட் கணபதி, ராக்கெட் கணபதினு அலங்காரம் செய்யறதாக பேப்பர்லே படிச்சிருக்கேன்”

“ஆமாம், இப்படியெல்லாம் மாறிண்டு இருக்கறச்சே சல்வார் கமீஸ் அலங்காரம் செய்யக்கூடாதுங்கறதிலே வேற ஒரு நோக்கமும் இருக்கு. அதை நாம்ப கண்டிப்பா புரிஞ்சுண்டாகணும். பெண்கள் நிலைவாசல் தாண்டறதுக்கே பத்தாயிரம் வருஷம் ஆச்சு. இப்போ இப்படியே விட்டுட்டோம்னா இன்னொரு பத்தாயிரம் வருஷம் ஆயிடும்” கயல்விழிதான் பொரிந்தாள்.

"அப்படில்லாம் இனிமே நடக்க முடியாதும்மா" நான் மெதுவாக சொன்னேன்.

"நீங்களே அப்படி சொல்றேளே?"

"ஆமாம்மா.

"அலங்காரச் சண்டைக்கு அப்பறம் பார்க்கறவாள்ளாம் ஆண் பெண் பேதமில்லாம இதுக்கெல்லாம் விடிவு கெடாயாதானு கேக்கறா."

"இதுக்காக வேற உலகத்திலேந்து யாரும் வரப்போறதில்லை" கயல்விழிதான் சொன்னாள்.

"நீங்கள்ளாம்தான் இருக்கேளே!" நான் சிரித்தேன்.

"அப்போ அம்பாளுக்கு எந்த அலங்காரம்தான் செய்யணுமாம்?" மலர்விழி கேட்டாள்.

"அம்மா, அம்பாள் மட்டுமில்லே எல்லாருமே மடிசார்லேதான் இருக்கணும்னுதான் அவா நெனக்கிறா போலே இருக்கு."

"மாமா சரியாச் சொன்னேள். தரிசனம் செஞ்சு வைச்சதிலே சந்தோஷம். மத்த விஷயங்களை கேட்டதுலே வருத்தம் இல்லே, ஆனால் கோபம்தான் வரது. நாங்க கெளம்பறோம்." மலர்விழி எழுந்தாள்.

காமிராக்காரர் அருகில் வந்து ஏதோ ஜாடை காட்டியதும் கைப்பையை திறந்தாள்.

நான் புரிந்துகொண்டேன். "எதுவும் வேண்டாம்மா. நீங்க உங்க குடும்பத்தோட சேர்ந்து நமச்சிவாய நாமம் வாழ்க என்று சொன்னதே எனக்கு மஹாப்பிரஸாதமா இருந்தது. இன்னொரு முக்கியமான விஷயம். இந்த அலங்காரம், நைவேத்யம் பத்தி ஏதோ கொஞ்சம் நஞ்சம் தெரிஞ்சு வைச்சிருந்தாலும் ஒரே குழப்பமா இருந்தது. இப்ப கோர்வையா பளிச்சுனு புரியவைச்சுட்டேள்."

இரண்டு பெண்களும் சிரித்தனர். அருகில் வந்தனர். "இல்லே நீங்க இதை வைச்சிக்கோங்க. கமிஷனர் ஸ்தானத்திலே இருக்கற குமரகுருபரன் இதை எப்படி அனுமதிச்சார். நாங்க அவர்டே பேசறோம்."

கயல்விழிக்கு இன்னும் கோபம் தணியவில்லை என்பதை புரிந்து கொண்டேன். குழந்தைகள் கையை ஆட்டினர்.

கார் புதூரை நோக்கி, இருளைக் கிழித்துச் செல்வதை நீண்டநேரம் பார்த்துக் கொண்டிருந்தேன்.

★

“அப்பா மூணுமணி ஆகப்போறது. நாலரை பஸ்ஸை புடிச்சு கும்மோணம் போயிட்டு வந்துடலாம்னு அண்ணா சொல்லிட்டு போயிருக்கா. நீங்க அதுக்கேத்தா மாதிரி தயாரா இருக்கணும். அண்ணாவும் வந்துடுவா.”

“ஏம்மா சாதாரண இருமல்தானே. அதுவும் விட்டு விட்டுதானே வரது. இதுக்காக டாக்டர் கிட்டே போகணுமா?”

“சாதாரண இருமல்தான். ஆனா நாலு மாசமா விடலியே. எங்களுக்கும் கவலை இல்லியா?”

“அம்மா நீ சொல்றது சரிதான். கவலைப்படறதுக்கு எல்லையே இல்லாம போயிடுத்து.”

“எல்லாத்தையும் நடராஜா பார்த்துப்பான்.”

“நாப்பது வருஷமா அதையும்தானே பார்த்துண்டு இருக்கோம். இவா சொல்றதையும் சித்தக் கேளுங்கோ” கற்பகம் சிரித்தாள்.

மாடாப்பிறை மடக்கில் இருந்த விபூதியை எடுத்து ‘நமச்சிவாயா’ என்றபடி நெற்றியில் பூசிக் கொண்டேன். நடராஜா சிவகாமசுந்தரி படத்தின் எதிரே கண்களை மூடி அமர்ந்து கொண்டேன். பதிகமொன்று சொல்ல வேண்டுமென்று தோன்றியது.

“பொன்னார் மேனியனே புலித் தோலை அரைக் கசைத்து
மின்னார் செஞ்சடைமேல் மிளிர் கொன்றை யணிந்தவனே
மன்னே மாமணியே மழ பாடியுள் மாணிக்கமே
அன்னே உன்னையல்லால் இனி யாரை நினைக்கேனே.”

நமஸ்கரித்தேன். மீண்டும் இருமல் வருகிறா மாதிரி இருந்தது. சுதாரித்துக் கொண்டு ஒரு முறையுடன் எழுந்து பெஞ்சில் அமர்ந்து கொண்டேன். அங்கா கையில் வைத்திருந்த சட்டையை வாங்கிப் போட்டுக் கொண்டேன். காபி டபரா டம்ளருடன் கற்பகம் எதிரில் நின்றாள்.

“இனிமே நீங்க இந்தப் பதிகத்தைப் பாடறதைப்பத்தி யோசிக்கணும்” சொல்லியபடி சுப்புணி உள்ளே நுழைந்தான்.

“என்னண்ணா சொல்றே, எனக்குப் புரியலியே?”

அங்காவுக்கு மட்டுமல்ல எனக்கும் ஆச்சரியமாகத்தான் இருந்தது.

“ஒத்தர் போறாதுனு ரெண்டு பேர் மேலே இருக்கற கேஸே இன்னும் முடியலை. இப்போ புதுசா புலித்தோலை வைச்சிருந்தானு ஆலய பாதுகாப்புக்குழு கௌற ஆரம்பிச்சுதுன்னா, நீங்க மட்டுமல்ல இந்த முறை மழபாடி மாணிக்கமும் ஜெயிலுக்கு போறாமாதிரி இருக்கும். இன்னொன்னு அந்தக் கேஸ்லெலாம் அவ்வளவு சீக்கிரம் வெளியிலேயும் வரமுடியாது.”

அங்காவும் கற்பகமும் வாய்விட்டு சிரித்தபோது, எனக்கும் சிரிக்க வேண்டும் என்றுதான் தோன்றியது. இருமலை நினைத்துக் கொண்டு சிரிப்பை அடக்கிக் கொண்டேன்.

★

மடத்துத் தெரு முனையில் இறங்கிக் கொண்டோம். சுப்புணி சற்று வேகமாக நடந்தான். அவனைப்பின் 'தொடர்வது சிரமமாகத்தான் இருந்தது.

பெஞ்சில் நாலைந்து பேர்தான் இருந்தனர். சுப்புணி டோக்கனை வாங்கிக் கொண்டு என்னருகில் உட்கார்ந்தான். நுழைவாயிலில் இருந்த ‘டாக்டர் உ.வே. அனந்தாச்சாரி, ரிஜிஸ்டர்ட் மெடிகல் பிராக்டீஷனர்’ என்ற 'மங்கலான பெயர்ப் பலகை, டாக்டரின் வயதையும் அனுபவத்தையும், எளிதில் எவரையும் கிக்கச் செய்யக்கூடியதாக இருந்தது.

“வா விஸ்வநாதா உக்காரு. சுப்புணி எப்படி இருக்கே?” ஐந்து கட்டையில் வரவேற்பு இருந்தது.

சுழலும் ஸ்டூலில் நான் அமர்ந்து கொண்டேன். சுப்புணிதான் விவரமாக சொன்னான். சோதனைகளை முடித்துக் கொண்டார்.

"எத்தனை நாளா இப்படி இருக்கு?"

சுப்புணி ஆரம்பித்தான். "நீ பேசாம இரு, விஸ்வநாதா நீயே சொல்லு."

"நாலஞ்சு மாஸமா இருக்கு."

"டிபியோனு சம்சயமா இருக்கு. அதுக்காக பயப்பட வேண்டாம். ஒரு எக்ஸ்ரே எடுத்துட்டு, ரத்தம் எச்சல் எல்லாத்தையும் சோதனை செஞ்சு பார்க்கணும்."

"பயமாயிருக்கே!"

"விஸ்வநாதா, பயப்படவேவேண்டாம். டிபினு ருசிப்பிச்சப்பறம்தான் சிகிச்சையைப் பத்தி யோசிக்கணும்."

சுப்புணி அவரையே பார்த்துக் கொண்டிருந்தான். "ஆராதனை பண்ணிண்டு இருக்கறவாளையெல்லாம் நடராஜா இப்படி சோதிக்கறானே?"

"சுப்புணி, கோயில் குருக்கள் எல்லாருக்குமே வரக்கூடியதுதான் இது."

"அப்படியா?" எனக்கு ஆச்சரியமாக இருந்தது.

"ஆமாம். வைஷ்ணவா, ஸ்மார்த்தா வித்தியாசம் இல்லாம வரக்கூடியது இது மட்டும்தான்னு நெனக்கிறேன். மூலஸ்தானத்திலே மூச்சே விடமுடியாது. அப்படி இருக்கறச்சே எத்தனை கற்பூரஹாரத்தி பண்றேள். நீங்களாவது பரவாயில்லை. தாங்க முடியலே, வரேள் சோதனை பண்ணிக்கறேள். மருந்து சாப்பிடறேள். ஆனா மூலவரை நெனச்சா பயமா இருக்கு" டாக்டரின் தொனியைப் புரிந்து கொண்டேன்.

"அப்படீன்னா இதுக்கு என்னதான் நிவர்த்தி?" சுப்புணி கேட்டான்.

"சக்ரபாணி கோயில், உப்பிலியப்பன் கோயில், சக்கரத்தாழ்வார் இன்னும் ரெண்டு மூணு கோயில் பட்டாச்சாரியெல்லாம் எங்கிட்டேதான் ட்ரீட்மெண்ட்லே இருக்கா. மொதல்லே கற்பூர தீபாராதனையை நிறுத்தணும். மூலஸ்தானத்திலே மூச்சு

முட்டறா மாதிரி இருக்கற அமைப்பை மாத்தணும். சேவார்த்திட்டே இத புரிய வைக்கணும்.''

“உடனே நடக்கறா மாதிரி இல்லியே!''

“விஸ்வநாதா, உடனேதான் நடத்தியாகணும். ஆனா கற்பூரக் கம்பெனிக்காரங்க சும்மா விடமாட்டாங்க. மதாச்சாரியார்களுக்கெல்லாம் கனகாபிஷேகம் நடத்துவா. மூலஸ்தானத்திலே காத்தோட்டத்துக்கு வழி செஞ்சா, ஆகமத்துக்கு ஆபத்துனு உடனே அலறிப் புடைச்சிண்டு, நாக்பூர் வகையறா கழியைத் தூக்கிண்டு ஓடிவந்துடுவா.''

“ஆலய பாதுகாப்புக் குழு'' சுப்புணி சொன்னான்.

“ஆமாம். காலங்காலமா கோயிலும் சரி, நாமும் சரி நிர்க்கதியாத்தான் இருந்தோம். இப்போ இவா வந்துதான் எல்லாத்துக்கும் பாதுகாப்பு கெடச்சிருக்கு'' டாக்டர் சிரித்தார்.

“நீங்க சொன்ன உடனே ஞாபகம் வரது. திருப்பனந்தாள்லே கற்பூரதீபம் கிடையாது. அர்ச்சனை மட்டுந்தானு அர்ச்சகாள்ளாம் தீர்மானிச்சிருக்கா. ஆதினமும் ஏத்துண்டு இருக்கார். உடனே ஏதோ கமிட்டி நீசத்தனம்னு சொல்லி ஆர்ப்பாட்டம் செஞ்சிருக்கா. அப்பறம் பழையபடி கற்பூர தீபந்தான். இது நாலைஞ்சு வருஷத்திற்கு முன்னாடி நடந்தது'' நான் சொன்னேன்.

“இவாதான் இப்ப அலங்கார விஷயத்திலேகூட முன்னாடி வந்தா'' சுப்புணி மெதுவாக கூறினான்.

“இவாளுக்கு ஸ்வாமியையோ இல்லை உங்களை மாதிரி காலங்காலமா கோயில்லே இருக்கறவாளையோ பாதுகாக்கற நோக்கம் கிடையாது. ஜனங்களுக்குள்ளே எப்படியாவது பேதம் வரணும், அதான் அவாளோட நோக்கமா இருக்கு.''

“டாக்டர், அது இல்லாம, ஆகமம்னு சொல்லி பயமுறுத்தறா.''

“சுப்புணி உங்களுக்கெல்லாம் தெரியாததில்லே. இருந்தாலும் நீங்க இதை புரிஞ்சுண்டே ஆகணும். ஆகமங்கறது ஒண்ணும் ரூல்புக் கிடையாது. நாங்கள்ளாம் யூஸர் மானுவல்னு சொல்லுவோம். இந்த ஆஸ்பத்திரி சின்னதா இருக்கு. ஒரு நாளைக்கு முப்பது நாப்பது பேர்தான் வரா. அப்போ வாசல், ஹால், மாடிப்படி எல்லாம் இப்ப இருக்கறா மாதிரியே

இருந்தா போதும். இதுவே ஆயிரம்பேர் வர கவர்மெண்ட் ஆஸ்பத்திரி மாதிரி இருந்தா, அமைப்பு எப்படி இருக்கணும்? இதையே கோயிலுக்குச் சொல்றதுதான் ஆகமம்.”

நான் சிரித்தேன்.

“விஸ்வநாதா, அவன் பார்த்துப்பான்னு வழக்கம்போல இருந்துடாதே. சுப்புணி, பக்கத்திலே இருந்து எல்லா டெஸ்டும் எடுத்துண்டு சீக்கிரமா அழைச்சிண்டு வா” அனந்தாச்சாரி மேஜையின் மீதிருந்த மணியை அழுத்தினார்.

★

வெளிப் பிராகாரத்தில் பிரதக்ஷணமாக வந்து கொண்டிருந்தேன். பெரிசாக யாரும் இல்லை. சண்டிகேஸ்வரன் அருகில் நின்று கையைத் தட்டி, நான் வந்திருப்பதை அறிவித்துக் கொண்டேன். தலையை நீட்டிப் பார்த்தேன். ஏகப்பட்ட நூல்களும், துண்டுத் துணிகளும் அவன் முகத்தையே மறைத்துக் கொண்டிருந்தது.

அங்கா குழந்தையா இருக்கறபோது இந்த சந்நிதிக்கு வரபோதெல்லாம் ‘சண்டிகேஸ்வரர் மேலே நூலைப் போட்டுட்டா துணிமணி கிடைச்சிடும்னா, அப்பறம் சந்திரசேகரபுரம் கோவாப்ரேட்டிவ் ஸ்டோர் எதுக்கு?’னு கேள்வி கேட்டுண்டு இருப்பா. வெவரம் தெரிய ஆரம்பிச்சப்பறம் கேள்வி கேக்கறதை விட்டுட்டா. அங்கானு இல்லே, நாம்ப எல்லாருமே பால்யம் முடிஞ்சு வெவரம் தெரிய ஆரம்பிச்சப்பறம் கேள்வி கேக்கறதை விட்டுடறோம். மனசுக்குள் சிரித்துக் கொண்டேன். மகா மண்டபத்திற்கு அருகில் தூணையொட்டி சாய்ந்து அமர்ந்து கொண்டேன். வெங்கிட்டுவைக் காணோம். கண்ணை மூடிக் கொண்டேன்.

“நலமார் மறையோர்வாழ் நல்லம் நகர்மேய

கொலைசேர் மழுவானைக் கொச்சை யமர்ந்தோங்கு

தலமார் தமிழ்ஞான சம்பந்தன் சொன்ன

கலைக ளிவைவல்லார் கவலை கழிவாரே.”

மெதுவாக எழுந்தேன். அதற்குள் ரெண்டு மூன்று பேர் வந்துவிட்டனர். வெங்கிட்டு ஆரத்தி தட்டை நீட்டியவுடன்,

கண்களில் ஒற்றிக் கொண்டு "நமச்சிவாயா" என்றபடி விபூதியை நெற்றியில் பூசிக் கொண்டு வெளியே வந்தேன்.

கவுண்டரில் சக்ரபாணி தினமணி படித்துக்கொண்டிருந்தான். த்வஜஸ்தம்பம் அருகில் பலிபீடத்தையொட்டி நின்று கொண்டு மூலவரை கும்பிட்டேன். சாஷ்டாங்கமாய் நமஸ்கரிக்கத் துவங்கினேன். மூன்றாவது முறையோடு நிறுத்திக் கொண்டால் போதும் என்று தோன்றியபடியால் எழுந்தேன். இப்பொழுது சக்ரபாணி அருகில் ஓடிவந்தான்.

"மாமா இப்பத்தான் ஈஓ போன் பண்ணினார். சுப்புணி மொபைலுக்கு பண்ணினாராம். எடுக்கலியாம். நீங்க தரிசனத்துக்கு வந்தா உடனே அவர்டே பேசணுமாம்."

கவுண்டருக்கு வெளியே நின்று கொண்டேன். சக்ரபாணி டெலிபோனை சுழற்றி என்னிடம் ரிசீவரை கொடுத்தான். நீண்ட நேரம் காத்திருந்ததுதான் மிச்சம். "சரி நான் ஆத்துக்கு போறேன். பேசினார்னா தகவலைக் கேட்டுக்கோயேன்" கிளம்பினேன்.

திண்ணையில் சற்று அமர்ந்து விட்டு உள்ளே நுழைந்தேன். ரெண்டாங்கட்டில் காலை அலம்பிக் கொண்டு பெஞ்சின்மீது அமர்ந்தேன்.

"அப்பா, இப்போ ஈஓ என்கிட்டே பேசினார்" சுப்புணி சொன்னது ஆச்சரியமாக இல்லை.

"அப்படியா. கோயிலுக்குக்கூட பண்ணியிருக்கார். நானும் போட்டேன். எடுக்கலை, வந்துட்டேன்."

"இன்னிக்கு சாயந்திரம் நாலு மணிக்கு கும்பேஸ்வரன் கோயிலுக்கு வரச் சொல்லியிருக்கார். டிப்டிலாம் வரளாம். பேசணுமாம்."

"நீதான் போயிட்டு வாயேன்."

"நீங்களும் போக வேண்டாமா?" கற்பகம்தான் கேட்டாள்.

"இன்னும் தட்டைத் தூக்கிண்டு, வரவாள்டேல்லாம் ப்ராசீனமாக கோயில், பாடல் பெற்ற ஸ்தலம், கண்டராதித்த சோழனின் மனைவி செம்பியன்மாதேவி கட்டினது, மூலவர்

சுயம்பு, சக்தி வாய்ந்தவர்னு சொல்லிண்டு இருக்கணுமானு தோணறது.”

“அப்ப என்னதான் செய்யப்போறேள்?” அங்கா சிரித்தாள்.

“தெரிஞ்ச ருத்ரத்தை சொல்றேன். கத்துக் கொடுத்த பதிகத்தை அவன் சன்னதியிலே முடிஞ்சவரை பாடறேன். அதுவே போதும்னு எனக்குப் படறது.”

“அப்பா நீங்க சொல்றது புரியறது. ஆனா அலங்கார விஷயத்திலே நாம எந்த குத்தத்தையும் செய்யலேங்கறதை இவாளுக்கெல்லாம் நிரூபிக்கணும். அதுக்கப்பறம் தட்டை நீங்க கீழே வைக்கறதோ, அல்லது தூக்கி எறியறதோ எதை வேண்டும்னாலும் செய்யலாம்.”

“சுப்புணி சொல்றது நியாயமா எனக்குப்படறது” கற்பகம் மெதுவாகச் சொன்னாள்.

எதுவுமே பேசாமல் கண்களை மூடியபடி இருந்தேன்.

அங்கா அருகில் அமர்ந்து கொண்டாள். “அப்பா, சாப்பிடுங்கோ. சித்த படுத்துக்கோங்கோ. மூணு மணி பஸ்லே ரெண்டு பேரும் கௌம்புங்கோ.”

★

கோபுர வாசலில் ஜனங்கள் நெருக்கமாக வருவதும் போவதுமாக இருந்தனர். செருப்பை புறாக் கூண்டுக் காவலரிடம் அளித்து, சுப்புணி டோக்கன் வாங்கிக் கொண்டான். உள்ளே சென்றேன். சந்நிதி திறக்கப்படாததினால் மண்டபத்தில் நாற்பது ஐம்பது பேருக்குமேல் இருக்கும் அமர்ந்து கொண்டிருந்தனர். த்வஜஸ்தம்பம் அருகில் நின்று கொண்டு கண்களை மூடிக் கும்பிட்டேன்.

“நிழலா இருக்கு. இங்கேயே உக்காருங்கோ, நான் ஆஃபீஸ் ரூமில் கேட்டுண்டு வரேன்.”

“நமச்சிவாய நாமம் வாழ்க” என்று முணுமுணுத்தபடி உட்கார்ந்து கொண்டேன்.

“யாகசாலைக்கு பக்கத்திலே அன்னதான ஹால் இருக்காம். அங்கேதான் வருவாளாம். நாம்ப அங்கேபோய் உட்கார்ந்துக்கலாம்” சுப்புணியை பின் தொடர்ந்தேன்.

சாப்பிடுவதற்கேற்ற பத்துப்பதினைந்து பெஞ்சும், உட்காரத்தக்கமாதிரி உயரக்குறைவான பெஞ்சும் போடப்பட்டு இருந்தது. ஓரிரு சிப்பந்திகள் நகர்த்தி சுத்தம் செய்து கொண்டிருந்தனர். நாங்கள் உள்ளே நுழைந்ததும் ஒருவர் “சாப்பாடெல்லாம் முடிஞ்சுடுத்தே” என்றார்.

“இல்லேப்பா, ஏசியோட மீட்டிங் அதுக்கு வந்திருக்கோம்” சுப்புணி பதில் சொன்னான்.

“அந்தப் பக்கமாக உக்காருங்க” கையைக் காட்டினார்.

மேசையொன்றையும், நாலைந்து நாற்காலிகளையும் எடுத்துவந்து மையமான இடத்தில் போட்டார்கள். எதிரே இரண்டு வரிசையாக பெஞ்சுகள் போடப்பட்டது.

ஆடலரசு நுழைந்தார். எங்களைக் கண்டதும் நேராக நாங்கள் உட்கார்ந்திருந்த இடத்திற்கே வந்துவிட்டார். “மாமா, எப்போ வந்தீங்க? ஏதாவது சாப்டீங்களா?”

“சாப்டுட்டுதான் மூணு மணி பஸ்ஸை புடிச்சோம். இறங்கினோம். நேரா இங்கே வந்தோம்.”

“ரெண்டு மூணு நாளா தாராசுரம் சுத்தி இன்ஸ்பெக்ஷன். அதான் நேரா வந்து தகவல் சொல்ல முடியலே.”

“அதுக்கென்ன சக்ரபாணி சொன்னான். அப்பறம் நீங்களும் சுப்புணிக்கே போன் பண்ணி சொல்லிட்டேளே.”

“யாரோ ஏசிக்கு சொந்தக்காரங்களாம் அமெரிக்காவிலேந்து வந்திருக்காங்க. உங்களைப் பார்க்கச் சொல்லி அனுப்பியிருக்காரு. அவங்கள்ளாம் நம்மூருக்கு வந்து கோயிலைப் பார்த்துருக்காங்க. அவங்கபோய் அவருட்டே சண்டை போட்டுருக்காங்க. வருத்தப்பட்டுருக்காங்க. இவருக்கு என்ன செய்யறது தோணலை. அப்பறமாத்தான் டிப்டி கமிஷனரை வைச்சு பேசி முடிங்கனு சொல்லியிருக்காரு. என்கிட்டேயும் பேசினாரு.”

“ஈஓ ஸார், இப்ப நாங்க என்ன செய்யணும்னு நீங்க சொல்லலியே?” சுப்புணி கேட்டான்.

“சுப்புணி, அன்னிக்கு நடந்ததை அப்படியே சொல்லு. அப்பத்தான் நியாய அநியாயம் எல்லாருக்கும் தெரியும்.”

★

“என்பேர் உலகநாதன். துணை நிலை ஆணையரா இருக்கேன். ஆடலரசு உங்க கோவில் நிர்வாக அதிகாரி. உங்களுக்கு நல்லாவே பரிச்சயமானவர்.”

நான் சிரித்துக் கொண்டேன்.

பக்கத்தில் அமர்ந்திருந்த மூவரையும் அறிமுகம் செய்தார். “இவர் சிவப்பிரகாசம் தருமை ஆதினத்துலே தமிழ்ப்பண்டிதர். செந்தில்வேலன் சட்டைநாதர் கோயில்லே ஈஓவா இருக்கார். ராஜாராமன் டிபார்ட்மெண்ட்லே சூப்பரின்டெண்டாக இருக்கிறார்.” அவர் நோட்டுப் புத்தகத்தில் எழுதுவதில்தான் மும்முரமாக இருந்தார்.

உலகநாதன் உட்கார்ந்த நிலையில் பேசத் துவங்கினார். “நமது அறநிலையத்துறைக்குட்பட்ட திருநல்லம் கோயிலில் மாசி மகத்துக்குப் பின்னர், அம்பாளுக்கு செய்விக்கப்பட்ட அலங்காரம் ஆகம விதிகளை மீறியது என்று, ஒரு சிலர் குறிப்பாக ஆலய பாதுகாப்புக் குழு என்போர் குற்றஞ்சாட்டி, பத்திரிக்கைகளில் பரபரப்பாக்கியதோடு, பல்வேறு தொலைக்காட்சி சானல்களில் விவாதப்பொருளாகவும் மாற்றியதை நாம் அனைவருமே அறிவோம்.

அவர்கள் அன்றைய தினம் குற்றஞ்சாட்டிய நிலையில், வேறு எவரும் இந்த அலங்காரத்தில் எந்த மரபு மீறலும் இல்லையென்று உறுதிபட தெரிவிக்காத நிலையில், இது பற்றி முழுமையாக அறியும்வரை திருசுப்புணியையும், பாரம்பரியமுறையில் ஸ்தானீகராக இருந்துவரக்கூடிய அவரது தந்தையார் திரு விஸ்வநாதகுருக்களையும் இடைநீக்கம் செய்யலாம் என்று அறநிலையத்துறை ஆணையரின் அறிவுறுத்தலின் பேரில் நடவடிக்கை மேற்கொள்ளப்பட்டது. தற்போது இதுபற்றி முழுமையாக ஆய்வினை மேற்கொண்டு,

தக்க நடவடிக்கைகளை எடுக்குமாறு ஆணையர் அவர்கள்அறிவுறுத்தியுள்ளார். இதன் பொருட்டு இந்த மூவர் குழு அமைக்கப்பட்டுள்ளது. தவிர இது ஆய்வேயொழிய விசாரணையல்ல என்பதை தெளிவுபடுத்த விரும்புகிறேன். இந்த அலங்காரத்தை செய்த அர்ச்சகர் சுப்புணி அவர்கள் அலங்காரம் பற்றிய தகவல்களை தருமாறு கோருகிறேன்."

சுப்புணி பெஞ்சிலிருந்து எழுந்து நின்றான்.

"இல்லே சுப்புணி உக்காந்தபடியே பேசுங்க"சிவப்பிரகாசம்தான் சொன்னார்.

"என்னை அர்ச்சகர்னு சொன்னார். நான் அர்ச்சகர் இல்லைங்கறதை முதல்லே சொல்லிடணும்னு நெனக்கிறேன். அப்பாதான் அர்ச்சகர். பொறந்ததுலேந்து இந்தக் கோயில்லே தவழ்ந்து, ஓடி விளையாடி, தாத்தாவுக்கும் அப்பறம் அப்பாவுக்கும் உதவியா இருந்துண்டு இருக்கேன். அப்படித்தான், வேறயாரும் இல்லியேங்கறதினாலே பாட்டு வாத்தியாரா டியூஷனும் எடுத்துண்டு, அம்பாள் சந்நிதியையும் பார்த்துண்டு இருக்கேன்."

ஆடலரசு சிரித்தார்.

"ரொம்ப வருஷமா அம்பாள் அலங்காரத்தைப் பார்த்துண்டு வரேன். தாத்தா செஞ்சிருக்காங்க. அப்பறம் அப்பா செஞ்சிருக்காங்க. அதுனாலே வித்தியாசமா ஏதாவது செய்யணும்னுதான் நான் நெனச்சேன். என் தங்கை அங்காவும் யோஜனை சொன்னாள். உற்சவத்துக்கு வாங்கி மிச்சமாயிருந்த கலர் ஜரிகையை ரிப்பன் மாதிரி வெட்டி சந்தனக்காப்பு மேலே சல்வார் மாதிரி ஒட்டினேன். அன்னிக்கி தரிசனத்துக்கு வந்த எல்லாருமே சந்தோஷப்பட்டா. அர்ச்சனை ஆரத்தியைவிட மொபைல்லே படம் புடிக்கறதுதான் ஜாஸ்தியா இருந்தது. இதுலே இன்னொரு விஷயத்தையும் நான் சொல்லணும்னு நெனக்கிறேன். அப்பா பதிகம் பாடி கற்பூர ஆரத்தி செஞ்சா தட்டுலே கணிசமாக தட்சிணை இருக்கும். நான் என்னதான் பதிகம் பாடினாலும், இத்தனைக்கும் நான் பாட்டு வாத்தியார் யாருமே சட்டை செய்யமாட்டா. அன்னிக்கு தட்டு ரொம்பி வழிஞ்சுதுனு. ஈஓசாரே ஆச்சரியப்பட்டார்."

நான் சிரித்துக் கொண்டேன். உலகநாதனும் மற்றவர்களும் சுப்புணியையே பார்த்துக் கொண்டிருந்தனர்.

"எனக்கு எந்த ஆகமமும் தெரியாது. தெரிஞ்சதெல்லாம் நடராஜாவும் அங்கவளநாயகியும்தான். அதுனாலே நான் செஞ்சது ஆகமத்துக்கு விரோதமா, விரோதம் இல்லையாங்கறது என் மனசுலே படலை. ஆனா அடிக்கடி ஈஓசார் ஒண்ணு சொல்லிண்டு இருக்கறது என் மனசுக்குள்ளே ஆழமா பதிஞ்சிருக்கு. வழிபடற சாதாரண ஜனங்களோட மனோநிலைக்கு இடம் கொடுக்கணும்னு சொல்லிட்டு, இங்கிலீஷ்லே ஒரு வார்த்தை சொல்லிக் காட்டுவார்.

அவரைப்பார்த்தான். சுப்புணியைத் தொடர்ந்து எல்லாருமே அவரைப் பார்த்தனர்.

"ஆடலரசு, அது என்ன காயத்ரிமந்திரம்? சொல்லேன்" உலகநாதன் சிரித்தார்.

"வயலேஷன் ஆஃப் ஆகமா ஈஸ் மியர் டெமாக்ரடைசேஷன் ஆஃப் ஒர்ஷிப்."

சிறிது நேரம் யாருமே பேசவில்லை. "இதை தமிழ்லே எப்படிச் சொல்றதுனு எனக்குப் புரியலே" ஆடலரசு சிரித்தார்.

"ஆடலரசு, எனக்கு குழப்பமா இருக்கே?" என்ற சிவப்பிரகாசத்தின் கேள்வி எனக்கு புரிந்தது.

"சார். அது ஒண்ணும் இல்லே. ஒவ்வொரு காலத்திலே ஒவ்வொரு நியதி நடைமுறையிலே இருந்துண்டு வருது. வழிபடற ஜனங்களோட மனோநிலைக்கு ஏற்ப மாறிண்டும் இருக்கு. பெருமாள் கோயில்லே வினாயகர் சந்நிதி, சிவன் கோயில்லே பெருமாள் சந்நிதி, அப்பறம் நவக்ரஹம், பஞ்சமுக ஆஞ்சநேயர், சிவா விஷ்ணு கோயில், கடற்கரையிலே அஷ்டலக்ஷ்மி கோயில் இதையெல்லாம் ஆகமத்தை மீறினதாக யாரும் எடுத்துக்கறதில்லே."

"ஆடலரசு, எனக்கு தலை சுத்தறதே" செந்தில்வேலன் சிரித்தார்.

"இன்னொன்று வெளிநாட்டுக்காரங்களை மிலேச்சர்கள்னு சொல்றது இருக்கட்டும். வெளிநாட்டுக்குப் போயிட்டு

வந்தாலே பிராமணர்கள் மட்டுமில்லே வேறசில ஜாதிகள்ளேகூட ஜாதிப்பிரஷ்டம் செய்வாங்க. இப்ப எனக்குத் தெரிஞ்சு வடதுருவம் தென்துருவத்தைத் தவிர எல்லா நாடுகளிலேயும் வெங்காடசலபதி கோயிலும், ஹரே கிருஷ்ணா கோயிலும் கட்டி முறையா பூசை செய்யறாங்க. இதை விதி மீறலா எடுத்துக்கறதில்லே. பெருமையாகத்தான் நாம்ப சொல்லிண்டு வரோம்.”

ராஜாராமனின் பேனா பேச்சின் வேகத்துக்கு ஈடு கொடுப்பதைப் போல் ஓடிக் கொண்டிருந்தது.

“அதே மாதிரிதான் புதுசா சைக்கிளோ ஸ்கூட்டரோ இல்லே காரோ வாங்கிண்டு வந்து கோபுர வாசல்லே நிறுத்தி, வண்டிச் சாவியைக் கொடுத்து, பூஜை செய்யச் சொல்றாங்க. இல்லே முகூர்த்தப் புடவையை அம்பாள் மேலே சாத்தி வாங்கிண்டு போறாங்க. ஆஞ்சநேயருக்கு வடைமாலை சாத்தறாங்க. இதெல்லாம் ஆகமப்படி தப்பாயிருக்கலாம். அதுக்காக வழிபடறவங்களோட மனோநிலையை கணக்கில் எடுத்துக்க வேண்டாமா? அதுதான் வழிபாட்டை ஜனநாயகப்படுத்தறது.”

நால்வரும் உத்வேகம் கொண்டிருப்பதை என்னால் அறிய முடிந்தது.

ஆடலரசு தொடர்ந்தார். “இதே திருநல்லம் கோயில்லேயும், திருநீலக்குடி கோயில்லேயும் முடிகாணிக்கை செலுத்தறவங்களுக்கு எங்க தாத்தாதான் மொட்டையடிப்பாராம். ஆனா அவர் உள்ளே போய் நடராஜாவை தரிசனம் செய்ய முடியாது. அப்பறம் எங்கப்பா காலத்திலே கொடி மரம்வரை அழைச்சிண்டு போயிருக்காங்க. இப்போ நான் ஈஓவா இருக்கறதுனாலே, மூலஸ்தானம்வரை போக முடியறது. பொறுப்பேற்க போனபோதுகூட ஒரு பாதுகாப்புக் குழு அடாவடித்தனம் செஞ்சுது. மாமாதான் எனக்கு பூரண கும்பம் கொடுத்து உள்ளே அழைச்சிண்டு போனாரு. இதெல்லாம் விதியை மீறினதா நெனச்சா, நிச்சயமா விதிமீறல்தான். ஆனா அந்தந்தக் காலத்தோட, அந்தந்த மக்களோட தேவையை நிறைவேற்றக்கூடிய கடமை நமக்கெல்லாம் இருக்கு. இல்லேன்னா நாம் இருந்த இடம் மட்டுமில்லை நாமும் அடுத்தடுத்த தலைமுறைக்கு

தெரியாம போயிடும்.” ஆடலரசு மேசையின் மீதிருந்த தண்ணீர் பாட்டிலை எடுத்துக் கொண்டார்.

“கடப்பாறையாலே மண்டையை பொளந்திட்டேயே?” உலகநாதன் சொன்னவுடன் அனைவருமே சிரித்தனர்.

“அவ்வளவுதானா?” என்ற ராஜாராமின் கேள்விக்கு ஆடலரசு மட்டுமின்றி சுப்புணியும் தலையை ஆட்டினான்.

“நீங்க, உங்க அபிப்ராயத்தை சொல்ல வேண்டாமா?” செந்தில்வேலன் என்னைப் பார்த்தார்.

“எல்லாத்தையும்தான் ஆடரசு சொல்லிட்டாரே! நான் சொல்றதுக்கு வேற என்ன இருக்கப் போறது?” இழுத்தபடி சொன்னேன்.

“ஒரு பழமை வாய்ந்த அதுவும் பாடல் பெற்ற திருத்தலத்தில் தலைமுறை தலைமுறையாய் ஸ்தானீகரா இருக்கீங்க. இந்தப் பிரச்னை குறித்து உங்கள் கருத்தைச் சொல்லணும்” சிவப்பிரகாசம் வற்புறுத்தினார்.

தொண்டையை கனைத்துக் கொண்டேன். ஆடலரசு தண்ணீர் பாட்டிலை என் முன்னே கொண்டு வைத்தார். மெதுவாக பருகினேன்.

“ஆகமத்தைப் பத்தியோ, அனுஷ்டானத்தைப் பத்தியோ நான் பேசறது சரியாயிருக்காது. உங்களை மாதிரி நிர்வாகம் செய்யறவாளுக்கு தெரிஞ்ச சட்ட திட்டம், என்னை மாதிரி இருக்கற ஸ்தானீகாளுக்கு தெரியறதுக்கு நியாயமில்லே. இன்னொன்னு நான் ஏதாவது சொன்னா, கொல்லன் தெருவிலே ஊசி விக்கறதாகத்தான் இருக்கும். அதுனாலே வேற ஒரு விஷயத்தைப்பத்தி சித்த பேசலாம்னு நெனக்கிறேன்.”

ஆடலரசு என்னைப் பார்த்து சிரித்தார்.

“வடமட்டம் பஸ்லே ஏறி இங்கே வந்துண்டு இருந்தோம். புதூர்லே நாலைஞ்சு பேர் ஏறினா. சின்னவாளும் இருந்தா பெரியவாளும் இருந்தா. வாணாதுரை பள்ளிக்கூடம் கிட்டே இறங்கறவரை ஒரு முக்காமணி நேரம் இப்ப நடக்கற கிரிக்கெட் போட்டியைப்பத்தி வயசு வித்தியாசம் இல்லாம சலிப்புங்கறதே இல்லாம பேசிண்டுவந்தா.”

"ஆமாம். ஐபிஎல் மேட்ச் நடக்கறது. அதைப்பத்தி இருக்கும்" தலைநிமிர்ந்து ராஜாராமன் சொன்னார்.

"அதான்."

"மாமா, கிரிக்கெட்லே உங்களுக்கும் ஆர்வம் உண்டா?" செந்தில்வேலன் கேட்டார்.

"அப்பா நடராஜா அங்கவளநாயகிக்கு அப்பறம் பதிகம் பாடறதுன்னா அது பாலி உம்ரீகருக்கும், முஷ்டாக் அகமதுக்கும்தான் இருக்கமுடியும்" சுப்புணி சிரித்தவாறே சொன்னான்.

ராஜாராமன் எழுதுவதை நிறுத்திவிட்டதாக எனக்குத் தோன்றியது.

"அந்தநாள்லே பெரிய கிரிக்கெட் போட்டின்னா வேற வேற தேசங்களுக்கு இடையே நடக்கறதாகத்தான் இருந்தது."

"அதெல்லாம் டெஸ்ட் மேட்ச்" உலகநாதன் சொன்னார்.

"ஆமாம். சார் சொல்ற அந்தப் போட்டியெல்லாம் அஞ்சுநாள் நடக்கும். நடுவிலே ஒருநாள் ஓய்வு எடுத்துப்பா. சூரியோதயத்துக்கு அப்பறம் வெயில் உருக்கும்போது ஆரம்பிச்சு, அஸ்தமனத்துக்கு முன்னாடி அந்தி சாயறத்துக்குள்ளே முடிஞ்சுடும். பந்துதான் செவப்பா இருக்கும். ஆனா எல்லாரோட உடுப்பும் வெள்ளையா இருக்கும். கையிலே கால்லே கட்டிக்கற காப்பு மட்டுமில்லே பூட்ஸும் வெள்ளையாகத்தான் இருக்கும். வேற வர்ணம்னா தலையில் வைச்சிண்டு இருக்கற குல்லாயிலும் சட்டையிலும் இருக்கற தேசத்தோட கொடியிலேயும், விளையாட மட்டையிலேயும்தான் இருக்கும். முதல்நாள் கூட்டம் இருக்கும். அப்பறம் முடிவு தெரியறாமாதிரி இருந்தா வருவா. இல்லை யாருக்கும் வெற்றி தோல்வி இல்லைங்கற நிலைமைக்குப் போச்சுன்னா, கூட்டம் குறைஞ்சுடும். சில சமயத்திலே மைதானமே வெறிச்சோடிக் கிடக்கும்."

"அந்த வெளயாட்டெல்லாம்தான் போயிடுத்தே. இப்பத்தான் ஐபிஎல் வந்தாச்சே!" ராஜாராமன் மனக்குறையோடு சொல்வதாக எனக்குப்பட்டது.

"அதைத்தான் நானும் சொல்றேன். சூரியோதயம் அஸ்தமனம்ங்கறதுக்கு இடமில்லாம, இப்ப அஸ்தமனத்துக்கு அப்பறம் ஆரம்பிச்சு அர்த்தராத்ரியிலே வெளயாட்டு முடியறது."

செந்தில்வேலன் கையைத் தட்டுவதைப்போல் பாவனை செய்தார்.

"இது இல்லாம வெள்ளையைத் தவிர வேற வர்ணத்துக்கு இடமில்லாதது மாறி, இப்போ பந்து மட்டும்தான் வெள்ளையா இருக்கு. வெளயாடறவா சர்க்கஸ்லே வராமாதிரி, வேறவேற வர்ணத்துணி போட்டுக்கறது மட்டுமில்லே, முதுகிலே அவா அவா பேரையும் நம்பரையும் போட்டுக்கறா. இன்னொன்னு அவா ஏலம் போன தொகையை போட்டுக்காததுதான் பாக்கி!"

"மாமாவை விட்டா ஹர்ஷா போக்ளேயே சாப்டுவார்னு நெனக்கிறேன்" ராஜாராமன் சிரித்தார்.

"அப்பறம் வேறவேற தேசங்கறதுக்கு பதிலாக, ஒரே தேசத்துக்குள்ளே இருக்கற வேறவேற ஊர்களுக்கிடையிலான போட்டியாயிடுத்து."

"ஆமாம். இதிலேயும் மெட்ராஸ்காரங்க மெட்ராஸுக்கு விளையாடலே. டெல்லிக்காரங்க டெல்லிக்கு விளையாடலே. வேறவேற ஊர், வேறவேற தேசம், அவா இந்த பேர்லே விளையாடறா" ராஜாராமன் என்னை ஊக்குவிப்பதாகவே இருந்தது.

"நியூசிலாந்து ப்ளேயர்தான் ஹைதராபாத்துக்கு கேப்டன்" சுப்புணி சொன்னான்.

"இப்படி பல தினுசுலே மாறிப்போச்சு. அஞ்சுநாள் வெளயாட்டுங்கறது நாலஞ்சு மணி நேரத்திலே முடியறது. இப்போ மைதானத்திலே மட்டும் மாமாங்க கூட்டம் இல்லே, எங்கே டிவி பொட்டி இருந்தாலும் அது முன்னாடி பத்துப் பதினைஞ்சுபேர் நிக்கறா. இதுக்கு முன்னாடி போகாதவா பார்க்காதவாள்ளாம்கூட வெளயாட்டைப்பத்தி பேசறா. வெளயாடறவாளோட அங்க அசைவை சிலாகிக்கறா. படிச்சவா படிக்காதவா, இருக்கறவா இல்லாதவா, இங்கிலீஷ் தெரிஞ்சவா தெரியாதவா, பட்ணம் குக்கிராமம் இப்படி பலபேதம்லாம் இங்கே உடைஞ்சு போயிருக்கு. அந்த நாள்லே யாராவது

அவமானப்படுத்திட்டான்னா மூஞ்சிலே கரியைப் பூசிட்டேயேனு சொல்றது வழக்கம். ஆனா இப்போ நெறய பேர் மூஞ்சியிலே அதையே பூசிண்டுதான் மைதானத்துக்குள்ளேயே போறா. அதுக்காக இப்போ பழைய மாதிரி கிரிக்கெட் இல்லே, கிரிக்கெட் விதியையெல்லாம் மீறி, சம்ப்ரதாயத்துக்கு விரோதமா மாத்தி, வெளயாட்டை சாக அடிச்சுட்டானு யாரும் பெரிசா சொல்றதில்லே. காலத்துக்கு ஏத்தா மாதிரி, ஜனங்களும் ரசிக்கறா மாதிரி, கிரிக்கெட் விளையாட்டுக்கு அலங்காரம் செஞ்சோன்ன, எல்லாருமே ஏத்துக்கறா, சந்தோஷப்படறா. ஒரு தீர்த்த யாத்திரைக்கு கிளம்பறா மாதிரி தயார் பண்ணிண்டு மைதானத்துக்குப்போறா." இருமல் வராமாதிரி இருந்தது. லேசாக இருமினேன். சற்றே கனைத்துக் கொண்டேன்.

செந்தில்வேலன் மட்டுமல்ல ராஜாராமனும் சத்தம் வராமாதிரி நன்றாகவே கையைத் தட்டினார்கள். உலகநாதன் சிரித்தார்.

முன்னால் இருந்த தண்ணீரைக் குடித்தேன். "இதைத்தான் ஆடலரசு வேறமாதிரி சொன்னார்னு நெனக்கிறேன். அவ்வளவுதான்."

"அவ்வளவுதானா?" உலகநாதன் கேட்டார்.

தலையை ஆட்டினேன்.

"நான் ரெண்டு வார்த்தை சொல்லணும்னு நெனக்கிறேன்."

"ஆடலரசு, நீங்க ரெண்டு இல்லே பத்து வார்த்தைகூட சொல்லலாம்" என்றார் சிவப்பிரகாசம்.

"கிரிக்கெட் விளையாட்டின் ஜீவனை குலைக்காமல், காலத்துக்கேற்றமுறையில் மாற்றி, சகல தரப்பையும் ஏற்க வைச்சதற்கு பின்னாடி வர்த்தகமும் அரசியலும் இருக்கு. ஆனா இங்கே வழிபாட்டை ஜனநாயகப்படுத்தறதோட நாம்ப கடமை முடிஞ்சுதுனு இருந்துட முடியாது. இதை ஒவ்வொருத்தரும் ஒவ்வொரு வழியிலே புரிஞ்சுண்டு இருக்கோம். இருந்தாலும் இந்த அலங்கார சர்ச்சையோட மூலத்தை கண்டறிந்து எதிர்கொள்ளத்தவறிட்டோம்னா நமச்சிவாயத்துக்கே நாமம்தான்."

மூவரின் இருக்கைக்கு அருகில் ஆடலரசு தனது நாற்காலியை நகர்த்திக் கொண்டார். அவருக்கு படபடப்பு அடங்கவில்லை.

சுவற்றில் அன்னதானத்திற்கு உபயமளித்தோரின் பெயரை அஷ்டோத்திரமாய் எழுதி வைத்திருந்ததை பார்த்துக் கொண்டிருந்தேன். சுப்புணி வெளியே சென்று யாகசாலை குண்டங்களை வேடிக்கை பார்த்தபடி நின்று கொண்டிருந்தான். பத்து நிமிடங்களுக்குமேல் ஆகியது என்றுதான் சொல்லவேண்டும்.

“சுப்புணி, உள்ளே வாங்க” செந்தில்வேலன்தான் அழைத்தார்.

உலகநாதன் ஆடலரசுவைப் பார்த்து “நீங்க சொல்றதுதான் சிறப்பா இருக்கும்” என்றார்.

“இல்லே நீங்க அறிவிக்கறதுதான் முறை” என்றார் ஆடலரசு.

உலகநாதன் பேசத்துவங்கினார். “அம்பாள் அலங்காரம்பற்றி சிலகேள்விகள் எழுந்தது என்பதை ஏற்கனவே நான் தெரிவித்தேன். அந்த அடிப்படையில் சுப்புணி, விஸ்வநாத குருக்கள் ஆகியோர் மட்டுமின்றி ஆடலரசுவும் ஒருசில கருத்துக்களை இங்கே தெரிவித்ததை கணக்கில் எடுத்துக் கொண்டுள்ளோம். நிர்வாகம் சம்பந்தப்பட்ட பிரச்னை என்பதால் வேறு எவரையும் இதில் குறுக்கீடு செய்ய அனுமதிக்கலாகாது என்ற ஆடலரசுவின் கோரிக்கைக்கு, ஏற்கனவே ஆணையரும் ஒப்புதல் அளித்திருந்தார். அதன்படி நடைமுறைகளையும் செயல்முறைகளையும் அறிந்ததன் பேரில், இந்த அலங்காரத்தில் எந்தப் பிரச்னையும் இல்லை என்று நாங்கள் முடிவுக்கு வருதோடு, உடனடியாக பழையபடி சுப்புணியும் விஸ்வநாத குருக்களும் வழிபாட்டு முறைகளை மேற்கொள்வதோடு, முன்னைப் போலவே விஸ்வநாத குருக்கள் இதர பொறுப்பைகளையும் ஏற்கவேண்டும் என்று அறிவிக்கிறேன்.”

சுப்புணி கண்களை மூடிய நிலையில் நீர் வழிந்தது. ஆடலரசு அவன் அருகில் வந்தார். தோளைத் தட்டினார். அணைத்துக் கொண்டார். “சுப்புணி அப்பாவோட சேர்ந்து முதல்லே ஒரு பதிகம் பாடு.” தயக்கத்துடன் அவன் என்னைப் பார்த்தான். நான் ஆரம்பித்தேன். சேர்ந்து கொண்டான்.

“மாத ராரொடு மக்களுஞ் சுற்றமும்
பேத மாகிப் பிரிவதன் முன்னமே
நாதன் மேவிய நல்லம் நகர்தொழப்
போது மின்னெழு மின்புக லாகுமே.”

“என்னங்க! ஒரு முடிவோடதான் வந்திருக்கீங்க போல இருக்கே!” சிவப்பிரகாசம் கேட்டார்.

நான் சிரித்தேன்.

“அப்பா ஊர்லேந்து கௌம்பறச்சேயே சலிச்சுண்டார். கண்டராதித்த சோழன் மனைவி கட்டினது, ப்ராசீனமானதுனு சொல்லிண்டு, இன்னும் தட்டைத் தூக்கிண்டு இருக்கணுமானு கேட்டார்.”

“நீங்க அப்படியெல்லாம் நெனக்காதீங்க. கண்டராதித்தசோழன் மனைவி செம்பியன்மாதேவி கட்டின கோயிலை மட்டுமில்லே, ஊருக்கே புகழ் சேர்க்கிற நடராஜா, அங்கவளநாயகி, மணக்கோலநாதர், சண்டிகேஸ்வரர் மூர்த்திகளையும், நமக்கே உரிய வழிபாட்டு முறைகளையும் பாதுகாக்கற பெரிய பொறுப்பும் பரம்பரை ஸ்தானீகரா இருக்கற உங்களுக்கும், ஈஓவா இருக்கற ஆடலரசுக்கும் இருக்கு. பாதுகாப்புனு சொல்லிண்டு வரவங்களுக்கு அதத்தவிர வேற நோக்கங்கள்தான் இருக்கு. நாங்க இந்த பிரச்னையிலே சற்றே தடுமாறிட்டோம்னுதான் நெனக்கிறேன். ஆடலரசு மாதிரியானவங்க கொஞ்சம் மேல் நிலையிலே இருந்திருந்தா உடனே முடிஞ்சுருக்குமோ என்னவோ.”

“மாமா, மற்றதை செய்யறீங்களோ இல்லியோ இந்தப் பொறுப்பை பழையபடி ஏற்கணும்” ஆடலரசுவின் குரலில் வேகம் இருந்தது. “கையெழுத்தைப் போட்டுட்டு கொத்துச்சாவியை வாங்கிக்கோங்க.”

தயார் நிலையில் இருந்த செந்தில்வேலன் சாவிப்பையை நீட்டினார்.

“நமச்சிவாய நாமம் வாழ்க” என்றபடி பையை வாங்கிக்கொண்டேன்.

@

செம்மலர்,
நவம்பர் 2018

www.ingramcontent.com/pod-product-compliance
Lightning Source LLC
LaVergne TN
LVHW100224051026
849517LV00006B/1795